செங்கிஸ்கான்

# செங்கிஸ்கான்

முகில்

கிழக்கு

செங்கிஸ்கான்
Genghis Khan
*Mugil* ©

First Edition: July 2008
184 Pages
Printed in India.

ISBN: 978-81-8368-865-9
Title No. Kizhakku 323

Kizhakku Pathippagam
177/103, First Floor,
Ambal's Building, Lloyds Road,
Royapettah, Chennai 600 014.
Ph: +91-44-4200-9603

Email : support@nhm.in
Website : www.nhm.in

Author's Email : writermugil@gmail.com
Cover Image Courtesy: www.tram6.eu


Kizhakku Pathippagam is an imprint of New Horizon Media Private Limited

This book is sold subject to the condition that it shall not, by way of trade or otherwise, be lent, resold, hired out, or otherwise circulated without the publisher's prior written consent in any form of binding or cover other than that in which it is published and without a similar condition including this the rights under copyright reserved above, no part of this publication may be reproduced, stored in or introduced into a retrieval system, or transmitted in any form or by any means (electronic, mechanical, photocopying, recording or otherwise), without the prior written permission of both the copyright owner and the above-mentioned publisher of this book.

# இருநூறில் ஒருவர்

American Journal of Human Genetics என்ற மருத்துவ இதழ், மார்ச் 2003-ல் ஒரு கட்டுரையை வெளியிட்டது. ஐரோப்பா மற்றும் ஆசியாவைச் சேர்ந்த 2000 பேரிடம் மரபணு சோதனை நடத்தினார்கள். கிடைத்த முடிவு இது. சோதனைக்கு உட்படுத்தப்பட்ட பல ஆண்களுக்கு கிட்டத்தட்ட ஒரே மாதிரியான மரபணு அம்சங்கள் இருந்தன.

சோதனையை விரிவாக்கியதில், பசிபிக் முதல் காஸ்பியன் கடல் வரை பதினாறு மில்லியன் ஆண்கள் ஒரே சந்ததியைச் சேர்ந்தவர்கள் என்ற உண்மை தெரியவந்தது. அதாவது, கிட்டத்தட்ட ஆயிரம் வருடத்துக்கு முன் வாழ்ந்த ஒரு மனிதரிடமிருந்து தோன்றிய சந்ததி அது. எந்தப் பகுதியில்? யார் அந்த மனிதர்? மங்கோலியா. விடை கிடைத்ததுமே உறுதியாகச் சொல்லிவிட்டார்கள். செங்கிஸ்கான்!

இன்று, ஐரோப்பா மற்றும் ஆசியாவில் வாழும் இருநூறில் ஒருவர் செங்கிஸ்கானின் பரம்பரையைச் சார்ந்தவர்கள்.

## சரித்திரம் அழைக்கிறது

| | | |
|---|---|---|
| 1. | உள்ளங்கையில் ரத்தக்கட்டி | / 9 |
| 2. | போர்ட்டெ, என் மனைவி! | / 14 |
| 3. | ஜமுக்காவின் கனவு | / 26 |
| 4. | அடிமை | / 36 |
| 5. | முதல் யுத்தம் | / 47 |
| 6. | முறிவு | / 68 |
| 7. | காட்டுக் குதிரை | / 82 |
| 8. | 'உனது இறுதி யுத்தம்!' | / 101 |
| 9. | 'செங்கிஸ்கான் ஹுர்ரே!' | / 122 |
| 10. | சர்வ நாசம் | / 135 |
| 11. | இறுதித் தீர்ப்புகள்! | / 152 |
| 12. | 'என் கனவை ஒப்படைக்கிறேன்!' | / 164 |
| | பின்னிணைப்புகள் | / 176 |

## 1. உள்ளங்கையில் ரத்தக்கட்டி

அவளுக்குப் பிரசவ வலி ஆரம்பித்திருந்தது. தலைப்பிரசவம். வேதனையில் துடித்துக் கொண்டு இருந்தாள்.

'ஹோலுன், பயப்படாதே! எல்லாம் நல்லபடியா நடக்கும்' - அந்தக் கூடாரத்துக்குள் நுழைந்த கிழவி ஒருத்தி, அவளது உள்ளங்கால்களைத் தனது கைகளால் பரபரவென தேய்க்க ஆரம்பித்தாள். அந்தக் கூடாரத்தின் வெளியே அங்கும் இங்கும் அலைந்து கொண்டிருந்தார் யெசுகெய். பிறக்கப் போகும் குழந்தை, அவருக்கும் அவளுக்குமானது. ஆனால் அவர், அவளது முதல் கணவரல்ல.

●

சிலுடு, மெர்கிட் என்ற மங்கோலிய இனத்தைச் சேர்ந்தவர். புதிதாகத் திருமணம் ஆனவர். அவர்களது கலாசாரப்படி, புதிதாகத் திருமணம் செய்துகொண்ட ஜோடி, தனியாக ஓர் இடத்தில் கூடாரம் அமைத்து வாழ வேண்டும். பரஸ்பர நெருக்கத்தை அதிகரித்துக் கொள்வதற்காக.

சிறிய ரதம் ஒன்றை குதிரை ஒன்று இழுத்துச் சென்றது. உள்ளே புதுமணப்பெண்ணின் பூரிப்போடு ஹோலுன். பதினாறு வயதே ஆன அழகுப் பெண். ரதத்துக்கு இடதுபுறமாக சிலுடு.

ரதத்தைச் சுற்றிலும் சில பாதுகாவலர்கள், தங்கள் குதிரைகளில். ஆனான் நதிக்கரை ஓரமாகப் பயணம்.

'இங்கேயே கூடாரம் அமைத்துவிடலாமா? நல்ல விளைநிலமாக இருக்கிறது' - பாதுகாவலர் ஒருவர் கேட்டார்.

'வேண்டாம். இது எதிரிகளின் இடம். நாம் இன்னும் தள்ளிச் சென்றுவிடலாம்' - சிலுடு எச்சரித்தார். சில நிமிடங்களிலேயே கடைசியாக வந்த பாதுகாவலன் கத்தினான். 'வேகமாகச் செல்லுங்கள். எதிரிகள் வந்துவிட்டார்கள்.'

சிலுடு சட்டெனத் திரும்பிப் பார்த்தார். எதிரி இனக்குழுவினர்கள் வந்துகொண்டிருந்தார்கள். இவர்கள் வெறும் ஏழெட்டு பேர்தான். அவர்கள் முப்பது பேர் இருந்தார்கள். எதிர்த்து நின்று போரிடுவது புத்திசாலித்தனமல்ல. ஒரே வழி, தப்பிப்பதுதான். தன் குதிரையின் வேகத்தை அதிகரித்தார். ரதத்தை இழுத்துக் கொண்டிருந்த குதிரையை ஒரு தட்டு தட்டினார். சூழல் புரிந்து அதுவும் வேகமாக ஓட ஆரம்பித்தது. அவ்வளவு நேரம் மெல்லிய வெட்கத்தால் லேசாகச் சிவந்திருந்த ஹோலுனின் முகம், பயத்தால் வெளிறிப் போக ஆரம்பித்திருந்தது.

எதிரிகள் நெருங்கினார்கள். அம்புகள் பாய்ந்தன. சிலுடுவின் பாதுகாவலர்கள் மூன்று பேர், அம்புகளிடம் மரணத்தை வாங்கிக் கொண்டார்கள். வேறு வழியில்லை, மீதமிருந்த பாதுகாவலர்களும் ஆளுக்கொரு திசையில் சிதறி ஓடினார்கள். சிலுடுவின் முகத்தில் கலவரம்.

'நான் உன்னைக் கைவிட மாட்டேன்' - ரதத்திலிருந்த ஹோலுனின் கையைப் பற்றிக் கொண்டார் சிலுடு. பாய்ந்து வந்த அம்பு ஒன்று, ரதத்தின் கூரையில் குத்தி நின்றது.

'வேண்டாம், உங்கள் உயிர் எனக்கு முக்கியம். இப்போது தப்பித்து விடுங்கள்' - ஹோலுன் பதறியபடி பேசினாள். கண்கள் கலங்க ஆரம்பித்தன. ரதத்தை இழுத்துக்கொண்டு அந்த ஒற்றைக் குதிரையால் எவ்வளவு வேகமாகத்தான் செல்ல முடியும்? இன்னொரு அம்பு ரதத்தின் பக்கவாட்டில் வந்து குத்தி நின்றது.

சிலுடு, ஹோலுனை அப்படியே தூக்கி, தன் குதிரையில் வைத்து, வேறு ஏதாவது திசையில் தப்பித்து ஓட முயற்சி செய்யலாம். ஆனால் இத்தனை பேர் வெறியோடு துரத்துகிறார்கள். வளைத்துப்

பிடித்துவிடுவார்கள். எதிரிகளது நோக்கம், ஹோலுனை அப கரிப்பது. தடுக்க வந்தால் மட்டுமே சிலுடுவைக் கொல்லுவார்கள். தப்பித்துச் சென்றால் விட்டுவிடுவார்கள். இப்போது தப்பித்து விட்டு, பின்பு என்றாவது ஒருநாள் படை திரட்டிக் கொண்டு சென்று ஹோலுனை மீட்கலாம். என்னை மன்னித்துவிடு ஹோலுன்!

சிலுடு, மறைந்து போனார். ரதம் வேகம் குறைந்து நின்றது. எதிரி கள் ரதத்தைச் சுற்றி வளைத்தார்கள். யெசுகெய், ஹோலுனின் முன் வந்து நின்றார்.

'நல்ல அழகு! உன் பெயரென்ன?'

ஹோலுன் பதில் சொல்லவில்லை. அவளது தலை குனிந் திருந்தது. 'நான் யெசுகெய். போர்ஜிகின் இனக்குழுவின் தலைவன். இனி, நீ என் மனைவி. வா, நமது இருப்பிடத்துக்குச் செல்லலாம்.' ஹோலுனை வளைத்துப் பிடித்துத் தூக்கித் தன் குதிரையில் ஏற்றிக் கொண்டார் யெசுகெய். குதிரை ஆனான் நதிக்கரையோரமாக ஓட ஆரம்பித்தது. இனி, அவள் அவருக்குத் தான் சொந்தம்.

ஓர் இனக்குழுவினர், இன்னொரு இனக்குழுவினர் முகா மிட்டிருக்கும் இடத்துக்குச் சென்று தாக்குவதும் அவர்களது கால்நடைகளை, குதிரைகளை அபகரித்துக்கொண்டு வருவதும் மங்கோலியர்களிடையே சகஜமான விஷயம். விலை மதிப்புள்ள பொருள்களையும், உணவுப் பொருள்களையும் கொள்ளையடிப் பார்கள். முக்கியமாக அந்த இனக்குழுவின் தலைவரது மனைவி யையும் (அல்லது மனைவிகளையும்) வேறு அழகான பெண் களையும் கடத்திக்கொண்டு வந்துவிடுவார்கள். பெண்களே வெற்றிக்கான வெகுமதி. வெற்றிக்கான அடையாளமும்தான்.

தான் கடத்திக்கொண்டு வந்த ஹோலுனைத் தனது இரண்டாவது மனைவியாக்கிக் கொண்டார் யெசுகெய். முதல் மனைவி சோச்சிஜெல்லின் மூலமாக அவருக்கு ஏற்கெனவே ஒரு மகன் பிறந்திருந்தான். பெக்டெர்.

●

அங்கு வந்த அந்த வயதான மந்திரவாதியை வணங்கினார் யெசுகெய். அந்த நேரத்தில் கூடாரத்துக்குள் ஹோலுனின் உச்சபட்ச அலறல் கேட்டது. கூடவே குழந்தையின் அழுகைச் சத்தமும்.

சில நிமிடங்களில் கிழவி வெளியே வந்தாள். 'ஆண் குழந்தை!'

யெசுகெய்யின் முகத்தில் புன்னகை. வானத்தைப் பார்த்தார். தெளிவாக இருந்தது. நட்சத்திரங்கள் மின்னிக் கொண்டிருந்தன. தனது வலது கையை இடது மார்பில் வைத்து குனிந்து வணங்கினார். ஒன்பது முறை. கடவுளுக்கு நன்றி.

வேகமாகக் கூடாரத்துக்குள் நுழைந்தார் யெசுகெய். வெளியே நின்றிருந்த மந்திரவாதி, கூடாரத்தின் வாசலில் அம்பு ஒன்றைச் சொருகி, அதில் வில்லைத் தொங்கவிட்டார். தீய சக்திகள் எதுவும் கூடாரத்துக்குள் நுழையாமலிருப்பதற்கான ஏற்பாடு. மந்திரவாதியும் கூடாரத்துக்குள் நுழைந்தார்.

சில நிமிட மயக்கத்துக்குப் பின் விழித்தாள் ஹோலுன். குழந்தையைப் பார்த்தாள். மனத்துக்குள் பரவசம். மெல்ல குழந்தையின் வலது கையைப் பிடித்தாள். குவித்திருந்த விரல்களை திறந்தாள். அவளது முகத்தில் அதிர்ச்சி.

உள்ளங்கையில் சிறியதாக ரத்தம் கட்டியிருந்தது.

இது நல்ல விஷயமா? இல்லை ஆபத்தானதா? அவளுக்குக் குழப்பம். யெசுகெய்யைப் பார்த்தாள். அந்த வயதான மந்திர வாதி குழந்தையின் கையை நோக்கினார். அவரது முகத்தில் பிரகாசம்.

'இது சாதாரணக் குழந்தை அல்ல. இந்த உலகையே தன் வீரத்தால் வெல்லப் பிறந்தவன். பேரரசன்.'

மந்திரவாதியின் சொற்களில் மனம் மகிழ்ந்து போனார் யெசுகெய்.

'என்ன பெயர் வைக்கப் போகிறீர்கள்?' - மந்திரவாதி கேட்டார். சட்டென யெசுகெய்யிடமிருந்து பதில் வந்தது.

'டெமுஜின்!*'

---

* டெமுஜின் என்றால் இரும்பு மனிதன் என்று அர்த்தம். செங்கிஸ்கானின் நிஜப் பெயர் அது. அவர் பிறந்த இடம் ஆனான் நதிக்கரையோரம் இருந்த டெலூன் போல்டாக். அதாவது இன்றைய மங்கோலியாவின் தலைநகரான உலான்பாட்டருக்கு மிகவும் அருகில் இருந்த இடம். கி.பி.1155-லிருந்து 1167-க்குள் அவர் பிறந்திருக்கலாம் என்று கருதப்படுகிறது. என்றாலும் பலராலும் குறிப்பிடப்பட்டுள்ள ஆண்டு 1162. ஆசியாவின் காலண்டர்படி அது குதிரைகளின் வருடம்.

‘டெமுஜின்?’ - கேட்டாள் ஹோலுன்.

‘ஆம், டெமுஜின். நேற்றைய போரில் நான் வென்ற எதிரிக் குழுவின் தலைவன் பெயர். அவன் சாதாரணமானவல்ல, மகாவீரன். டெமுஜின்.’

‘யார் அந்த டட்டார் இனக்குழுவின் தலைவனா?’ - மந்திரவாதி கேட்டார். யெசுகெய் ஆம் என்பதுபோல புன்னகை செய்தார். ‘டெமுஜின்’ என்று பலமுறை உச்சரித்தபடியே, குழந்தையின் நெற்றியில் பாசத்தோடு முத்தமிட்டார். ஹோலுன், யெசு கெய்யைத் தன் கணவனாக முழுமையாக ஏற்றுக் கொண்ட நொடி அது.

## 2. போர்ட்டே, என் மனைவி!

**ப**ன்னிரண்டாம் நூற்றாண்டில் மங்கோலியாவில் டஜனுக்கும் மேற்பட்ட நாடோடி இனக்குழுவினர் வாழ்ந்து வந்தார்கள்.

அவர்களில் மங்கோலியர்களுக்கு மிகவும் நெருக்கமான, மங்கோலியர்களை ஒத்த இனக்குழுவினர்களாக இருந்தவர்கள், கிழக்குப் பகுதியில் டட்டார், கிடான். மேலும் கொஞ்சம் கிழக்கு நோக்கிச் சென்றால் மான்செஸ் இனக்குழுவினர். மத்திய ஆசியாவில் துர்கிக் இனக்குழுவினர்.

அவர்களது கலாசாரம், பழக்க வழக்கங்கள், வாழ்க்கை முறை என எல்லாமே பெரும்பாலும் சைபீரிய காடுகளில் வாழ்ந்துவந்த பழங்குடி மக்களைப்போல இருந்தது. அல்டாய் மலையின் சுற்றுப் பகுதியில் வாழ்ந்ததால், அவர்கள் பேசும் மொழி அல்டாய் மலைப் பகுதி மொழி என்று அழைக்கப்பட்டது. ஜப்பானிய மொழியும் கொரிய மொழியும் கலந்த காக்டெயில் அது.

துர்கிக் இனக்குழுவினரும் டட்டார் இனக்குழுவினரும் பல்வேறு சமயங்களில் இணைந்து தங்களுக்குள் புதுப் புது குழுக்களை ஏற்படுத்திக் கொண்டார்கள். அதேசமயத்தில் மங்கோலியர்களும் வேறு இனக்குழுவைச் சார்ந்த பெண்களைத் திருமணம் செய்து கொள்வதன் மூலம் புதிய புதிய

குழுக்களை உருவாக்கினார்கள். ஒரு குழுவின் தலைவர், 'கான்' என்றழைக்கப்படுவார். அரசர் என்று பொருள்.

நான்காம் நூற்றாண்டில் ஐரோப்பியப் பகுதிகளை ஆண்ட இனத்தவர் ஹன். மங்கோலியர்கள் தங்களை ஹன்னின் வழித் தோன்றலாகத்தான் சொல்லிக் கொள்வார்கள். ஹன் என்றால் மங்கோலியர்களின் மொழியில் மனிதன் என்று அர்த்தம்.

•

சைபீரியா, ரஷ்யாவின் வடக்குப் பகுதி, சீனா, தெற்கில் மத்திய கிழக்கு - மத்திய ஆசியா - இவற்றுக்கு இடையே அமைந்த பகுதி தான் மங்கோலியா. மலைகளும் அதைச் சுற்றி அமைந்த சமவெளி விளைநிலப் பகுதிகள். மரங்களே இல்லாத பகுதிகள். ஆங்கிலத்தில் ஸ்டெப்பி (Steppe) என்று பெயர்.

மூன்றாம் நூற்றாண்டின் ஆரம்ப நிலையில் விவசாயம், வேட்டையாடுதலைத் தொழிலாகக் கொண்ட நாடோடி மக்கள் சிறு சிறு குழுவினராக அங்கு வசித்தார்கள். அதிக அளவில் கால்நடைகளை வளர்த்தார்கள், முக்கியமாக குதிரைகள். மங்கோல் என்ற சொல்லுக்கே குதிரையின் முதுகில் வாழும் மக்கள் என்று அர்த்தம். 'அருகிலிருக்கும் நெருப்பு' என்றொரு அர்த்தமும் உண்டு.

அப்போது அவர்களுக்கென்று முறையான கலாசாரம் எல்லாம் அப்போது இல்லை. அருகில் அதிக வளத்துடன் வாழ்ந்த சீன மக்களுடன் அடிக்கடி மோதிக் கொண்டிருந்தார்கள். மங்கோலிய நாடோடிகளைத் தடுப்பதற்காகவே சீனர்கள் தடுப்புச் சுவரைக் கட்ட ஆரம்பித்தார்கள். சுவரொன்று கட்டினால் மனிதர்கள் அதைத்தாண்டி வருவது ஒன்றும் பிரமாதமான காரிய மில்லையே. ஆனால் குதிரைகள் வர முடியாதல்லவா? சீனப் பெருஞ்சுவர் கட்டப்பட ஆரம்பிப்பதற்கான முக்கியமான நோக்கம், மங்கோலியர்களும் மற்ற எதிரிகளும் சீன எல்லைக் குள் குதிரைகளில் நுழைவதைத் தடுப்பதுதான். பல நூற்றாண்டு களாக பல்வேறு வம்சத்தினால் கட்டப்பட்ட சிறுசிறு சுவர்களின் ஒட்டுமொத்தத் தொகுப்பே தற்போது காணப்படும் சீனப் பெருஞ்சுவர். கொரியாவின் எல்லையிலுள்ள யாலு நதியிலிருந்து கோவி பாலைவனம் வரை மொத்தம் 6400 கிலோ மீட்டர் நீளம் அச்சுவர் பதினாறாம் நூற்றாண்டில் கட்டி முடிக்கப்பட்டது.

பன்னிரண்டாம் நூற்றாண்டின் ஆரம்பத்தில் மங்கோலிய இனத்தவர்கள், ஹென்டெய் மலைப்பகுதியைச் சுற்றிய பல்வேறு விளைநிலங்களில் வாழ்ந்து கொண்டிருந்தார்கள். பொதுவாக அவர்கள் ஹமுங் மங்கோலியர்கள் என்ற பெயரில் அழைக்கப்பட்டார்கள். ஆனான், கெருலென், துல் - இந்த மூன்று நதிகளைச் சுற்றியுள்ள பகுதிகளில் அவர்களது குடியிருப்புகளை அமைத்துக் கொண்டார்கள். கோடையில் ஓர் இடம், குளிர் காலத்தில் ஓர் இடம், வசந்த காலத்தில் மற்றொரு இடம் என்று பருவநிலைக்கேற்றாற்போல, குடியிருக்கும் நிலத்தை மாற்றிக் கொண்டே இருப்பார்கள்.

கற்களால் ஆன வீடுகளை அவர்கள் கட்டிக் கொள்வதில்லை. கெர்* என்றழைக்கப்படும் கூடாரங்களில்தான் வாழ்ந்தார்கள். இடம்பெயரும்போது, அந்தக் கூடாரங்களை அப்படியே ஒரு வண்டியில் ஏற்றிக்கொண்டு சென்றுவிடுவார்கள். நகரும் வீடுகள்.

ஹமுங் மங்கோலியர்களில் முதலாவது கானாக அறியப் படுபவர், காபுல் கான். போர்ஜிகின் இனக்குழுவைச் சேர்ந்தவர். அதுவரை வடக்கு சீனாவின் ஜின் வம்சத்தினர் அந்தப் பகுதிகளை ஆட்சி செய்துகொண்டிருந்தார்கள். அவர்களது ஆக்கிரமிப்பை வெற்றிகரமாக முறியடித்தார் காபுல் கான்.

காபுல் கானைத் தொடர்ந்து பதவிக்கு வந்தவர் அம்பாகெய் கான். அவர் டாய்சூட் இனக்குழுவைச் சேர்ந்தவர். டட்டார்கள்

───────────────

* கெர் கூடாரங்கள் வட்டவடிவிலானவை. மேற்கூரைக்கு கூம்பு வடிவில் சட்டகம் ஒன்றைச் செய்வார்கள். சுற்றுச்சுவருக்குப் பதிலாக, வட்ட வடிவில் இன்னொரு மரச்சட்டகத்தைச் செய்து கொள்வார்கள். வாசல், சன்னல் போன்றவற்றை அமைப்பதற்கும் வசதி செய்து கொள்வார்கள். கொஞ்சம் பெரிய அளவிலான கூடாரம் என்றால், மரத்தூண்களும் இடம் பெற்றிருக்கும்.

பொதுவாக, மங்கோலியர்கள் வாழும் புல்வெளிப் பகுதியில் மரங்களே இருக்காது. எனவே, அருகிலுள்ள பள்ளத்தாக்குப் பகுதிகளுக்குச் சென்று மரங்களை வெட்டிக்கொண்டு வருவார்கள். மங்கோலியர்கள் ஆயிரக் கணக்கில் செம்மறி ஆடுகள் வளர்ப்பார்கள். செம்மறி ஆட்டு ரோமத்தால் ஒருவித துணியைத் தயாரித்து, அதைக் கூரையாகப் பயன்படுத்துவார்கள். கூடாரத்தின் சுற்றுப் பகுதியில் கம்பளிப் போர்வையைச் சுற்றிவிட்டு இறுக்கமாகக் கட்டுவார்கள். குளிர் அதிகமுள்ள பிரதேசம் என்பதால், இந்த ஏற்பாடு.

என்கிற மங்கோலிய இனக்குழுவினர், அம்பாகெய் கானைச் சிறைபிடித்தார்கள். அவர் கொல்லப்பட்டார்.

அம்பாகெய் கானைத் தொடர்ந்து ஹோட்டுலா கான் ஆட்சிக்கு வந்தார். அவர், காபுல் கானின் மகன். அம்பாகெய் கானைக் கொன்றவர்களைப் பழி தீர்க்கும் விதமாக, ஹோட்டுலா கான் டட்டார்களோடு பதிமூன்று முறை போரில் மோதியுள்ளார்.

ஹோட்டுலா கானின் இறப்புக்குப் பிறகு அடுத்த கான் யாரென்ற கேள்வி எழுந்தது. அடுத்த கானும் விடாது தொல்லை கொடுக்கும் டட்டார்களை எதிர்க்கும் வலிமை கொண்டவராக இருக்க வேண்டும். அவர்களை மட்டுமல்ல, இன்னொரு புறம் மெர்கிட் இனக்குழுவினர்களின் மிரட்டல்கள் வேறு. இவர்கள் இருவரையும் ஒரு கை பார்ப்பவராக இருக்கவேண்டும்.

அந்தச் சமயத்தில்தான், யெசுகெய் மங்கோலியர்களின் தலைவராகப் பொறுப்பேற்றார். அவர் காபுல் கானின் பேரன்களில் ஒருவர். கான் என்ற பதவியில் இல்லாவிட்டாலும், அவரது தலைமையின் கீழ், போர்ஜிகின் இனக்குழுவினர் டட்டார்களைத் தோற்கடித்துக் கொண்டுதான் இருந்தார்கள்.

•

மங்கோலியர்கள் தங்கள் குழந்தைகளை, ஆணாக இருந்தாலும் சரி, பெண்ணாக இருந்தாலும் சரி, பொதுவாக நான்கு வயதிலேயே குதிரையின்மீது ஏற்றிவிட்டுவிடுவார்கள். குழந்தைகள் என்பதால், உட்கார்ந்து ஓட்டுமளவுக்கு உயரம் பத்தாது. எனவே, குதிரை மீது நின்றுகொண்டே ஓட்டுவதற்குப் பயிற்சி கொடுப்பார்கள். டெமுஜின், நான்கு வயதைத் தொடுவதற்குள்ளாகவே குதிரையேறக் கற்றுக் கொண்டான்.

அடுத்ததாக வில் வித்தை. அம்பின் தடிமன்கூட இல்லாத விரல்களைக்கொண்டு டெமுஜின் பிரமாதமாக வேட்டையாடினான். அவன் கண்ணில் ஒரு எலி பட்டுவிட்டால் போதும். அதன் கதி அவ்வளவுதான். அடுத்ததாக மீன் பிடித்தல். தூண்டில் எல்லாம் இல்லை, முட்டியளவு நீருக்குள் இறங்கி, கையில் கூர்மையான சிறிய ஈட்டி ஒன்றை வைத்துக்கொண்டு, அப்படியே குறி தப்பாமல் குத்திக் குத்தி மீன் பிடிக்க வேண்டியதுதான்.

பொதுவாக மங்கோலியர்கள், குளிர்காலத்தில் வேட்டையாடுவார்கள். நிறைய. சிறு சிறு குழுக்களாகக் கிளம்பிச் சென்று, நாள்

கணக்கில் வேட்டையாடிவிட்டுத் திரும்புவார்கள். கோடைக் காலத்தில் வேட்டையாடிய விலங்குகளைக் காயவைத்து பதப்படுத்தி வைத்துக் கொள்வார்கள். வேட்டையாடுவதில் பாரபட்சமே கிடையாது. முயல், நரி, மான், காட்டு ஆடு, கரடி, ஓநாய், நீர் நாய், காட்டுப் பன்றிகள். வேட்டையாடும் எண்ணம் வந்துவிட்டால் போதும், கண்களில் ஏதாவது பறவைகள் பட்டால்கூட அம்பெய்தி நலம் விசாரிப்பார்கள்.

விலங்குகளை இறைச்சிக்காக மட்டும் பயன்படுத்தாமல், அதன் தோல், முடி, கொம்பு, பற்கள், எலும்புகள் முதலியவற்றையும் சேகரித்துக் கொள்வார்கள். கொம்பு, எலும்புகள், பற்கள் எல்லாம் விதவிதமான ஆயுதங்களாக, கருவிகளாக உருமாற்றம் அடையும். அவற்றைக்கொண்டு அலங்காரப் பொருள்களும் ஆபரணங்களும்கூட செய்வார்கள். சில மருந்துகளைத் தயாரிப்பார்கள். மொத்தத்தில் எதையும் வீணடிக்க மாட்டார்கள்.

தாங்கள் தயாரித்த பொருள்களை, உடைகளை, பால் பொருள் களைக்கொண்டு வியாபாரம் செய்தார்கள். அருகிலுள்ள ஏதாவது குழுவினரிடம் இந்த வியாபாரம் நடக்கும். வியாபாரம் என்றால் பண்டமாற்று முறைதான்.

வியாபாரம் செய்யவும் வழியில்லை, வேட்டைக்கான விலங்கு களும் கிடைக்கவில்லை என்கிற பட்சத்தில், ஒரு குழுவினர் இன்னொரு குழுவினர் கூடாரமடித்துள்ள இடத்துக்குச் சென்று தாக்க ஆரம்பிப்பார்கள். தாக்குதலின் நோக்கம், உணவுப் பொருள்களை, பிற பொருள்களை கொள்ளையடிப்பது. அவர்களது கால்நடைகளைக் கவர்ந்து வருவது. படையெடுத்து வென்றதன் அடையாளமாக அந்தக் குழுவிலுள்ள அழகான பெண்களைக் கடத்திக் கொண்டும் வருவார்கள்.

தாக்குதலுக்கு உள்ளான குழுவில் ஆண்கள் பெரும்பாலும் தப்பித்து ஓடி விடுவார்கள். குறிப்பாக இளைஞர்கள், அதிலும் அடுத்ததாக, குழுவுக்குத் தலைவராகத் தகுதியுள்ள வாரிசு தப்பித்துச் சென்றுவிடுவான். அவன் எதிரிகள் கையில் சிக்கினால் மரண பாக்கியம் நிச்சயம்.

தாக்க வந்தவர்கள், அங்குள்ள வயதானவர்களையும் குழந்தை களையும் ஒன்றும் செய்ய மாட்டார்கள். தாக்கிவிட்டுத் திரும்பும் போது, அங்கிருக்கும் கூடாரங்களில் தீ வைத்துவிட்டு வந்துவிடுவார்கள்.

தாக்குதலில் தப்பித்துச் சென்றவர்கள், சில நாள்களில் தங்களை ஆசுவாசப்படுத்திக்கொண்டு, புதிய படை திரட்டிக்கொண்டு, பழி வாங்கக் கிளம்புவார்கள். இப்படியே பழி வாங்கும் படலம் மாறி மாறி தொடர்ந்து கொண்டேயிருக்கும்.

கெர் கூடாரங்களைக் கட்டுவது, கால்நடைகளை மேய்ப்பது, மாமிசத்தைச் சுடுவது, ஆயுதங்களைத் தயாரிப்பது, இயற்கையை வழிபடுவது போன்றவற்றை எல்லாம் சிறு வயது முதலே குழந்தைகளுக்குக் கற்றுக் கொடுக்க ஆரம்பித்துவிடுவார்கள். ஏழு அல்லது எட்டு வயதில் ஒரு சிறுவனுக்குரிய மணப்பெண்ணைத் தேர்ந்தெடுத்து நிச்சயம் செய்துவிடுவார்கள். குழந்தைத் திருமணம் எல்லாம் கிடையாது. அந்தச் சிறுவனும் சிறுமியும் பருவ வயதை எட்டிய பின், திருமணம் செய்து வைப்பார்கள்.

'டெமுஜினுக்கு ஒன்பது வயதாகிவிட்டது. அவனுக்குரிய துணையை நாம் தேட வேண்டும்' - ஹோலுன், யெசுகெய்யிடம் சொன்னாள்.

'உண்மைதான். இதுதான் சரியான நேரம். நான் என் நண்பர் களிடம் சொல்லி வைக்கிறேன்' - யெசுகெய் பதிலளித்தார்.

'என்னிடம் ஒரு யோசனை இருக்கிறது.'

'என்ன?'

'நீங்கள் என்னைக் கடத்திக்கொண்டு வந்ததிலிருந்து எங்கள் இனக்குழுவினர் உங்கள் மீது கோபமாகத்தான் இருக்கிறார்கள். டெமுஜினுக்கு எங்கள் இனக்குழுவில் ஏதாவது பெண் எடுத்தால், நல்லுறவு உருவாகும். இது என் ஆசை.'

யெசுகெய் சில நிமிடங்கள் யோசித்தார். நீண்ட யோசனைக்குப் பிறகு பேசினார்.

'நல்ல யோசனைதான். உன் ஆசையை நிறைவேற்றுகிறேன். நாளைக்கே டெமுஜினையும் அழைத்துக்கொண்டு கிளம்பு கிறேன்.'

●

ஹோலுன், கூடாரத்திலிருந்து வெளியே வந்தாள். கையில் ஒரு மரப்பாத்திரம். அதில் ஒரு கரண்டி. பாத்திரம் நிறைய நீர்.

டெமுஜின் தனக்கான குதிரை மேல் அமர்ந்திருந்தான். உடைகளுக்கு மேல் முழு நீள அங்கி. தலையில் புசுபுசுவென கம்பளி குல்லா. முன்பக்கமாகத் தோளின் இரண்டுபுறமும் அழகாகப் பின்னப்பட்ட ஜடைகள். குதிரையில் அவனது உணவுப் பொட்டலத்தோடு சிறிய வில் ஒன்றும் இருந்தது.

'டெமுஜின் கவனமாகச் சென்று வா!' - ஹோலுன் சொல்லவும் டெமுஜின் புன்னகை செய்தான்.

'வாருங்கள், கிளம்புவோம்.'

நான்கு பாதுகாவலர்கள், யெசுகெய், டெமுஜின், ஆளுக் கொன்றாக ஆறு குதிரைகள். கூடுதலாகப் பொதிகளை ஏற்றிக் கொள்ள ஒரு குதிரை. கிளம்பினார்கள். ஹோலுன் தன் கையிலிருந்த பாத்திரத்திலிருந்து மரக் கரண்டியால் நீரை வாரி வாரி வானத்தை நோக்கித் தெளித்தாள். செல்பவர்கள் நல்ல படியாகச் சென்று திரும்ப வேண்டும் என்று வானத்திடம் வைக்கும் வேண்டுகோள் அது.

குதிரைகள் மெல்ல அடியெடுத்து வைத்துக் கிளம்பின. யெசுகெய்யின் முதல் மனைவி சோச்சிஜெல்லின் முகம் இருண்டு போயிருந்தது. மூத்தமகனும் வயதில் பெரியவனுமான பெக்டெர் அங்கு முறைப்போடு நின்று கொண்டிருந்தான். யெசுகெய், தன் மகன் டெமுஜின் மூலம் மெர்கிட் இனக்குழுவுடன் திருமண உறவை ஏற்படுத்திக் கொள்ளலாம் என்று மட்டுமே நினைத்தார். மூத்த மகன் இருக்கிறான், அவனுடைய திருமணத்தைப் பற்றிச் சிந்திக்காமல் இரண்டாம் தாரத்தின் மகனுக்குத் திருமண ஏற்பாடுகள் செய்யக் கிளம்பினால் முதல் மனைவியின் குடும்பத்தினர் முகத்தைத் தூக்கி வைத்துக் கொள்வார்கள் என்பது பற்றி அவர் ஆழமாகச் சிந்திக்கவில்லை.

•

தூரத்தில் மலைத் தொடர்கள். கண்ணுக்கெட்டிய தூரம் வரை பசுமையான புல்வெளி. சூரியன் கீழே இறங்கிக் கொண்டு இருந்தது. தங்கள் இனக்குழுவுக்கும் மெர்கிட் இனக்குழுவுக்கும் உள்ள பகையை எல்லாம் டெமுஜினிடம் விளக்கிக் கொண்டே வந்தார் யெசுகெய். முந்தைய நாள் ஹோலுன் வெளிப்படுத்திய ஆசை வரை அனைத்தையும் கூறினார். ஆனான் நதிப்பகுதி யிலேயே அதுவரை சுற்றிய டெமுஜினுக்கு அந்தப் பகுதிகள்

எல்லாம் புதியதாக இருந்தன. வேடிக்கை பார்த்துக் கொண்டே வந்தான், இருந்தாலும் தந்தை சொன்னதில் ஒரு வார்த்தையைக் கூட கவனிக்கத் தவறவில்லை.

இருள் சூழ ஆரம்பித்திருந்தது. காலையிலிருந்து தொடர்ந்து பயணம் செய்த களைப்பு. யெசுகெய், எங்கேயாவது தங்கி ஓய்வெடுத்துச் செல்லலாம் என்று நினைத்தார். அவருக்குத் தேவையில்லாவிட்டாலும் சிறுவன் டெமுஜினுக்குத் தேவை.

மேடான ஒரு பகுதியில் தன் குதிரையின் வேகத்தைக் குறைத்து நின்றார். தொலைவில் சில கூடாரங்கள் தெரிந்தன.

'அங்கே என் நண்பர் டெய்-செட்சென் இருக்கிறார். இன்று இரவு அங்கு தங்கிவிட்டு காலையில் பயணத்தைத் தொடரலாம்' - யெசுகெய் சொல்லவும் அவர்களது குதிரைகள் அந்தக் கூடாரங்களை நோக்கி நடைபோட்டன.

குதிரைகளை விட்டு இறங்கினார்கள். ஆங்காங்கே கட்டியிருந்த கம்புகளில் வேட்டையாடப்பட்ட விலங்குகளின் தோல்கள் காய்ந்துகொண்டிருந்தன. கூடாரங்களுக்குச் சற்றுத் தள்ளி மரத்தாலான வேலிகளுக்குள் கொஞ்சம் குதிரைகள் நின்று கொண்டிருந்தன. வேட்டை நாய்கள் சில கட்டப்பட்டிருந்தன.

யெசுகெய் வேகமாக ஒரு கூடாரத்தை நோக்கிச் சென்றார். பின்னாலேயே டெமுஜினும். அந்தக் கூடாரத்திலிருந்து ஒரு மனிதர் வெளிப்பட்டார்.

'யெசுகெய், உன்னைப் பார்த்து எவ்வளவு நாள்களாகிவிட்டது!' - புன்னகையுடன் கட்டிக் கொண்டார்.

'ஆமாம் டெய்-செட்சென். உன்னைச் சந்திப்பதில் மகிழ்ச்சி யடைகிறேன்' - யெசுகெய் முகத்திலும் மகிழ்ச்சி.

'இவன் உன் மகனா? நன்றாக வளர்ந்துவிட்டான். வா உள்ளே போகலாம்' - இருவரும் கூடாரத்துக்குள் சென்றார்கள். டெமுஜின் தன் குதிரைக்குத் தண்ணீர் காட்டுவதற்காகச் சென்றான். தூரத்தில் சில சிறுமிகள் ஆற்றிலிருந்து நீர் எடுத்து வந்து கொண்டிருந் தார்கள். அவர்களையே பார்த்துக் கொண்டிருந்தான் டெமுஜின்.

அந்தச் சிறுமிகளில் ஒருத்தி மட்டும் உயரமாக இருந்தாள், மற்றவர்களைவிட, டெமுஜினைவிட. வட்டமான சிரித்த முகம்.

அவளே நேரடியாக டெமுஜினை நோக்கி வந்தாள்.

'உன் பெயர் என்ன?' - என்றாள்.

'நானே உன்னிடம் கேட்க வேண்டுமென நினைத்தேன்' - என்றான்.

'நான் போர்ட்டெ.'

'நான் டெமுஜின்.'

'உன் வயதென்ன?'

'ஒன்பது.'

'ஓ, நீ என்னைவிடச் சின்னவன்.'

'எவ்வளவு சின்னவன்?'

'ஒரு வருடம். எதற்கு வந்திருக்கிறாய்?'

'திருமணத்துக்குப் பெண் தேடி. எனக்காக. மெர்கிட் இனக்குழு பெண்ணைத் தேடிச் செல்கிறோம்.'

'ஓஹோ! உனக்குத் தெரியாதா? புத்திசாலி மக்கள் எல்லோரும் பெண் எடுக்க வேண்டுமென்றால் எங்களைத் தேடித்தான் வருவார்கள்.'

டெமுஜின் அமைதியாக நின்றான்.

'நான் கிளம்புகிறேன்' - சொல்லிவிட்டு அவள் நகர்ந்தாள். திடீரென திரும்பினாள். 'எங்கள் இனக்குழுவில் நீ பெண் எடுக்க நினைத்தால் என்னைத்தான் தேர்ந்தெடுப்பாய்' என்று சிரித்தபடியே சொல்லிவிட்டு ஓடினாள்.

டெமுஜினின் கருவிழிகள் அவள் ஓடிய திசை நோக்கி நகர்ந்தன.

●

இரவு நேரம். குளிரைப் போக்குவதற்காக ஆங்காங்கே சுள்ளி களைக் குவித்து தீ மூட்டியிருந்தார்கள். சில நாய்கள் குரைத்துக் கொண்டிருந்தன. வெட்டவெளியில் படுத்திருந்தார் யெசுகெய். கொசுவின் தொல்லை தாங்க முடியாமல் புரண்டு கொண்டிருந் தார். பக்கத்திலேயே உட்கார்ந்திருந்தான் டெமுஜின்.

'உனக்குத் தூக்கம் வரவில்லையா?'

'நான் உங்களிடம் ஒன்று சொல்ல வேண்டும்.'

'என்ன?'

'இங்கேயே நான் எனக்கான மணப்பெண்ணைத் தேர்ந்தெடுக்கப் போகிறேன்.'

'இங்கேயா? வேண்டாம். இவர்கள் ஒன்றும் அவ்வளவு வலிமையான இனக்குழுவினர் அல்ல.'

'இங்கேதான் பலர் பெண் எடுப்பார்களாமே!'

'நான் மெர்கிட் இனக்குழுவினருடன் உறவைப் புதுப்பிக்க வேண்டும். உன் அம்மாவுக்கு வாக்குக் கொடுத்திருக்கிறேன்.'

'இங்குள்ள பெண்களை ஒருமுறை பார்க்கிறேன்.'

'வேண்டாம். நீ யாரையும் தேர்ந்தெடுக்காவிட்டால் இவர்களை அவமானப்படுத்தியதுபோல இருக்கும்.'

'எனக்கு ஏற்ற பெண் இவர்களிடம் இல்லையென்றால், இவர்கள் வலிமையற்ற இனக்குழுவினர்தான்.'

டெமுஜினின் வார்த்தைகளைக் கேட்ட யெசுகெய், சட்டென எழுந்து உட்கார்ந்தார். சத்தமாகச் சிரித்தார்.

●

சிறுமிகள் வரிசையாக நின்றார்கள். சிலரது முகத்தில் மெல்லிய வெட்கப் புன்னகை. சிலரது முகத்தில் சிரிப்பு. சிலரது முகத்தில் பயம். அந்த வரிசையில் போர்ட்டெவும் நின்று கொண்டிருந்தாள். அவள் டெய்-செட்சென்னின் மகள்தான். டெய்-செட்சென் தன் குழுவினருடன் சற்றுத் தள்ளி அமர்ந்திருந்தார். சுயம் வரத்தைக் கவனித்துக் கொண்டிருந்தார்.

'நான் சொன்னதெல்லாம் ஞாபகமிருக்கிறதா டெமுஜின்? நீ தேர்ந்தெடுக்கும் பெண்ணின் கண்கள் குறுகியதாக இருக்க வேண்டும். பெரிய கண்கள் நல்லதல்ல, துர் ஆவிகள் அதன் வழியாக நுழைந்து அந்தப் பெண்ணைப் பைத்தியமாக்கிவிடும். அவளது முகம் தட்டையாக இருக்க வேண்டும். உறைந்து

நிற்கும் ஏரி போல. முக்கியமாக அவளது பாதங்களைப் பார்க்க மறக்காதே. அவை பெரியதாக இருக்க வேண்டும். பெரிய பாதங்களை உடைய பெண், உனக்கு வாழ்க்கையில் எல்லாவிதத்திலும் சந்தோஷத்தைக் கொடுப்பாள். போ. போய் உனக்கானவளைத் தேர்ந்தெடு.'

யெசுகெய், தன் நண்பர் டெய்-செட்சென் அருகில் சென்று அமர்ந்து கொண்டார். டெமுஜின் அந்தச் சிறுமிகளைப் பார்க்க ஆரம்பித்தான். முதலில் பாதத்தை. பின் முகத்தை. அவன் அருகில் வரும்போது, போர்ட்டெவின் முகத்தில் பரவசம். ஆனால் டெமுஜினோ, அவளையும் பார்த்துவிட்டு கடந்து போனான். வரிசையில் கடைசியாக நின்று கொண்டிருந்த பெண் வரை, எல்லோரையும் பார்த்தான். திரும்பி, மீண்டும் எல்லோரையும் பார்த்தபடியே நடக்க ஆரம்பித்தான். போர்ட்டெவின் அருகில் வந்து நின்றான்.

'நான் உன்னை என் துணையாகத் தேர்ந்தெடுக்கிறேன்' - என்றான்.

'நான் அதற்குச் சம்மதிக்கிறேன்' - என்றாள். இருவர் முகத்திலும் புன்னகை. யெசுகெய்யும் டெய்-செட்சென்னும் மகிழ்ச்சியாகக் கட்டிக் கொண்டார்கள்.

திருமணம் முடிந்து, மணமகள் புகுந்த வீட்டுக்குக் கிளம்பும் போது, அவளது பெற்றோர், மணமகனின் பெற்றோருக்கு ஏதாவது பரிசுப் பொருளைக் கொடுத்தனுப்ப வேண்டும். வரதட்சணை.

'உன் மகன் சரியான பெண்ணைத்தான் தேர்ந்தெடுத்துள்ளான். இது எங்கள் இனக்குழுவுக்குக் கௌரவம் தரக்கூடிய விஷயம். நான் என் பெண்ணுக்குக் குளிர்காலத்துக்கான கறுப்பு நிற அங்கியை (black sable coat*) வரதட்சணையாகக் கொடுக்கிறேன். இன்னும் ஐந்து ஆண்டுகள் கழித்து திருமணத்தை வைத்துக் கொள்ளலாம்.'

---

\* Sable என்றால் பனிப்பிரதேசங்களில் வாழும் ஒருவகை கீரி. குளிருக்கான அங்கிகள் தயாரிக்க அவற்றின் தோல்கள், ரோமங்கள் பயன்படுத்தப்படுகின்றன. அந்த அங்கிகள் விலை மதிப்பு மிக்கவை. அதிலும் கறுப்பு அங்கி என்பது, மிகவும் அபூர்வமானது.

‘காலம்தான் எல்லாவற்றையும் முடிவு செய்ய வேண்டும்’ - யெசுகெய் சிரித்துக் கொண்டே பதில் சொன்னார்.

வேறு இனக்குழுவில் பெண்ணைத் தேர்ந்தெடுத்த சிறுவன் ஒருவன், அவர்களோடு சில நாள்கள் தங்கி அவர்களுக்காகப் பணிபுரிய வேண்டும். மணமகள் சேவை என்று அதற்குப் பெயர். அந்தப் பெண்ணோடு பழக, அவர்களது குடும்பத்தினரோடு நெருக்கத்தை ஏற்படுத்திக் கொள்ள, அந்த இனக்குழுவினரோடு நல்லுறவு ஏற்படுத்திக் கொள்வதற்காக இந்த ஏற்பாடு.

‘என் மகனை உங்களிடம் ஒப்படைத்துவிட்டுப் போகிறேன். அவனுக்கு நாய்கள் என்றால் பயம். அவற்றைக் கட்டிப் போடுங்கள். நான் கிளம்புகிறேன்’ - யெசுகெய் தன் பாதுகாவலர்களுடன் விடைபெற்றார்.

டெமுஜின் அவரது குதிரையைப் பார்த்தபடியே நின்று கொண்டிருந்தான். டெய்-செட்சென்னின் பின்னால் நின்று கொண்டிருந்த போர்ட்டெ, டெமுஜினின் முகத்தையே பார்த்துக் கொண்டிருந்தாள்.

# 3. ஜமுக்காவின் கனவு

கண்ணுக்கெட்டிய தூரம் வரை வானம் கரு மேகங்களால் சூழப்பட்டிருந்தது. எப்போது வேண்டுமானாலும் மழை தொடங்கலாம். காற்றும் பலமாக வீசிக் கொண்டிருந்தது. இன்னும் சில மணி நேரங்கள் பயணம் செய்தால் இருப்பிடத்தை அடைந்துவிடலாம். அதற்குள் முதல் தூறல் வந்து விழுந்தது. கூடவே இடியின் ஓசையும். யெசுகெய், தன் குழுவினருடன் சிறிய குகை ஒன்றில் ஒதுங்கினார்.

மங்கோலியர்களுக்கு இடி என்றால் பயம். மிகவும் பயம். இடி இடித்தால் அவர்களது கடவுள்களில் ஒருவரான தெங்ரி, கோபத்தில் இருக்கிறார் என்று அர்த்தம். எனவே இடியின் ஓசை கேட்டாலே, ஏதாவது ஒரு மறைவிடத்தில் போய் ஒளிந்து கொள்வார்கள். காதுகளைப் பொத்திக் கொள்வார் கள். ஏதோ கெட்டது நடக்கப் போகிறது என்று மனத்துக்குள்ளேயே பயப்படவும் செய்வார்கள்.

மழை முடிவதற்குள் இரவாகிவிட்டது. மறுநாள் தான் கிளம்பினார்கள். குதிரைகள் ஒன்றை ஒன்று முந்திக்கொண்டு பறந்தன. முன்னால் சென்ற பாதுகாவலர் திடீரென தன் குதிரையின் கடிவாளத்தைப் பிடித்து இழுத்தார்.

'எதிரிகள்...'

தூரத்தில் ஒரு சிறு குழுவினர் உட்கார்ந்திருந்து உணவு அருந்திக் கொண்டிருந்தார்கள். யெசுகெய்யும் தன் குதிரையை நிறுத்தினார். அவர்களை உற்றுப் பார்த்தார்.

'டட்டார் இனக்குழுவினர். ஒன்றும் பயப்பட வேண்டாம். ஓய்வெடுத்துக் கொண்டிருக்கிறார்கள். பொதுவாக ஓய்வெடுக்கும்போது ஆயுதங்களுக்கு வேலையில்லை. வாருங்கள்.'

அவர்களை நெருங்கினார்கள். அந்தக் குழுவினர் இவர்களை வரவேற்றார்கள். அந்தக் குழுவுக்குத் தலைவன்போல் இருந்தவன், 'வாருங்கள், உணவருந்தலாம்' என்று அழைப்பு விடுத்தான். யெசுகெய் ஏற்றுக் கொண்டார்.

அவர்களது வேலைக்காரன் ஒருவன், ஒரு குடுவையிலிருந்து மரக்கலயம் ஒன்றில் பாலை ஊற்றி, தலைவனிடம் நீட்டினான். அந்தத் தலைவன் அதனை வாங்கி யெசுகெய்யிடம் நீட்டினார். யெசுகெய் அதனை ஏற்றுக் கொண்டார். பதிலுக்கு அவரும் தன்னுடைய குடுவையிலிருந்து பாலை ஊற்றிக் கொடுத்தார்.

யெசுகெய், அவர்கள் கொடுத்த பாலை அருந்தப் போகும் வேளையில், அவரது பாதுகாவலன் ஒருவன் காதில் கிசுகிசுத்தான். 'வேண்டாம். அவர்கள் எதிரிகள். பாலை முதலில் வேலைக்காரனுக்குக் கொடுங்கள்.'

யெசுகெய் மெலிதாகச் சிரித்தார். எந்தவிதத் தயக்கமும் இன்றி பாலைக் குடித்தார். குடித்து முடித்த பின் கலயத்தைக் கவிழ்த்தும் காண்பித்தார்.

யெசுகெய்யின் பயணம் தொடர்ந்தது. இன்னும் கொஞ்ச தூரத்தில் இருப்பிடம். ஆனால் யெசுகெய்க்கு கண்கள் இருட்டிக் கொண்டு வந்தன. கடுமையான வயிற்றுவலி. குதிரையின் வேகத்தைக் குறைத்தார். சில நிமிடங்களில் அப்படியே மயங்கிக் கீழே விழுந்தார்.

•

டெய்-செட்சென்னின் முகாம். ஆடுகளைப் பட்டியில் அடைத்துக் கொண்டிருந்தான் டெமுஜின். போர்ட்டெ அங்கு வந்தாள். ஒரு கலயத்தில் குதிரைப் பாலை நீட்டினாள். வாங்கிக் குடித்தான்.

'போர்ட்டெ, இதை வைத்துக் கொள்' - ஒரு சிறிய எலும்புத் துண்டு ஒன்றைக் கொடுத்தான் டெமுஜின்.

'எதற்கு இது?'

'இதை உன் கழுத்தில் மாட்டிக் கொள். உனக்கு ஏதாவது ஆசை தோன்றினால் கடவுளை நினைத்துக்கொண்டு இதைத் தேய்த்தபடி பிரார்த்தனை செய். உன் ஆசை நிறைவேறும்.'

போர்ட்டெ ஆசையோடு அதை வாங்கித் தடவிப் பார்த்தாள்.

தூரத்தில் யாரோ குதிரையில் வந்து கொண்டிருந்தார்கள். வருவது தங்கள் ஆள்தான் என அடையாளம் கண்டுகொண்டான் டெமுஜின். அந்தத் திசையில் ஓடினான்.

'டெமுஜின்.. டெமுஜின்..' கத்திக் கொண்டே வந்த அந்த ஆள், குதிரையிலிருந்து வேகமாகக் குதித்தான். 'டெமுஜின்.. நடக்கக்கூடாதது நடந்துவிட்டது. எதிரிகள் உன் தந்தையின் உணவில் விஷம் வைத்துவிட்டார்கள்.'

கோபத்தில் தன் கையிலிருந்த கம்பால் வந்தவனை ஒரு அடி அடித்தான் டெமுஜின். டெய்-செட்சென்னிடம் சொல்வதற் கெல்லாம் நேரமில்லை. வேகமாக தன் குதிரையை நோக்கி ஓடினான். ஏறி அமர்ந்தான். அது கிளம்பியது. வந்தவனும் கிளம்பினான்.

'டெமுஜின்...' கத்திக் கொண்டே சிறிது தூரம் ஓடி வந்தாள் போர்ட்டெ. அவளது பார்வையில் டெமுஜினின் குதிரை புள்ளியாகி மறைந்து போனது.

●

டெமுஜின் அந்தக் கூடாரத்துக்குள் நுழைந்தபோது, யெசுகெய் யின் உயிர் வெளியேறியிருந்தது. அவரது முதல் மனைவி சோச்சிஜெல்லும், இரண்டாவது மனைவி ஹோலுனும் உறைந்து போய் உட்கார்ந்திருந்தார்கள்.

வேகமாகத் தன் தந்தையின் உடலருகே வந்த டெமுஜின், மண்டியிட்டு அமர்ந்தான். அழலாம்தான். ஆனால் இனி அழக் கூடாது. குடும்பத்தைக் காக்க வேண்டிய பொறுப்பு அவன் மேல்.

சாக்குத் துணி ஒன்றில் கட்டப்பட்ட யெசுகெய்யின் உடல், ஒரு கட்டை வண்டியில் ஏற்றப்பட்டது. ஆளில்லாத குதிரை ஒன்று அந்த வண்டியை இழுத்துச் செல்ல ஆரம்பித்தது. அந்த வயதான மந்திரவாதி, பறை போன்ற வாத்தியத்தை வாசித்துக்கொண்டே முன்னால் நடக்க ஆரம்பித்தார். யெசுகெய்யின் குடும்பத்தினர் வண்டியின் பின்னால் குதிரைகளில் வந்தார்கள். இறுதி ஊர்வலம்.

கட்டை வண்டி சமவெளியைத் தாண்டி, மேடான பகுதியில் செல்ல ஆரம்பித்தது. சில அடிகள் கடந்ததும் யெசுகெய்யின் உடல் வண்டியிலிருந்து கீழே விழுந்தது. அவ்வளவுதான். அதுதான் அவரது இறுதிச் சடங்குகளை நிறைவேற்ற கடவுள் தீர்மானித்த இடம்.

பறையைத் தட்டித் தட்டி நாடோடிப் பாடல்களைப் பாடியபடி அந்த மந்திரவாதி, யெசுகெய்யின் உடலைச் சுற்றிச் சுற்றி வந்தார். இனி யாருக்கும் அங்கு வேலையில்லை. கடைசியாக சில கண்ணீர்த் துளிகளைச் சிந்திவிட்டு வந்த வழியே திரும்பினார்கள். எனில் உடல்? அதனைப் பிணந்திண்ணிப் பறவைகள் பார்த்துக் கொள்ளும். இந்த மாதிரியான இறுதிச் சடங்குக்கு sky burial என்று பெயர். மங்கோலியர்களில் சில இனக்குழுவினர்கள் இறுதிச் சடங்கினை இப்படித்தான் நிறைவேற்றுவார்கள்.

•

டெமுஜினும் குடும்பத்தினரும் தங்களது இருப்பிடத்தை நோக்கித் திரும்பிக் கொண்டிருந்தார்கள். எதிர்த்தாற்போல் அவர்களது இனக்குழுவைச் சார்ந்த சிறுவர்கள் சிலர் செம்மறி ஆடுகளை ஓட்டிக்கொண்டு வந்தார்கள். டெமுஜினுக்கு அதிர்ச்சி. இந்த நேரத்தில், எங்கு ஆடுகளை ஓட்டிச் செல்கிறார்கள்?

'எங்கே செல்கிறீர்கள்?'

அவர்களிடமிருந்து பதில் வரவில்லை. பின்னாலேயே வரிசை யாகக் குதிரை வண்டிகள் வந்தன. சில பெரிய வண்டிகளில் கெர்கள் ஏற்றப்பட்டிருந்தன. பெண்கள், சிறுமிகள், வயதானவர் கள் எல்லோரும் கைகளில் பொருள்களோடு அங்கிருந்து கிளம்பிக் கொண்டிருந்தார்கள். குதிரைகளின் மீதிருந்த ஆண்கள் சிலர், 'சீக்கிரம் ஆகட்டும்' என்று கட்டளையிட்டுக் கொண்டிருந்

தார்கள். டெமுஜினின் குடும்பத்தினருக்குப் பெரும் அதிர்ச்சி. கூடாரத்தைக் கலைத்து விட்டார்களா?

யெசுகெய், போர்ஜிகின் இனக்குழுவைச் சார்ந்தவர். அவரது தலைமையில் அதுவரை டாய்சூட் இனக்குழுவினரும் சேர்ந்து வசித்தார்கள். எந்தவித பிரச்னையும் எழவில்லை. யெசுகெய் இறந்துவிட்டார். இனி தலைவர் யாரும் கிடையாது. அவரது வாரிசுகள் எல்லாம் பொடியன்கள். அவர்களையெல்லாம் தலைவராக ஏற்றுக் கொள்ள முடியாது. யெசுகெய்யின் இரண்டு மனைவிகளும் ஏழு பிள்ளைகளும் இனி நமக்குச் சுமைதான். நம் வழியை நாமே பார்த்துக் கொள்ளலாம். அவர்களை விட்டுச் சென்றுவிடுவோம். தீர்மானித்த டாய்சூட் இனக்குழுவினர், வேறு இடத்தை நோக்கி நகர ஆரம்பித்தார்கள். அதுவும் யெசுகெய்யின் கூடாரத்திலிருந்து பொருள்களைக் கொள்ளை யடித்துக் கொண்டு.

டெமுஜின் அவர்களைப் பிடித்து நிறுத்தினான். அவர்களைத் தடுக்க முயற்சி செய்தான். குதிரையில் வந்த ஒருவன், டெமுஜினைச் சிறிது தூரம் தூக்கிக்கொண்டு சென்று, தரையில் வீசினான். 'துரோகிகள். நன்றி கெட்டவர்கள்' என்று ஹோலுன் கண்ணீர் மல்கக் கதறினாள்.

அவ்வளவு பெரிய கூட்டம் கிளம்பிச் சென்றதால் எழுந்த புழுதி அடங்கியபோது, அந்த இடத்தில் டெமுஜினின் கூடாரம் மட்டும் தனியாக இருந்தது.

யெசுகெய்க்குப் பின் குடும்பத் தலைவன் யார்?

அவரது முதல் மனைவியின் முதல் மகனான பெக்டெர்தான். ஆனால் பதினோரு வயதுச் சிறுவன் குடும்ப பாரத்தைச் சுமக்க முடியுமா என்ன? அதுவும் தன் அப்பாவின் இரண்டாவது மனைவியையும் அவளது பிள்ளைகளையும் சேர்த்துக் கவனிக்க வேண்டுமென்றால்?

மங்கோலியர்களிடையே ஒரு பழக்கம் இருந்தது. தலைவரது மனைவியானவள், வேறு இனக்குழுவிலிருந்து கடத்திக் கொண்டு வரப்பட்டவள் என்றால், அந்தக் கடத்தலின்போது தலைவருக்கு உதவி செய்த சகோதரர்கள் யாராவது, அவளைத் தன் மனைவியாக்கிக் கொள்ளலாம். தலைவரது மூத்த மனைவி யின் முதல் மகனுக்கு (அல்லது பிற மகன்களுக்கு) குடும்பத்

தலைவர் ஆகும் வயது வந்துவிட்டதென்றால், அவன் தன் தந்தையின் பிற மனைவிகளைத் திருமணம் செய்துகொள்ளலாம்.

ஹோலுன் எதற்குமே வாய்ப்புக் கொடுக்கவில்லை. எனக்கு உழைக்கத் தெரியும். என் குழந்தைகளை என்னால் காப்பாற்ற முடியும். அதற்காக யாரும் எனக்கு வாழ்க்கை தரத் தேவையில்லை. தெளிவாக முடிவெடுத்திருந்தாள்.

டெமுஜினுக்குப் பின் பிறந்தவன் காஸர். அதற்குப் பின் இரண்டு இளைய சகோதரர்கள் உண்டு. கஜியுன், டெமுஜ். இறுதியாகப் பிறந்தவள் டெமுலின். பெக்டெருக்குப் பின் பிறந்தவன் பெல்கட்டே. மொத்தம் குடும்பத்தில் ஏழு பிள்ளைகள்.

ஹோலுன், முழுக்குடும்பத்துக்கும் பொறுப்பேற்றுக் கொண்டாள். கூரான ஈட்டி ஒன்றை எடுத்துக் கொண்டு, தனது உடையை முழங்கால் வரை மடித்துக் கட்டிக்கொண்டு, புல்வெளிகளில் ஓடினாள். ஈட்டியைப் பாய்ச்சினாள். எலிகள் சிக்கின. ஓட முடியவில்லையா? மூச்சு வாங்குகிறதா? ஆனான் நதிக்குச் சென்றாள். தூண்டில் போட்டாள். மீன்கள் சிக்கின. மரங்கள் உள்ள பகுதிகளில் அலைந்து திரிந்தாள். உதிர்ந்து கிடந்த பழங்கள் கிடைத்தன. தன் குடும்பத்தினர் யாரும் பசியால் வாடாமல் பார்த்துக்கொண்டாள். டெமுஜின் அவளுக்கு பெருமளவில் உதவினான்.

அடுத்த வேளை உணவுக்கு என்ன வழி என்ற சிந்தனையிலேயே ஒவ்வொரு நாளும் கழிந்தது.

ஒருநாள் டெமுஜின், ஆனான் நதிக்கரையோரமாகத் தன் குதிரையில் சென்று கொண்டிருந்தான். தூரத்தில் ஓர் இடத்தில் புதிதாக ஓர் இனக்குழுவினர் கூடாரம் போட்டிருந்தார்கள். அந்தக் கூடாரத்துக்குச் சற்றுத் தள்ளி சில சிறுவர்கள் வில்வித்தைப் பயிற்சி செய்து கொண்டிருந்தார்கள்.

ஒரு கம்பு. அதில் தொங்கவிடப்பட்டுள்ள விலங்கின் தோல். சிறுவன் ஒருவன் சற்று தொலைவில் நின்றபடி அம்பெய்தான். அது குறி தப்பிச் சென்றது. அடுத்தடுத்து சில சிறுவர்கள் முயற்சி செய்தார்கள். யாருமே சரியாக எய்தவில்லை. கடைசியாக ஒரு சிறுவன் வேகமாகத் தன் குதிரையில் ஏறி உட்கார்ந்தான். சமதளம்போல் தோற்றமளிக்கும் முகம். இடுங்கிய கண்கள். உயரமானவன். கொஞ்சம் ஆஜானுபாகுவாக இருந்தான். தலை

முழுவதும் மழுங்க வழித்திருந்தான். முன்புறம் மட்டும் கொஞ்சம் முடி வைத்திருந்தான். அவன் குதிரையில் சென்றபடியே இலக்கை நோக்கி அம்பெய்தான். அது அந்தத் தோலின் மையத்தில் குத்தி நின்றது.

சுற்றி நின்ற சிறுவர்கள் ஆர்ப்பரித்தார்கள். அதைக் கண்ட டெமுஜினுக்கும் கை துறுதுறுவென்று இருந்தது.

யார் இந்தச் சிறுவர்கள்? நமக்கு வேண்டிய இனக்குழுவினர் தானா, இல்லை எதிரிகளா? அவர்களிடம் சென்று பேசலாமா? நாமும் அம்புவிட்டு நம் திறமையை நிரூபிக்கலாமா? அவனுக்குள் கேள்விகள் முளைத்துக் கொண்டேயிருந்தன. ஆனால், அவனது ஆர்வம் அவனைச் சும்மா இருக்க விடவில்லை.

குதிரையின் வயிற்றில் தன் கால்களால் தட்டினான். அது கிளம்பியது. அவர்களை நெருங்கினான். வில்லைக் கையில் எடுத்தான். முதுகுப்புறத்திலிருந்து அம்பையும் எடுத்தான். அதே இலக்கை நோக்கி எய்தான். அந்த அம்பு, முந்தைய அம்பை உரசியபடி, குத்தி நின்றது. டெமுஜின் அத்தோடு நிறுத்த வில்லை. குதிரையைத் திருப்பிக்கொண்டு வந்து மீண்டும் அம்பெய்தான். அடுத்தடுத்து மூன்று அம்புகள். எல்லாமே ஒன்றை ஒன்று நெருக்கியபடி குத்தி நின்றன.

சுற்றியிருந்த சிறுவர்கள் எல்லோருமே வாயடைத்துப் போய் நின்றார்கள். முதலில் அம்பைச் சரியாக எய்த அந்த வளர்ந்த சிறுவன், தன் குதிரையில் டெமுஜினின் அருகில் வந்தான். சிரித்தான்.

'நீ வில்வித்தையில் என்னைவிட கெட்டிக்காரனாக இருக்கிறாய். ஜமுக்கா, எனது பெயர். ஜடாரன் இனக்குழுவைச் சார்ந்தவன். உன்னைப் பார்த்தாலும் மங்கோலியன் மாதிரிதான் தெரிகிறது.'

'ஆம். நான் டெமுஜின். போர்ஜிகின் இனக்குழுவைச் சார்ந்தவன்.'

இருவரும் பரஸ்பரம் அறிமுகம் செய்துகொண்டார்கள். ஜமுக்கா, ஜடாரன் இனக்குழுத் தலைவரது மகன். டெமுஜினை விட வயதில் மூத்தவன். சொல்லப்போனால் ஜமுக்காவின் தந்தையும், டெமுஜினின் தந்தையும் நண்பர்கள். டெமுஜினுக்

கும் ஜமுக்காவுமிடைய நல்ல புரிதல் இருந்தது. அழகான நட்பு வேர்விட்டது. அது அருமையாக வளர்ந்தது.

டெமுஜின், ஜமுக்காவைத் தேடி அவனது இருப்பிடத்துக்கு வருவதும், ஜமுக்கா, டெமுஜின் கூடாரத்துக்குச் செல்வதும் வாடிக்கையானது. ஒன்றாகவே வேட்டையாடினார்கள். குதிரைப் பந்தயங்கள் வைத்து விளையாடினார்கள். தங்களுக்குள் பல்வேறு விதமாகப் போட்டிகள் வைத்து யார் பலசாலி என்று மோதிப்பார்த்தார்கள். இருவருமே சேர்ந்து பல்வேறு விதமான போர்ப் பயிற்சிகளை எடுத்துக் கொண்டார்கள். குளிரில் உறைந்துபோன ஏரி மீது, விலங்குகளின் எலும்புகளை ஒன்றோடு ஒன்று இழுத்துக் கட்டி, பலகைபோல மாற்றி, ஸ்கேட்டிங் செய்து விளையாடினார்கள்.

ஒருவருக்கொருவர் சிறு பரிசுகளைப் பரிமாறிக் கொண்டார்கள். டெமுஜின் ஜமுக்காவுக்கு எலும்புகளால் செய்யப்பட்ட சில பகடைகளைப் பரிசாகக் கொடுத்தான். ஜமுக்கா, டெமுஜினுக்கு அம்பு ஒன்றைப் பரிசாகக் கொடுத்தான். அது விசில் அம்பு. சிறு துண்டு எலும்பு ஒன்றில் சரியான அளவுகளில் துளையிட்டு, அதை அம்பின் கூர்மையான முனையோடு பொருத்தி விடுவார்கள். தூரத்தில் நிற்கும் மானை நோக்கி அந்த அம்பை விடுவார்கள். காற்றைக் கிழித்துக்கொண்டு செல்லும் அந்த அம்பு, விசில் சத்தத்தை எழுப்பும். ஏதாவது சத்தம் கேட்டால், மான்கள் மிரண்டுபோய், டக்கென கழுத்தைத் திருப்பிப் பார்த்துக் கொண்டே இருக்குமே தவிர, உடனடியாக ஓட முயற்சிக்காது. அதுதான் மான்களின் இயல்பு. எனவே குறி வைக்கப்பட்ட மான், அம்பை ஏற்றுக் கொள்ளும். சங்கேத முறையில் சில செய்திகளைச் சொல்வதற்குக்கூட விசில் அம்புகள் பயன்படுத்தப் பட்டன.

குளிர்காலம் முடிந்ததும் ஜமுக்காவின் இனக்குழுவினர் கூடாரங்களைக் காலி செய்துகொண்டு வேறு இடத்துக்குக் கிளம்பினார்கள். ஜமுக்காவைப் பிரிந்திருந்த நாள்களில் டெமுஜினுக்கு அவன் மீதான பாசம் பல மடங்கு அதிகரித்தது. ஜமுக்காவுக்கும். அடுத்த குளிர்காலத்தில் மீண்டும் ஜமுக்கா அங்கு வந்தான். நட்பை மேலும் பலப்படுத்திக் கொண்டார்கள். அந்த நாள்களில் டெமுஜின் தன் குடும்பத்தின் வறுமையையும் மறந்து மகிழ்ச்சியோடு இருந்தான். தனக்கு எதுவென்றாலும் தோள் கொடுக்க ஒரு நண்பன் கிடைத்துள்ளான் என்ற

நம்பிக்கையையும் பெற்றான். தந்தை இல்லாத சோகத்தை மறைத்தது ஜமுக்காவுடனான நட்பு.

அந்த நீண்ட குளிர்காலம் டெமுஜினுக்கும் ஜமுக்காவுக்கும் மட்டும் சீக்கிரமாகவே கரைந்து போனது. ஒருநாள் தங்கள் இருப்பிடத்தைவிட்டு குதிரையில் நீண்ட தூரம் பயணம் செய்தார்கள். திரும்பிப் போக நினைக்கையில் இரவு பிறந்திருந்தது. அங்கேயே ஓர் இடத்தில் தங்கிவிட்டு அதிகாலையில் கிளம்பலாம் என்று முடிவு செய்தார்கள்.

குளிருக்காக நெருப்பு மூட்டினான் டெமுஜின். மீன் ஒன்றை எடுத்து நெருப்பில் வாட்டினான் ஜமுக்கா. சாப்பிட்டுவிட்டு, தூங்காமல் நீண்ட நேரம் பேசிக் கொண்டே இருந்தார்கள்.

'டெமுஜின், எனக்கொரு ஆசை இருக்கிறது.'

'சொல் ஜமுக்கா.'

'ஒன்றுபட்ட மங்கோலிய தேசத்தை உருவாக்க வேண்டும்.'

'தேசமா?'

'ஆம். மங்கோலியர்கள் அனைவரும் சிறு சிறு இனக்குழுக்களாக வாழ்ந்து கொண்டிருக்கிறோம். ஒருவரோடு ஒருவர் பகை வளர்த்துக் கொண்டு. ஒருவரோடு ஒரு மோதிக் கொண்டு. காலம் காலமாக நாடோடிகளாகவே வாழ்ந்து கொண்டிருக்கிறோம்.'

'நீ என்ன சொல்ல வருகிறாய் நண்பா?'

'நம் இனக்குழு மக்கள் எல்லாம் தங்களுக்கிடையேயுள்ள பகைகளை எல்லாம் மறந்து மங்கோலியன் என்ற அடையாளத்துடன் ஒன்றிணைய வேண்டும். நாம் ஒற்றுமையுடன் இல்லாவிட்டால் சீனர்களோ அல்லது வேறு இனத்தவர்களோ நம்மை ஒட்டுமொத்தமாக அழித்துவிடுவார்கள். வருங்காலத்தில் மங்கோலிய என்ற இனம் இருந்ததற்கான அடையாளமே இல்லாமல் போய்விடும்.'

டெமுஜினால் அதுவரை யோசிக்கவே முடியாத விஷயம் அது. ஜமுக்கா சொல்வதை ஆச்சரியத்துடன் கேட்டுக்கொண்டு இருந்தான்.

'பக்கத்தில் சீனா இருக்கிறதல்லவா, அதை ஆள்வது ஜின் என்ற இனத்தினர். ஒரே ஒரு தலைவர்தான் ஒட்டுமொத்த தேசத்தையும் ஆளுகிறார்.'

'ஒரே ஒருவரா?' - டெமுஜின் வாய் பிளந்தான்.

'ஆம். எனது மங்கோலியா கனவு பலிக்குமா?'

டெமுஜின் சிறிது நேரத்துக்கு எதுவுமே பேசவில்லை. தன் இடுப்பிலிருந்து சிறு கத்தி ஒன்றை எடுத்தான். தனது வலது கையின் பெருவிரலைக் கீறினான். ஜமுக்காவும் அதே கத்தியால் தனது வலது கையில் பெருவிரலைக் கீறிக் கொண்டான். இரு வரும் கீறிய பெருவிரல்களை ஒன்றோடு ஒன்று வைத்தார்கள். கையை இறுக்கமாகப் பிடித்துக் கொண்டார்கள்.

'ஜமுக்கா, நீ என் சகோதரன். ரத்த சம்பந்தமுள்ள சகோதரன்.'

'என் வாழ்நாள் முழுவதும் நான் உன்னைப் பிரிய மாட்டேன் டெமுஜின்.'

'உன் கனவுகளை நிறைவேற்ற நான் என்றும் தோள் கொடுப்பேன்.'

'நம்மால் மங்கோலியா என்ற தேசத்தை உருவாக்க முடியும். நிச்சயமாக.'

வானில் வளர்பிறை நிலவும் லட்சக்கணக்கான நட்சத்திரங்களும் அவர்களது சத்தியப் பிரமாணத்துக்குச் சாட்சியாக ஒளிர்ந்தன.

விடிந்தது. அங்கிருந்து கிளம்பினார்கள். ஜமுக்காவின் இனக் குழுவினர் கூடாரத்தைக் கலைத்துக்கொண்டு புறப்பட்டுக் கொண்டிருந்தார்கள். டெமுஜினின் முகத்தில் சோகம் படர்ந்தது.

'ஜமுக்கா, அடுத்து எப்போது வருவாய்?'

'அடுத்த குளிர்காலத்துக்கு.'

'நம் கனவுகளை மறந்துவிடாதே.'

## 4. அடிமை

அடுத்த குளிர்காலத்தில் ஜமுக்கா அங்கு வர வில்லை. அதற்கடுத்த குளிர்காலத்திலும். ஆனால் குளிரிலும் கோடையிலும் டெமுஜினின் வாழ்க்கை ஒரே இடத்தில் கழிந்தது. அவ்வப்போது டாய்சூட் இனக்குழுவினர் வந்து ஏதாவது தொல்லை கொடுத்துக் கொண்டிருந்தார்கள். பதினான்கு வயது சிறுவனால் என்ன செய்ய முடியும்? அவசரப்பட்டு, ஆயுதமெடுப்பது புத்திசாலித்தனமில்லையே. ஏற்கெனவே கணவனை இழந்துவிட்ட அம்மா, மூத்த மகனையும் இழந்துவிட்டு கஷ்டப்பட வேண்டுமா என்ன? பல்லைக் கடித்துக்கொண்டு பொறுமையாக இருந்தான் டெமுஜின்.

ஏன் பசிக்கிறது? எல்லா நேரமும்? பசியே இல்லையென்றால் இத்தனை கஷ்டங்கள் இருக்காதே? வேட்டையாட வேண்டாம், மீன் பிடிக்க வேண்டாம், உணவு தேடி ஓட வேண்டாம். வாழ்க்கை எளிதாக இருக்குமே. யாரும் யாருக்கும் எதிரியாக இருக்க மாட்டார்கள். எவ்வளவு நன்றாக இருக்கும்?

பெக்டெர்தான் குடும்பத்தின் மூத்த வாரிசு. ஆனால் அதற்குரிய லட்சணங்களோடு அவன் நடந்துகொள்ள வில்லை. உணவு கிடைத்தால் தன் பசிக்கு என்ற சுயநலம் எப்போதுமே பெக்டெருக்கு இருந்தது.

ஆனால் டெமுஜின் பல நேரங்களில் குடும்பத்தின் மூத்த வாரிசுபோல நடந்துகொண்டான். எல்லோருக்கும் உணவைப் பகிர்ந்து கொடுக்கும் குடும்பத் தலைவனாக.

டெமுஜின், நதியில் மீன் பிடித்துக் கொண்டிருந்தான். உடன் அவனது இளைய சகோதரன் காஸர். அன்று நீண்ட நேரமாகியும் தூண்டிலில் மீன் எதுவும் சிக்கவில்லை. காலையிலிருந்து எதுவுமே சாப்பிடாததால் பசி படுத்தியது. ஒருவழியாக காஸரின் தூண்டிலில் ஒரு மீன் சிக்கியது. நல்ல கொழுத்த மீன். ஒரு மீன் அத்தனை வயிற்றுக்கும் பத்தாதே. அந்த மீனை எடுத்து கரையில் ஒரு கூடையில் போட்டுவிட்டு, மீண்டும் இருவரும் தூண்டில் போட்டுக் காத்திருந்தார்கள்.

சிறிது நேரத்தில் டெமுஜினின் தூண்டிலில் ஒரு மீன் சிக்கியது. அதை எடுத்துக்கொண்டு கரைக்குப் போனவன் அதிர்ச்சியடைந்தான். ஏற்கெனவே பிடித்து வைத்திருந்த மீன் அந்தக் கூடையில் இல்லை. யார் எடுத்திருப்பார்கள்? டெமுஜினும் காஸரும் தேடி அலைந்தார்கள்.

தூரத்தில் ஒரு இடத்தில் பெக்டெர் நெருப்பில் வாட்டப்பட்ட அந்த மீனை தின்று கொண்டிருந்தான்.

'பெக்டெர், நமக்கான ஒப்பந்தத்தை மறந்துவிட்டாயா? நாம் சகோதரர்கள். தினமும் கிடைக்கும் உணவை குடும்பத்தோடு பகிர்ந்துதான் உண்ண வேண்டும். நீ ஏன் திருடித் தின்கிறாய்?' - கோபத்தோடு கத்தினான் டெமுஜின்.

'நீ என் சகோதரனா? நிச்சயமாக இல்லை. எவனோ மெர்கிட் இனக்குழுவைச் சேர்ந்தவன்தான் உன் தந்தை. நீயும் மெர்கிட்தான். என் தந்தை ஒன்றும் உன் தந்தையல்ல' - பெக்டெர், டெமுஜினின் கோபத்தை மேலும் தூண்டினான்.

'பெக்டெர்..' எனக் கத்திக்கொண்டே அவன்மீது பாய முற்பட்டான் டெமுஜின். அதற்குள் அவன் தன் உடைவாளை உருவினான். டெமுஜின் பின்வாங்கினான். முறைத்துக் கொண்டே அங்கிருந்து நகர்ந்தான்.

'போடா போ.. மெர்கிட் பயந்தாங்கொள்ளி' - பெக்டெர் ஏளனமாகச் சிரித்தான்.

மதியநேரம். ஒரு மரத்தின் நிழலில் படுத்திருந்தான் பெக்டெர். பதுங்கிப் பதுங்கி வந்தான் டெமுஜின். கையில் வில், அதில் பூட்டப்பட்ட அம்பு. சட்டென பெக்டெர் முன் தோன்றி, கத்தினான். முகமெங்கும் ஆக்ரோஷம்.

'டேய், எழுந்திரு.'

பெக்டெர் அதிர்ச்சியாகி எழுந்து நின்றான். தனக்குப் பின்னால் ஏதோ சத்தம் கேட்கவே திரும்பிப் பார்த்தான். அங்கு காஸர் வில்லில் பூட்டப்பட்ட அம்புடன் தயாராக நின்றான்.

'வேண்டாம் டெமுஜின்' - பெக்டெரின் குரலில் நடுக்கம்.

'நீ குடும்பத்தை ஒற்றுமையுடன் வாழ விட மாட்டாய். சுயநலக்காரன்.'

'டெ.. டெமுஜின்.. வே.. வேண்டாம்..'

டெமுஜினின் அம்பு பெக்டெரின் மார்பில் பாய்ந்தது. மறு நொடியே காஸரின் அம்பு அவனது முதுகில் பாய்ந்தது. தரையில் விழுந்து துடித்தான் பெக்டெர்.

●

'பாவி, என்ன செய்துவிட்டாய் நீ?' - கூடாரத்துக்குள் தனது பதினான்கு வயது மூத்த மகன் டெமுஜினை அடித்துக் கொண்டிருந்தாள் ஹோலுன். காஸருக்கும் அடிகள் விழுந்தன. பெக்டெரின் அம்மா, அவனது உடல் மீது விழுந்து அழுது கொண்டிருந்தாள். சுற்றிலும் மற்ற சகோதரர்கள் அமைதியாக இருந்தார்கள். சிறுமி டெமுலின் ஒன்றும் புரியாமல் தனியாக அழுது கொண்டிருந்தாள்.

'நீ கொலைகாரன். பிறக்கும்போதே கையில் அதற்கான அடையாளத்துடன் பிறந்தவன். ஏன் இப்படிச் செய்தாய்?'

அடிகள் அதிகமாயின.

'அவன் உன்னைப் பற்றித் தவறாகப் பேசினான். என்னால் பொறுமையாக இருக்க முடியவில்லை' - டெமுஜின் கத்தினான். பின் கூடாரத்திலிருந்து வெளியே ஓடி வந்து தரையில் விழுந் தான். அழுதான். அழுது கொண்டே வலது உள்ளங்கையைப் பார்த்தான். ரத்தம் கட்டிய அடையாளம்.

இனி குடும்பத் தலைவன் டெமுஜின்தான். சொந்த சகோ தரனைக் கொன்றிருக்கிறான். அதற்காகக் குடும்பத்தை விட்டுத் தள்ளி வைக்கவெல்லாம் முடியாது. வறுமை. வேறு வழியில்லை. அவனது குடும்பத்தினர் வழக்கம்போல வாழ்க்கையைத் தொடர்ந்தார்கள்.

அவ்வப்போது வந்துபோகும் டாய்சூட் இனக்குழுவைச் சேர்ந்தவர்கள், அன்றும் டெமுஜினின் கூடாரத்தை நோக்கி வந்து கொண்டிருந்தார்கள். மூச்சிரைக்க ஓடிவந்தான் காஸர்.

'எதிரிகள் வருகிறார்கள்.'

'டெமுஜின், நீ ஓடி விடு. மறைந்துகொள். நடந்த விஷயம் தெரிய வந்தால் அவர்கள் உன்னை விட மாட்டார்கள். தப்பித்துப் போ' - ஹோலுன் பதறினாள். டெமுஜின், ஓடினான். அவனது இரு கால்களும் ஒன்றை ஒன்று முந்திக்கொண்டு ஓடின. அருகிலுள்ள சிறிய காட்டுப் பகுதிக்குச் சென்று ஒளிந்து கொண்டான்.

டாய்சூட் இனக்குழுவின் தலைவன் கிரில்டக், ஹோலுன் அருகில் வந்து கேட்டான். 'பெக்டெர் எங்கே? டெமுஜின் எங்கே?'

அதற்குள் அந்தக் கூட்டத்திலுள்ள ஒருவன், 'யாரோ இங்கிருந்து தப்பித்து ஓடிப் போனது போலிருந்தது. நான் தூரத்திலிருந்தே கவனித்தேன். டெமுஜினா, பெக்டெரா தெரியவில்லை' என்று கொளுத்திவிட்டான்.

'உண்மையைச் சொல், என்ன நடந்தது?' - ஹோலுனை மிரட்டி னான் அவன். அங்கிருந்த மற்ற இளைய சகோதரர்களை மிரட்டி உண்மையைத் தெரிந்து கொண்டார்கள்.

'விடாதீர்கள், அந்தக் கொலைகாரனைப் பிடியுங்கள். அவன் தண்டனைக்குரியவன்' - கிரில்டக் கத்தினான். நான்கைந்து டாய்சூட் வீரர்கள், காட்டுப் பகுதி நோக்கி விரைந்தார்கள்.

'மகனே டெமுஜின். இனி உன் நிழல் மட்டுமே உனக்குத் துணை. வேறு யாருமில்லை' - ஹோலுன் முணுமுணுத்தாள். அவளது கண்களிலிருந்து நீர் வழிந்து கொண்டிருந்தது.

•

காட்டுக்குள் வந்து மூன்று நாள்களாகியிருந்தன. பசி வாட்டியெடுத்தது. மரத்தின் மேலிருந்து பழம் ஒன்று விழுந்தது. கடவுளுக்கு நன்றி.

அதே காட்டைத்தான் டாய்சூட் வீரர்களும் சுற்றிச் சுற்றி வந்தார்கள். டெமுஜின் சிக்கவில்லை. அப்படியே ஒரு வாரம் ஓடிப்போனது. அந்த ஒரு வாரத்தில் பயமும் தனிமையும் பசியும் அவனுக்குள் ஏராளமான பாடங்களைக் கற்றுக் கொடுத் திருந்தன. குறிப்பாக எதிரிகளின் பார்வை தூரத்திலேயே எப்படிப் பதுங்கியிருப்பது என்று பழகியிருந்தான்.

அதற்கும் மேல் பட்டினி கிடந்தால் உயிர் போய்விடும். ம்ஹூம், இன்னும் மரணத்தைச் சந்திக்க வருடங்கள் இருக் கின்றன. நான் வாழ வேண்டும். எனக்கான கனவுகள் காத்திருக் கின்றன. ஒருங்கிணைந்த மங்கோலியாவை உருவாக்காமல் கண்மூடக் கூடாது. எங்கே எனக்கான உணவு?

தேடி வெளியே வந்த டெமுஜின், தேடிக் கொண்டிருந்தவர் களிடம் அகப்பட்டுக் கொண்டான். அவனை டாய்சூட் முகாமில் கொண்டு நிறுத்தினார்கள். கிரில்டக் அதிரடியாகச் சிரித்தான்.

'இவனைக் கொல்லுங்கள்.'

சட்டென இரண்டு வீரர்கள் ஒரு வண்டிச் சக்கரத்தோடு சேர்த்து டெமுஜினின் கைகளைக் கட்டினார்கள். அவனது கழுத்தை நோக்கிச் செலுத்த வாள் ஒன்று உருவப்பட்டது. டெமுஜினின் கண்களில் மிரட்சி.

'நிறுத்துங்கள். தவறு செய்யாதீர்கள்' - எங்கிருந்தோ ஒரு குரல் ஒலித்தது. அது ஷோர்கன்ஷிராவின் குரல். அந்த முகாமிலேயே வயதானவர் அவர்தான். எனவே அவரது சொல்லுக்கு எப் போதுமே மதிப்பு இருந்தது. மிகவும் நல்லவர். எதிரிகளிடத்தும் பாசம் கொண்டவர்.

'அவன் சிறுவன் போலிருக்கிறான். மங்கோலியர்கள் சிறுவர் களைக் கொல்வதில்லையே. அவன் உயரத்தைப் பாருங்கள்.'

வீரன் ஒருவன் வண்டிச் சக்கரத்தோடு டெமுஜினின் தலையை ஒட்டிவைத்துப் பார்த்தான். டெமுஜின் அதைவிட உயரம் குறை வாகவே இருந்தான். 'வண்டிச் சக்கரம் அளவுகூட இல்லாத ஒரு

சிறுவனைக் கொல்வது நமக்குப் பாவம்' - ஷோர்கன்ஷிரா அழுத்தமாகக் கூறினார்.

'அந்தப் பொடியன் நம் அடிமை. அவன் இங்கிருந்து தப்பித்து ஓடிவிடக் கூடாது. முகாமில் ஒவ்வொரு குடும்பத்தினரும் ஒவ் வொரு நாள் அவனுக்குப் பொறுப்பேற்றுக் கொள்ள வேண்டும்' - கட்டளையிட்ட கிரில்டக் அங்கிருந்து புறப்பட்டார்.

டெமுஜினின் கழுத்தைச் சுற்றி இரண்டு புறமும் கழற்ற முடியாத படியாக மரப்பலகைகள் மாட்டப்பட்டன. அதற்கு cangue* என்று பெயர். அவனது பாதங்களையே அவனால் பார்க்க முடியவில்லை. கைக்கும் வாய்க்கும்கூட எட்டாத நிலை. அதிலும் டெமுஜினின் வலதுகையை மட்டும் அந்தப் பலகை யோடு இணைக்கப்பட்ட ஒரு கயிற்றோடு கட்டியிருந்தார்கள். தானாகச் சாப்பிட முடியாது. படுத்துத் தூங்க முடியாது. நடமாட லாம், ஆனால் யாராவது ஒருவர் கண்காணித்துக் கொண்டே இருப்பார்கள்.

நாளாக ஆக மரப்பலகை உரசிக் கொண்டே இருந்ததில் டெமுஜினின் கழுத்தைச் சுற்றிலும் காயம். அதை ராட்ஷச ஈக்கள் வேறு மொய்த்தன. எல்லாவற்றையும் தாங்கிக் கொண்டான் டெமுஜின். கழுத்தில் அவ்வளவு பாரத்தைச் சுமந்துகொண்டு, அங்கிருந்து தப்பித்து ஓடுவதெல்லாம் எளிதான காரியமில்லை. முகாமில் ஒருவர் மாற்றி ஒருவர் காவல் இருந்தார்கள். எப்போதாவது உணவு கிடைத்தது. அதுவும் உணவு கொண்டு வரும் சிறுவர்களோ, பெண்களோ ஊட்டினால்தான் சாப்பிட முடியும். அவர்கள் கொண்டு வந்து வைத்துவிட்டுப் போனால் அவ்வளவுதான். ஏதாவது பறவைகள் வந்து அந்த உணவைச் சாப்பிட்டுவிட்டுப் போய்விடும்.

மீண்டும் ஒருநாள் கிரில்டக் வந்தார். டெமுஜின் வளர்ந்திருக் கிறானா என்று மீண்டும் வண்டிச் சக்கரத்தின் அருகில் நிற்க வைத்து சோதனை செய்தார். இல்லை.

---

* சீனாவிலும் மத்திய ஆசியாவிலும் பொதுவாகப் பயன்படுத்தப்பட்ட குற்றவாளிக்கான கழுத்து விலங்கு அது. குற்றவாளிகளில் குற்ற அளவைப் பொருத்து அந்த மரப்பலகைகளின் கணம் அதிகரிக்கும் அல்லது குறையும். சென்ற நூற்றாண்டு வரை சீனாவில் cangue பயன்படுத்தப்பட்டது. தற்போதுகூட சில இடங்களில் பயன்படுத்தப்படுகிறது.

'இவனுக்கு நிறைய உணவு கொடுங்கள். இவன் வளர வேண்டும். நான் இவனைக் கொல்ல வேண்டும்.'

ஆவேசமாகக் கூறிவிட்டு அந்த இடத்தை விட்டுக் கிளம்பினார். தன் கையில் ஒரு பாத்திரத்தில் உணவுடன் வந்தார் ஷோர்கன்ஷிரா.

'இந்தா டெமுஜின் சாப்பிடு.' - ஊட்டிவிட்டார். உயிரை விழுங்கும் பசி. வேகவேகமாகச் சாப்பிட்டான் டெமுஜின். நீரையும் ஊட்டினார் அவர். குடித்து முடித்தபின், டெமுஜின் கேட்டான். 'எப்போது என்னைக் கொல்லுவார்கள்? அப்போது தான் நான் நிம்மதியாகப் படுத்துத் தூங்க முடியும்.'

ஷோர்கன்ஷிராவின் கண்கள் கலங்கின. அன்று டெமுஜினைக் காவல் காக்க வேண்டிய பொறுப்பு அவருடையது. தனது கூடாரத்துக்கு அழைத்துச் சென்றார். அந்தக் கூடாரம், அந்த முகாமிலேயே சற்றுத் தள்ளியிருந்தது. அவனது கழுத்துப் பலகைகளைக் கொஞ்சமாகக் கழட்டிவிட்டார். அவனது காயத்துக்கு மருந்து போட்டார். அவரது குடும்பத்தினரும் அவனிடம் அன்பாக நடந்து கொண்டார்கள். டெமுஜின், பல வாரங்களுக்குப் பின் தரையில் படுத்துத் தூங்கினான்.

அது டாய்சூட்களின் கொண்டாட்ட தினம். முகாமே மகிழ்ச்சி யில் திளைத்தது. பலவிதமான இறைச்சிகள் ஆங்காங்கே தயாராகிக் கொண்டிருந்தன. ஆண்கள் எல்லோரும் சின்னச் சின்ன குழுக்களாக, வட்டமாக அமர்ந்து மது அருந்திக் கொண்டிருந்தார்கள். மேலே மாலை நேரப் பௌர்ணமி நிலவு கொஞ்சம் மஞ்சள் பூசி, தகதகத்துக் கொண்டிருந்தது.

இசை, பாடல், நடனம், உற்சாகம், ஆரவாரம். நேரம் ஆக ஆக கொண்டாட்டம் அதிகமாகிக் கொண்டே போனது. டெமுஜின் ஓர் ஓரமாக உட்கார்ந்திருந்தான். அவனது காவலாளியாக ஒரு பலவீனமான இளைஞன் உட்கார்ந்திருந்தான். டெமுஜினின் இடுப்பில் கட்டப்பட்ட கயிற்றின் மறுமுனை அந்த இளைஞனின் கையில் இருந்தது.

இதுதான் சந்தர்ப்பம். இதைத் தவறவிடக் கூடாது. டெமுஜின், உன் பலத்தையெல்லாம் திரட்டிக்கொண்டு ஓடு. தயங்காதே. அவனது மனசாட்சி ஓங்கிக் குரல் கொடுத்தது.

டெமுஜின் எழுந்து நின்றான். தூரத்தில் கொண்டாட்டங்களை வேடிக்கை பார்த்துக் கொண்டிருந்த அந்த இளைஞனை தனது முழு பலத்தைத் திரட்டி முதுகிலேயே எட்டி உதைத்தான். கயிற்றின் பிடியை விட்ட, அந்த இளைஞன் சிறிது தூரத்துக்கு உருண்டு போனான். அவன் நிலை தடுமாறி, பின் சுதாரித்துக் கொண்டு எழுந்து நின்றபோது, டெமுஜின் அங்கு இல்லை.

'அந்த அடிமை தப்பித்துவிட்டான். ஓடுகிறான். பிடியுங்கள், பிடியுங்கள்.'

டாய்சூட் வீரர்கள் அனைவருமே கிட்டத்தட்ட அரைபோதையில் இருந்தார்கள். தள்ளாடிக் கொண்டே தேட ஆரம்பித்தார்கள். முதலில் டெமுஜின், சற்றுத் தள்ளி குவித்து வைக்கப்பட்டிருந்த ஏகப்பட்ட மரத்துண்டு குவியல்களுக்கிடையே சென்று ஒளிந்து கொள்ளலாம் என்றுதான் நினைத்தான். ஆனால் அதில் ஆபத்து அதிகம் என்று தோன்றியது. கழுத்தில் மரப்பலகையைத் தூக்கிக் கொண்டு ஓடுவதும் சிரமமாக இருந்தது. இந்த வேகத்தில் ஓடினால் மாட்டிக் கொள்வது நிச்சயம். என்ன செய்யலாம்?

தூரத்தில் ஆனான் நதி சலசலக்கும் சத்தம் அவனை அழைத்தது. நிற்காதே ஓடு!

வெகு அருகில்தான் இருந்தது ஆனான் நதி. டாய்சூட் மக்கள், தங்கள் வசதிக்காக, நதியின் ஒரு சிறு பகுதியை வேறு பக்கம் பாயும்படி செய்து, சிறு நீர்த்தேக்கம் ஒன்றை அமைத்திருந்தனர். வெளியில் இருந்தால் மாட்டிக் கொள்வோம். நதியில் குதித்தால் அதன் நீரோட்டத்தில் செல்ல வேண்டியதுதான். கழுத்தில் இவ்வளவு பெரிய பட்டையோடு நீந்த முடியாது.

அந்த நீர்த் தேக்கத்தில் குதித்தான் டெமுஜின். கழுத்தில் மரப் பலகை. ஆகவே தலை மட்டும் வெளியே தெரியும்படி மிதக்க ஆரம்பித்தான்.

'அவன் நீண்ட தொலைவெல்லாம் ஓடியிருக்கவே முடியாது. இங்குதான் எங்கேயாவது பதுங்கியிருப்பான். அதோ அந்த மரக்குவியல்களுக்குள் தேடுங்கள்' - கையில் தீப்பந்தங்களோடு டாய்சூட் வீரர்கள் பரபரப்பாக அலைந்து கொண்டிருந்தார்கள்.

'டெமுஜின்..'

யாரோ தன்னை அழைக்கும் சத்தம்கேட்டு திடுக்கிட்டுத் திரும்பினான். கரையில் ஓர் உருவம் நின்று கொண்டிருந்தது. நிலவொளியை வைத்துக் கொஞ்சம் கூர்ந்து பார்த்தான். ஷோர்கன்ஷிராதான்.

'நீ இங்கே இருப்பது வேறு யாருக்கும் தெரியாது. அவர்கள் யாரும் இந்தப் பக்கம் வராமல் நான் பார்த்துக் கொள்கிறேன். எதற்கும் நீ இன்னும் கொஞ்சம் ஆழத்துக்குச் சென்றுவிடு. நான் பிறகு வருகிறேன்' - குரலைத் தாழ்த்தி கூறிவிட்டு அங்கிருந்து நகர்ந்தார் அவர். எதிர்த்தாற்போல் வீரர்கள் வந்தார்கள்.

'என்ன கிடைத்தானா அந்தப் பொடியன்?'

'இல்லையே.'

'மரக்குவியல்களுக்குள் தேடிப் பார்த்தீர்களா?'

'பார்த்தோமே. அவன் அங்கு இல்லை.'

'என்ன உளறுகிறீர்கள்? இவ்வளவு தூரமெல்லாம் அவன் ஓடி வந்திருக்கவே முடியாது. மீண்டும் அங்கேயே தேடுங்கள். அவன் அங்கு பதுங்கி இருப்பதற்குத்தான் வாய்ப்புகள் அதிகம். மேலோட்டமாகத் தேடாதீர்கள். மரக்கட்டைகளையெல்லாம் விலக்கிப் பார்த்து தேடுங்கள். சிக்கிவிடுவான்.'

பெரியவர் ஷோர்கன்ஷிராவின் பேச்சைக் கேட்டு டாய்சூட் வீரர்கள் அதே இடத்திலேயே மீண்டும் ஒருமுறை தேடுவதற்குக் கிளம்பினார்கள். அப்படியே அந்த வீரர்களை அலைக்கழித்துக் கொண்டிருந்தார் ஷோர்கன்ஷிரா. அவர்களை நீர்த்தேக்கம் பக்கத்திலேயே அனுமதிக்கவில்லை.

நள்ளிரவு நேரம். தேடிய களைப்பு. மது அருந்திய போதை வேறு. பலர் கிறங்கியும் பலர் உறங்கியும் போனார்கள். ஷோர்கன்ஷிரா நீர்த்தேக்கத்தை நோக்கி பூனைபோல நடந்தார்.

டெமுஜின் கண்களில் முழுநிலவு நிறைந்திருந்தது. குளிர். கிட்டத்தட்ட உடல் உறைநிலையை நோக்கிச் சென்று கொண்டிருந்தது. கரை ஏறுவதற்குக்கூட கைகால்களை வேக மாக அசைக்க முடியாத நிலை. ஷோர்கன்ஷிரா வந்தார். நீண்ட கம்பு ஒன்றை நீட்டினார். டெமுஜின் அதைப் பிடித்துக் கொண்டான். அவனை கரைக்கு இழுத்தார்.

கைத்தாங்கலாக அழைத்துக் கொண்டு கிளம்பினார்.

'டெமுஜின் தாமதிக்காதே. இங்கிருந்து தப்பித்துவிடு. அதற்குரிய ஏற்பாடுகளை நான் செய்துவிட்டேன்' - நடந்தபடியே அவனது காதில் கிசுகிசுத்தார் ஷோர்கன்ஷிரா. ஆனால் அத்தனை நேரம் குளிரில் நீரில் ஊறிக் கொண்டிருந்த டெமுஜினால் சரியாக நடக்கக்கூட முடியவில்லை.

ம்ஹூம், இப்போது இவனை தப்பிக்க வைப்பது சரியல்ல. குதிரையில் ஏறி உட்காரக்கூட முடியாத நிலையில் இருக்கிறான். மாட்டிக்கொள்வான் அல்லது சிறிது தூரத்திலேயே கீழே விழுந்துவிடுவான். நம் கூடாரத்துக்கே அழைத்துச் செல்வோம். ஆபத்துதான். எந்த நேரத்தில் வேண்டுமானாலும் வீரர்கள் கூடாரத்துக்குள் டெமுஜினைத் தேடி வரலாம். அவர்கள் கையில் சிக்கினால் மரணம் டெமுஜினுக்கு மட்டுமல்ல, அவரது ஒட்டுமொத்த குடும்பத்துக்கும்தான். இருந்தாலும் தைரியமாக முடிவெடுத்தார் ஷோர்கன்ஷிரா.

நீண்ட நாள்கள் கழித்து அவன் மீது பிணைக்கப்பட்டிருந்த விலங்குகளிடமிருந்து முழு விடுதலை பெற்றான் டெமுஜின். நனைந்த அவனது உடைகளை நீக்கி வேறு உடைகளை மாட்டிவிட்டார் ஷோர்கன்ஷிரா. அவரது இரண்டு மகன்களும், டெமுஜினின் கை கால்களை சூடேற்றும்விதமாகப் பரபர வெனத் தேய்த்துவிட்டார்கள். அவரது மனைவி டெமுஜினுக்கு உணவு ஊட்டினாள். டெமுஜின் கொஞ்சம் கொஞ்சமாகத் தன்னிலைக்குத் திரும்பிக் கொண்டிருந்தான். கூடாரத்தில் ஓர் ஓரத்தில் டெமுஜின் படுத்துக்கொண்டான். அடுத்த சில மணி நேரங்களுக்கு டெமுஜின் நிம்மதியாக உறங்கினான்.

டெமுஜினின் நனைந்த உடைகளை ஓரிடத்தில் ஒளித்து வைத்த ஷோர்கன்ஷிரா, அவனுக்குப் பூட்டப்பட்டிருந்த விலங்குகளைத் தீயில் எரித்தார்.

•

அதிகாலை நேரம். ஒரு சிறிய துணி மூட்டையில் உணவு. தோலால் செய்யப்பட்ட குடுவை ஒன்றில் குதிரைப் பால். ஷோர்கன்ஷிராவின் மனைவி டெமுஜினிடம் கொடுத்தாள்.

'வா போகலாம். நதிக்கரையோரமாகக் குதிரை ஒன்றை நிறுத்தி யிருக்கிறேன். எடுத்துக் கொள். எப்படியாவது தப்பித்துவிடு.

வருங்காலத்தில் வாய்ப்பு இருந்தால் சந்திக்கலாம். போய் வா, டெமுஜின்' - ஷோர்கன்ஷிரா விடை கொடுத்தார். டெமுஜின் நெகிழ்ச்சியுடன் நன்றி சொல்லிவிட்டுப் பதுங்கிப் பதுங்கிப் புறப்பட்டான்.

ஒரு குறிப்பிட்ட தொலைவு தள்ளி வந்த பிறகே டெமுஜின் பெருமூச்சுவிட்டான், அவன் ஏறிவந்த குதிரைகூட. அம்மாவும் சகோதரர்களும் எங்கே இருப்பார்கள்? பழைய இடத்திலேயே தான் முகாமிட்டிருப்பார்களா? அவர்களை வேறு யாராவது ஏதாவது செய்திருப்பார்களா? ஆனான் கரையோரமாக, அந்த நதியைவிட பல மடங்கு வேகத்தில் டெமுஜினின் குதிரை சென்று கொண்டிருந்தது.

கிழக்கில் விடிந்து கொண்டிருந்தது.

# 5. முதல் யுத்தம்

'என் நம்பிக்கை வீண்போகவில்லை. என் மகன் வந்துவிட்டான்' - டெமுஜினைக் கட்டியணைத்து ஆனந்தக் கண்ணீர் வடித்தாள் ஹோலுன். குடும்பமே மகிழ்ந்தது. அவர்கள் பழைய இடத்தை மாற்றி வேறு இடத்தில் கூடாரம் போட்டிருந்தார்கள்.

டெமுஜின், தனக்கு நடந்தவற்றையும் தான் தப்பித்துவந்த கதையையும் விளக்கமாகத் தன் சகோதரர்களிடம் சொன்னான். பல மாதங்கள் கழித்து அம்மாவின் கையால் உணவு. புதிதாகப் பிறந்தது போலிருந்தது.

மீண்டும் குடும்பப் பொறுப்புகள். வயிற்றுப் பசியைத் தீர்ப்பதிலேயே நாள்கள் கழிந்தன. இந்தக் கஷ்டங்கள் எல்லாம் எப்போதுதான் தீரும்? காலம் முழுக்க வறுமையுடனேயே போராடிக் கொண்டு இருந்தால், நம் கனவுகளை நிறைவேற்றுவது எப்போது? கனவு? ஒன்றிணைந்த மங்கோலிய தேசம். என்னுயிர்ச் சகோதரன் ஜமுக்கா எனக்குள் நிறைத்த கனவு.

ஜமுக்கா, எங்கே இருக்கிறாய் நீ? மீண்டும் உன்னை எப்போது சந்திக்கப் போகிறேன்?

அந்த நாள்களில் தனது குடும்பத்தின் எதிர் காலத்தைப் பற்றி நிறையவே சிந்தித்தான்

## மங்கோலியப் பேரரசு (1207-1227)

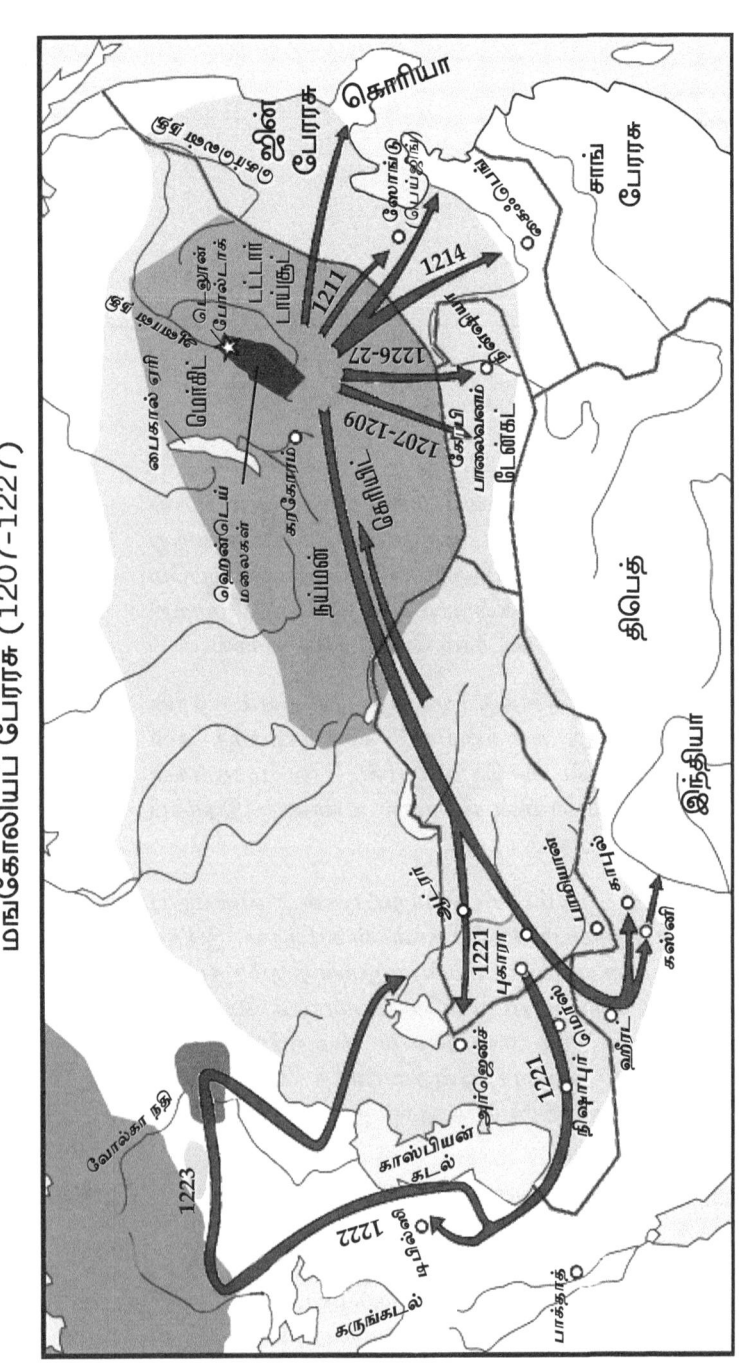

டெமுஜின். சகோதரர்கள் எல்லாம் கொஞ்சம் வளர்ந்திருந்தார்கள். எனவே, தோள் கொடுத்தார்கள். சுமை குறைந்தது போலிருந்தது. கூடவே நிறையவும் உழைக்க முடிந்தது. தங்களுக்கான கால்நடைகளைப் பெருக்கினார்கள். வயிற்றுக்குப் பாதகமில்லாத வாழ்வு கொஞ்சம் கொஞ்சமாக வாய்த்தது.

அப்போது அவர்களிடம் மொத்தம் ஒன்பது குதிரைகள் இருந்தன. அதில் நல்ல குதிரை ஒன்றை எடுத்துக் கொண்டு, பெல்கட்டே தனியாக வேட்டையாடப் போயிருந்தான். மீதி எட்டு குதிரைகளும் வெட்டவெளியில் வேலிகளுக்குள் அடைக்கப்பட்டிருந்தன. டெமுஜினும் மற்றவர்களும் ஆனான் நதியில் மீன் பிடிக்கச் சென்றிருந்தார்கள்.

'ஏதோ குதிரைகள் வரும் சத்தம் கேட்பது போலிருக்கிறதே?' - காஸர் சொன்னான்.

உன்னிப்பாகக் கவனித்த டெமுஜின், தங்கள் கூடாரத்தை நோக்கி ஓட ஆரம்பித்தான். தூரத்தில் அவர்களது எட்டு குதிரைகளையும் திருடர்கள் கூட்டம் ஒன்று திருடிச் சென்று கொண்டிருந்தார்கள். டெமுஜினும் சகோதரர்களும் முடிந்த மட்டும் அவர்களது பின்னாலேயே ஓடினார்கள். குதிரைகளின் வேகத்துக்கு மனிதனால் ஈடுகொடுக்க முடியுமா என்ன?

'இப்போது என்ன செய்யலாம்?' - மூச்சிரைக்கக் கேட்டான் கஜியுன்.

'குதிரைகளின்றி அவர்களைப் பிடிக்க முடியாது. வேறு வழி யில்லை. பெல்கட்டே வரும் வரை காத்திருக்க வேண்டியது தான்' - பதில் சொன்னான் காஸர்.

வேட்டையாடிவிட்டு பெல்கட்டே வரும்போது மதியம் ஆகியிருந்தது.

'குதிரைகள் இல்லாவிட்டால் நம் பலத்தில் பாதி போய்விட்ட தாக அர்த்தம். இழந்த எட்டு குதிரைகளையும் மீட்க வேண்டும். அந்தத் திருடர்களோ கூட்டமாக இருக்கிறார்கள். நம்மிடம் இப்போது இருப்பதோ ஒரே ஒரு குதிரைதான். என்ன செய்யலாம்?'

'யாரவது ஒருவர் மட்டும் சென்று எட்டு குதிரைகளையும் மீட்டு வரவேண்டும். யாரால் முடியும்?'

'நீங்கள் நம் குடும்பத்தினரையும் ஆடுகளையும் பார்த்துக் கொள்ளுங்கள். நான் மட்டும் சென்று மீட்டு வருகிறேன்' - டெமுஜின் கிளம்பினான், அந்த ஒற்றை காபிக்கொட்டை நிறக் குதிரையில். கையில் வில், அம்புகள். இடுப்பில் உடைவாள். துணி மூட்டையில் உணவு. அப்போது அவனுக்கு வயது பதினைந்து.

அந்தப் பகுதியிலுள்ள பாதைகள் எல்லாம் அவனுக்கு நன்றாகவே பழகியிருந்தன. வந்த திருடர்கள் எந்த வழியில் போயிருப்பார்கள் என்று யூகித்து வைத்திருந்தான். வந்த திருடர்களை தூரத்திலிருந்து பார்த்த அடையாளங்களை வைத்து, அவர்கள் எங்கிருந்து வந்திருப்பார்கள் என்பதையும் அவனால் யோசிக்க முடிந்தது. திருடு போன எட்டு குதிரைகளின் வேகமும் சேர்ந்தாற்போல டெமுஜினின் குதிரை அந்தப் புல்வெளிகளில் ஓடியது.

முதல் நாள் கழிந்தது. நள்ளிரவில் மட்டும் ஓய்வெடுத்தான். குதிரை மேய்கின்ற, நீர் அருந்துகின்ற சமயங்கள் தவிர, மற்ற சமயங்களில் நகர்ந்து கொண்டே இருந்தான். இரண்டாவது நாளும் கழிந்தது. மூன்றாவது நாள் விடிந்தது.

ஒரு கூடாரம். அதற்கு வெளியே வெட்டவெளியில் வேலிகளுக்கிடையே சில குதிரைகள். தன் குதிரைகளாக இருக்குமோ என்று ஆர்வத்துடன் அருகில் வந்து பார்த்தான் டெமுஜின். ஏமாற்றம்.

கூடாரத்துக்குள் இருந்து வாட்ட சாட்டமான இளைஞன் ஒருவன் வெளியே வந்தான்.

'நீங்கள் யார்?'

டெமுஜின் விவரங்களைக் கூறினான்.

'நேற்று காலையில் இந்த வழியாக ஒரு கும்பல் சில குதிரைகளை ஓட்டிக் கொண்டு செல்வதை நான் பார்த்தேன். அவை உங்கள் குதிரைகளாகத்தான் இருக்கும். நான் பூர்ச்சு. உங்களுக்கு உதவத் தயாராக இருக்கிறேன். அவர்கள் எங்கு சென்றிருப்பார்கள் என்று என்னால் அடையாளம் காட்ட முடியும். வாருங்கள் போகலாம்.'

டெமுஜின் தான் வந்த குதிரையை அங்கு கட்டினான். பூர்ச்சுவின் கறுப்பு நிறக் குதிரை ஒன்றை எடுத்துக் கொண்டான். இருவரும் கிளம்பினார்கள்.

மேலும் இரண்டு நாள்கள் பயணம். மூன்றாவது நாள். ஒரு சிறு குன்றை அடைந்தார்கள். தூரத்தில் அந்தத் திருடர்கள் தென்பட்டார்கள். வேலிகளில் அடைக்கப்பட்ட குதிரைகள்.

'பூர்ச்சு, அந்தத் திருடர்கள் ஒவ்வொருவரும் என் அம்புகளுக்கு இரையாகப் போகிறார்கள்' - பாயத் தயாராக இருந்த டெமுஜினை கொஞ்சம் அடக்கினான் பூர்ச்சு. அமைதிப்படுத்தினான்.

'டெமுஜின், பொறுமையாக இரு. எல்லோருக்கும் வாழ்க்கையில் கஷ்டங்கள் இருக்கத்தான் செய்கின்றன. அவர்களது கஷ்டம் அவர்களுக்கு. இப்போது நாம் செல்வது புத்திசாலித்தனமல்ல. அவர்கள் எப்படியும் வெளியே கிளம்புவார்கள். பார்த்துக் கொள்ளலாம்.'

பூர்ச்சுவின் பதில் டெமுஜினைக் கவர்ந்தது. இருவரும் மறைவாகக் காத்திருந்தார்கள். நினைத்தபடியே திருடர்கள் வெளியே கிளம்பினார்கள். ஒரே ஒருவன் மட்டும் குதிரைகளுக்குக் காவலாக இருந்தான்.

பூர்ச்சுவும் டெமுஜினும் அங்கு பிரவேசித்தார்கள். டெமுஜின் தனது எட்டு குதிரைகளையும் அடையாளம் கண்டுபிடித்து அவிழ்த்துவிட்டான். பூர்ச்சு, அவற்றை கிளப்பிக்கொண்டு போக ஆரம்பித்தான். காவலாளி துரத்த ஆரம்பித்தான். டெமுஜினின் அம்பு அவனை ஆட்கொண்டது.

●

பூர்ச்சுவின் கூடாரம். நடந்ததையெல்லாம் பூர்ச்சு தன் தந்தையிடம் கூறிக் கொண்டிருந்தான்.

'நண்பா, எப்படி நான் உனக்கு நன்றி சொல்லப் போகிறேன்? நீ மட்டும் இல்லையென்றால் என் குதிரைகளை நான் மீட்டிருக்கவே முடியாது. எத்தனை குதிரைகள் வேண்டுமோ எனது பரிசாக எடுத்துக் கொள்' - டெமுஜினின் வார்த்தைகளில் நெகிழ்ச்சி.

'உனது தந்தையை எனக்கு நன்றாகத் தெரியும். யெசுகெய்யின் மகனுக்கு உதவி செய்வதில் எங்களுக்குப் பெருமைதான்' - பூர்ச்சுவின் தந்தை மகிழ்ச்சியோடு சொன்னார். டெமுஜினுக்கு ஆச்சர்யமாக இருந்தது. தந்தை இறந்து போனாலும் அவர் பெயரை எங்கு சொன்னாலும் அடையாளம் தெரிந்து கொள்கிறார்கள். யெசுகெய் மகன் என்பதற்காகவே அதிகமாக

அக்கறை காட்டுகிறார்கள். இறந்தும் அவர் தன் குணங்களால் பல்வேறு மனிதர்கள் மனத்தில் இன்னமும் வாழ்ந்து கொண்டிருக்கிறார். நன்றி தந்தையே.

'நண்பா, உன் குடும்பத்தினர் காத்துக் கொண்டிருப்பார்கள். நீ, முதலில் குதிரைகளோடு கிளம்பு. எனக்குத் தேவையான பரிசை நான் உன்னிடம் பின்னால் வாங்கிக் கொள்கிறேன்' - பூர்ச்சு சொன்னான்.

'நீ எப்போது வேண்டுமானாலும் என்னைத் தேடி வரலாம்' - சொல்லிவிட்டுப் புறப்பட்டான் டெமுஜின்.

●

டெமுஜினுக்கு வயது பதினாறு. அன்றைய மங்கோலியர்களைப் பொறுத்தவரையில் அது திருமணப் பருவத்தைத் தாண்டிய வயது.

போர்ட்டெ, எனக்காகக் காத்திருப்பாளா?

என் வாழ்க்கையில் எத்தனை சூறாவளிகள். ஒவ்வொன்றிலும் சிக்கிக்கொண்டு மீண்டு வருவதற்குள் இத்தனைக் காலம் ஆகிவிட்டது. ஆனாலும் நான் உன்னை மறக்கவில்லை போர்ட்டெ. நீ என்னை நினைவில் வைத்திருக்கிறாயா? எங்கே இருக்கிறாய் நீ?

ஏழு ஆண்டுகளுக்கு முன் சந்தித்தபோது, போர்ட்டெ, அவனுக்கு அளித்த சிறிய ஆபரணம் ஒன்றை எடுத்துப் பார்த்தான் டெமுஜின்.

நீ எனக்கானவள். நான் உன்னைத் தேடி வருவேன். உன்னை இழக்க மாட்டேன்.

'அம்மா, நான் திருமணம் செய்துகொள்ளப் போகிறேன்.'

'மணப்பெண்?'

'அவள்தான். போர்ட்டெ. அப்பா பார்த்து சம்மதம் தெரிவித்த பெண்.'

'போய் வா டெமுஜின்!'

டெமுஜின் மனத்தின் வேகம் அவனது குதிரைக்குப் புரிந்திருந்தது. கெர்லென் நதிக்கரையோரமாகப் பயணம் செய்து கொண்டிருந்தான். இங்கேதான் அவர்கள் இருக்க வேண்டும். நதி நீண்டு கொண்டே சென்றது. நாள்களும்.

அவனது நம்பிக்கை பொய்க்கவில்லை.

குதிரையை நிறுத்தினான். கட்டினான். டெய்-செட்சென்னின் கூடாரத்துக்குள் நுழைந்தான்.

அவர் டெமுஜினை சில நொடிகள் உற்றுப்பார்த்தார்.

'டெமுஜின்?' - அவரது குரலில் ஆச்சரியம்.

'ம்.'

'நீ உயிரோடு இருக்கிறாயா?' - அவரது கண்களில் ஆச்சரியம்.

'நான் எதற்கு வந்திருக்கிறேன் என்று உங்களுக்குப் புரிகிறதா?'

'இத்தனை வருடங்களாக உன்னைப் பற்றி ஒரு செய்திகூட இல்லாமல் தவித்துப் போனாள் போர்ட்டெ.'

'நான் அவளைப் பார்க்க வேண்டும்.'

'திருமண வயது கடந்துவிட்டதால் நான் அவளைத் திருமணத்துக்கு வற்புறுத்தினேன்.'

டெமுஜினின் கண்களில் ஏமாற்றம். அந்த நேரத்தில் கூடாரத்துக்குள் பதினேழு வயது போர்ட்டெ படபடப்போடு நுழைந்தாள். தந்தையை வணங்கினாள். டெமுஜினும் போர்ட்டெவும் ஒருவரை ஒருவர் அழுத்தமாகப் பார்த்தார்கள். அவளது கழுத்தில் டெமுஜின் சிறுவயதில் கொடுத்த எலும்புத்துண்டை ஆபரணம் போல அணிந்திருந்தாள். சில நிமிடங்கள் மௌனம்.

'அப்பா, எனக்கான மணமகன் வந்துவிட்டார்' - அவளது கண்களில் ஆனந்த ஈரம்.

'உன் காத்திருப்பு வீண் போகவில்லை மகளே!' - டெய்-செட்சென் குரலில் நெகிழ்ச்சி. டெமுஜின் உருகி நின்றான்.

அந்த முகாமில் கல்யாணக் களை. எல்லோருடைய முகத்திலும் சந்தோஷத்தின் பிரதிபலிப்பு. மந்திரவாதி ஒருவர் கடவுளை

வாழ்த்தி பாடல்களைப் பாடிக் கொண்டிருந்தார். சுற்றிலும் விதவிதமான இசைக்கருவிகள் முழங்கிக் கொண்டிருந்தன.

மணமகனுக்கும் மணமகளுக்கும் புது உடைகள் வழங்கப் பட்டிருந்தன. இருவரும் எதிர் எதிரே உட்கார்ந்திருந்தார்கள். சுற்றிலும் மற்றவர்கள் ஆரவாரம் செய்து கொண்டு. பெரியவர் ஒருவர் மணமகனின் இனக்குழுவைப் புகழும்படியான நாடோடிப் பாடல்களைப் பாடினார். பின்பு மணமகளின் இனக்குழுவைப் புகழ்ந்து பாடினார்.

மணமகளின் தந்தை, மணமகனுக்குப் புதிய வில்லையும் அம்புகளையும் பரிசாக வழங்கினார். கூடியிருந்தவர்கள் மணமக்களை கோஷம் போட்டு வாழ்த்தினார்கள். அடுத்து விருந்து. டெமுஜினுக்கு இருப்பதிலேயே கடினமான ஒரு ஆட்டுக்கறி வழங்கப்பட்டது. அவன் அதை பல்லால் கஷ்டப் பட்டுக் கடித்துச் சாப்பிட்டான். அதாவது அவர்களது திருமண உறவு அவ்வளவு உறுதியானது என்பதை வலியுறுத்துவதற்காக அந்தச் சடங்கு.

மணமகனுக்கும் மணமகளுக்கும் புதிய கூடாரம் ஒன்று ஒதுக்கப் பட்டது. அவர்கள் அதற்குள் அனுப்பி வைக்கப்பட்டார்கள். ஆனால் யாரும் அவர்களைத் தனியாக விடவில்லை. சிறிது நேரத்திலேயே மணமகளின் உறவினர்கள் அந்தக் கூடாரத்தைச் சுற்றி வளைத்துக் கொண்டார்கள். எல்லோருடைய கையிலும் வறட்டித் துண்டுகள். அதனை கூடாரத்துக்குள் மணமக்களின் மேல் வீசி விளையாடினார்கள். கேலி செய்தார்கள். மணமக்களின் வாழ்க்கை எப்போதும் மகிழ்ச்சியுடன் இருக்க வேண்டும் என்பதற்காக அது ஒரு சம்பிரதாயம்.

மறுநாள் டெமுஜின் புறப்படத் தயாரானான். போர்ட்டெ தன் தந்தையிடம் விடைபெறச் சென்றாள். 'மகளே, இதுதான் நீ உன் புகுந்த வீட்டுக்குக் கொண்டு செல்லும் வரதட்சணை. ஏற் கெனவே நான் வாக்குக் கொடுத்திருக்கிறேன்.' - ஒரு மரப் பெட்டியைக் காட்டினார் டெய்-செட்சென். அதில் கறுப்பு நிறத் தில் நீண்ட குளிர்கால அங்கி இருந்தது. மணமக்கள் புறப் பட்டார்கள்.

'டெமுஜின், நீ எனக்கு நல்ல மருமகளைத்தான் கொடுத் திருக்கிறாய்' - அவனை அணைத்து முத்தமிட்டாள் ஹோலுன்.

'உன்னை எனக்குப் பிடித்திருக்கிறது. நீ அழகாக இருக்கிறாய். என்னைப்போல வலிமையானவளாக இருக்கிறாய். அன்பான வளாகவும் தெரிகிறாய்' - ஹோலுன் போர்ட்டெவின் நெற்றி யில் முத்தமிட்டாள். திருமண விருந்து தடபுடலாகத் தயாராக ஆரம்பித்தது.

'டெமுஜின், சுகமா? நல்ல அழகான மனைவியைத்தான் தேர்ந்தெடுத்திருக்கிறாய்.'

பழக்கமான குரலாகத் தெரிகிறதே என்று திரும்பிப் பார்த்தான் டெமுஜின். அங்கு அவனது குதிரைகளை மீட்டெடுக்க உதவிய பூர்ச்சு நின்று கொண்டிருந்தான்.

'பூர்ச்சு! எப்போது வந்தாய்?'

'நீ எனக்குக் கொடுப்பதாகச் சொன்ன பரிசு பாக்கி இருக்கிறதே, அதை வாங்கிக் கொண்டு செல்லலாம் என்று வந்தேன்.'

'சொல் பூர்ச்சு. என்ன வேண்டும் உனக்கு?'

'உன்னுடனேயே இருக்கும் வாய்ப்பு.'

'இனி என் குதிரைகளை நீ கவனித்துக் கொள்.'

இருவரும் கட்டியணைத்துக் கொண்டார்கள்.

போர்ட்டெ, வரதட்சணையாகக் கொண்டு வந்த அந்த கறுப்பு நிற அங்கியை ஹோலுனிடம் வழங்கினாள். அதைக் கண்டு மலைத்துப் போனாள் ஹோலுன். 'அண்ணா, உங்களுக்கான கூடாரத்தை எப்போது அமைக்கப் போகிறீர்கள்?' - காஸர் கேட்டான்.

'நாளை.'

புதிதாக மணமான ஜோடிகள். அவர்களது கலாசாரப்படி சில நாள்கள் யாருமில்லாத இடத்தில் தனியாகக் கூடாரம் அமைத்து வாழ வேண்டுமே. தேனிலவு.

மறுநாள் அதிகாலையிலேயே டெமுஜினும் போர்ட்டெவும் தனித்தனிக் குதிரைகளில் தேவையானவற்றை எடுத்துக் கொண்டுக் கிளம்பினார்கள். ஹோலுன், வானை நோக்கி தண்ணீரைத் தெளித்து அவர்கள் நல்லபடியாகப் போய் வரவேண்டும் என்று கடவுளை வேண்டிக் கொண்டாள்.

அன்று இரவு. தூரத்தில் குதிரைகள் வரும் அதிர்வுகளை உணர முடிந்தது. ஹோலுன் சடாரென விழித்தாள். அருகில் படுத்திருந்த தன் மகள் டெமுலினை எழுப்பினாள். 'போ, ஒளிந்து கொள்' - நடுங்கும் குரலில் சொன்னாள்.

'காஸர்.. பெல்கட்டே..' கத்திக் கொண்டே கூடாரத்தை விட்டு வெளியே வந்தாள். அதற்குள் காஸரும் சத்தத்தை உணர்ந்து வெளியே வந்திருந்தான். மற்ற சகோதரர்களும் கையில் வாளுடன் வெளியே வந்திருந்தார்கள். குதிரைகள் நெருங்குவதை அவர்களால் உணர முடிந்தது.

வந்தவர்கள் மெர்கிட் குழுவினர். முப்பது பேர் இருப்பார்கள். பெரும்பாலோனோர் முகத்தில் விலங்குகளின் தோலாலான முகமூடி அணிந்திருந்தார்கள். சூழ்ந்து கொண்டார்கள்.

தலைவன் போலிருந்த ஒருவன் ஹோலுனை நெருங்கினான்.

'ஹோலுன்... எப்படி இருக்கிறாய்?'

'யார் நீ?'

'எங்கே உன் மகன் டெமுஜின்?'

மீண்டும் அந்தக் குரலைக் கேட்டபோது, ஹோலுனின் நினைவுகளில் மின்னல் தாக்கியது போலொரு உணர்வு.

'நீ சிலுடுதானே?' - அதிர்ச்சியாகக் கேட்டாள். சத்தம் போட்டுச் சிரித்தான் அவன்.

'பெண்கள் பொதுவாகத் தங்கள் முதல் ஆண்களை மறப்பதில்லை.'

ஹோலுன் சட்டென அவனது முகமூடியைப் பறித்தாள். சிலுடுவேதான்.

'என் மனைவியாகிய உன்னை அந்த யெசுகெய் கடத்திக் கொண்டு வந்தானே. உன் மகனுக்கு அந்த வலி தெரியட்டும். எங்கே உன் புதிய மருமகள்?'

ஹோலுன் நடுங்கிப் போனாள். திடீரென ஆவேசம் வந்தவளாக அருகிலிருந்த தீப்பந்தத்தை எடுத்து சிலுடுவைத் தாக்க முயற்சி செய்தாள். சிலுடு அவளைச் சுலபமாகத் தள்ளிவிட்டான்.

குதிரையிலிருந்து குதித்து, தரையில் கிடந்த அவளை நெருங்கினான். கழுத்தைப் பிடித்து நெரித்தான். 'எங்கே உன் மருமகள்? சொல்லப் போகிறாயா, இல்லையா?'

'அவர்கள் இங்கே இல்லை. எங்கிருக்கிறார்கள் என்று சொல்ல மாட்டேன்' - திணறித் திணறிப் பேசினாள் ஹோலுன். சிலுடுவின் குழுவினர் மற்ற சகோதரர்களோடு மோதிக் கொண்டிருந்தார்கள். திடீரென ஒருவன் கத்தினான்.

'அவர்கள் இங்கிருந்து குதிரைகளில் கிளம்பிச் சென்ற சுவடுகளைக் கண்டுபிடித்துவிட்டேன். வாருங்கள் போகலாம்.'

கூடாரங்களுக்குத் தீ வைத்துவிட்டு, சிலுடுவும் குழுவினரும் கிளம்பிப் போனார்கள். ஹோலுனும் மற்றவர்களும் சிந்திய கண்ணீர், தீயை அணைக்கவில்லை.

•

அதிகாலைச் சூரியன், ஆனான் நதியை ஆரஞ்சு நதியாக மாற்றியிருந்தது. உயரமான குன்று ஒன்று. அதில் டெமுஜின் படுத்திருந்தான். அவனது மார்பில் முகம் புதைத்திருந்தாள் போர்ட்டே. அந்தப் பக்கமாகக் கடந்து சென்ற பறவைக் கூட்டம் ஒன்று அந்தக் காதலுக்கு வாழ்த்து சொல்லிவிட்டுச் சென்றது.

'போர்ட்டே.'

'ம்.'

'என்னை உனக்குப் பிடித்திருக்கிறதா?'

'பிடிக்காமல்தான் இவ்வளவு வருடங்கள் காத்திருந்தேனா?'

'நீ எனக்கு ஏற்றவள்.'

'நீங்கள் கொடுத்துவிட்டுப் போன இந்த எலும்புத் துண்டை அடிக்கடி தேய்த்து பிரார்த்தனை செய்வேன். எப்போதும் ஒரே ஒரு பிரார்த்தனைதான். நீங்கள் திரும்பிவர வேண்டும்.'

'உன் பிரார்த்தனை பலித்துவிட்டது.'

'இனிமேல் நாம் பிரியக்கூடாது.'

'எப்போதுமே.'

அந்தக் குன்றின் அடிவாரத்தைப் பார்த்தான் டெமுஜின்.

'மெர்கிட்கள்.'

'மெர்கிட்?' - உச்சரித்த போர்ட்டெவின் கண்களில் பயம் நிரம்ப ஆரம்பித்தது. அங்கிருந்து எழுந்து அவளை இழுத்துக் கொண்டு குதிரைகளை நோக்கி ஓடினான். 'அதோ இருக்கிறார்கள், பிடியுங்கள்' என்று கீழிருந்தபடியே சிலுடு கத்தினான்.

துரத்த ஆரம்பித்தார்கள், வெறியோடு. கிட்டத்தட்ட முப்பது பேர். எப்படியாவது தப்பித்துவிட வேண்டும். நெருங்கினார்கள். தன் வில்லை எடுத்து அம்பு ஒன்றைப் பாய்ச்சினான் டெமுஜின். ஒரு மெர்கிட் சுருண்டு விழுந்தான். அடுத்த அம்பு, அவர்களிட மிருந்து வந்தது. டெமுஜினின் முதுகில் நிலை கொண்டது. அவனது குதிரை ஆனான் நதியில் இறங்கி நின்றது. குதிரை யிலேயே மயங்கிச் சரிந்தான் டெமுஜின்.

எதிரிகள் நெருங்கினார்கள். அவர்கள் கையில் சிக்கினால் டெமுஜினுக்கு மரணம் நிச்சயம். சட்டென யோசித்த போர்ட்டெ, அவனது குதிரையின் பின்புறத்தைத் தட்டி விட்டாள். 'வீட்டுக்குப் போ!'

நின்ற குதிரை பாய்ந்தோட ஆரம்பித்தது. அதே நேரத்தில் சிலுடு காற்றில் சுழற்றி வீசிய கயிறு, போர்ட்டெவின் கழுத்தில் வந்து விழுந்து இறுக்கியது. அவள் தன் குதிரையிலிருந்து கீழே விழுந்தாள்.

•

டெமுஜினின் குதிரை, மயங்கிக் கிடந்த அவனைப் பத்திரமாகக் கொண்டு வந்து கூடாரத்தில் சேர்த்தது. ஹோலுன் பதறினாள். காஸர் அவனைத் தூக்கிக்கொண்டு படுக்கைக்கு ஓடினான். முதுகிலிருந்த அம்பு பிடுங்கப்பட்டது. சிகிச்சைகள் கொடுக்கப் பட்டன. பல மணி நேரங்கள் கழித்து மயக்கம் தெளிந்தான் டெமுஜின்.

'போர்ட்டெ..'

அவன் முற்றிலும் குணமாக ஒரு வாரம் பிடித்தது. போர்ட்டெ இன்றி வெறுமையாக இருந்த அந்தப் படுக்கையில் படுக்கவே அவனுக்குப் பிடிக்கவில்லை. வழக்கத்தைவிட வாழ்க்கை

கஷ்டமாகத் தெரிந்தது. என்ன பாடுபட்டுக் கொண்டிருப்பாளோ போர்ட்டெ?

ஒரு மனைவிக்குத் தகுந்த பாதுகாப்பு அளிக்க வேண்டியது கணவனுடைய பொறுப்பு. அதைக்கூட செய்ய முடிய வில்லையே. அவமானமாக இருந்தது. அதே சமயத்தில் மெர்கிட்களைப் பழிவாங்கும் வெறி அதிகமானது. என்ன செய்யலாம்?

நான், என் சகோதரர்கள், புதிதாகச் சேர்ந்துள்ள பூர்ச்சு, ஜெல்மி*. எனது படை மொத்தமாக இவ்வளவுதான். ஆனால் மெர்கிட் களுடையது பெரும் படையாயிற்றே. யார் எனக்கு உதவி செய்வார்கள்? என் மனைவியை இழந்துவிட்டேன். மீட்க வேண்டும். படை உதவி செய்யுங்கள் என்று அடுத்தவர்களிடம் சென்று கேட்பது எவ்வளவு பெரிய அவமானம். அப்படியே கேட்டாலும், ஒரு பெண்ணை மீட்பதற்காக யாராவது படை தந்து உதவுவார்களா என்ன? அல்லது ஒரே ஒரு பெண்ணுக்காக ஒரு யுத்தம் தேவையா என்ன? வேறொருத்தியைத் திருமணம் செய்துகொண்டால் என்ன? மனைவியை எதிரிகளிடம் இழந்த ஒருவனுக்கு இனி யார்தான் பெண் கொடுப்பார்கள்?

டெமுஜினின் மனத்தில் ஆயிரம் கேள்விக் கணைகள் அவனை வாட்டி எடுத்தன. யாருமில்லாத ஒரு பகுதியில் சென்று உட் கார்ந்து கொண்டான். தூரத்தில் புர்கான் கல்டுன் மலை தெரிந்தது. அதை இமைக்காமல் பார்த்துக்கொண்டே இருந் தான். மனம் கொஞ்சம் அமைதியடைவது போலிருந்தது.

ஹென்டெய் மலைத் தொடரில் ஒரு மலைதான் புர்கான் கல்டுன். மங்கோலியர்கள் புனிதமாகக் கருதி வழிபடும் மலை. இயற்கையை வழிபடுவதுதான் மங்கோலியர்களின் வழக்கம். தங்களைச் சுற்றியுள்ள இயற்கைச் சக்திகளை வணங்குவார்கள். குறிப்பாக, பரந்து விரிந்த எல்லையில்லா நீல வானம், அவர்களது முதன்மையான கடவுள். பொன் நிறத்தில் ஜொலி ஜொலிக்கும் சூரியக் கதிர்களும் அவர்களுக்குக் கடவுள்தான்.

---

* ஜெல்மி, அப்போதுதான் டெமுஜினின் குழுவோடு இணைந்திருந்த பருவ வயது இளைஞன். போர் வித்தைகள் தெரிந்தவன். சாமர்த்தியசாலி. ஜெல்மியின் குடும்பத்தினருக்கும் யெசுகெய்யின் குடும்பத்தினருக்கும் பல வருடப் பழக்கம் இருந்தது.

மங்கோலியர்கள், இயற்கையால் சூழப்பட்ட இந்த உலகை இரண்டாகப் பிரித்திருந்தார்கள். மேலே வானம், கீழே பூமி. இந்தப் பூமியின் உயிர் என்பது அதில் ஓடும் நதிகளில்தான் இருக்கிறது என்பது மங்கோலியர்களின் எண்ணம். உடலில் எப்படி ரத்தம் ஓடுகிறதோ, அதோபோலத்தான் பூமிக்கு நதிகளும்.

புர்கான் கல்டுன், இருப்பதிலேயே உயர்ந்த மலை. அதாவது பூமியையும் வானத்தையும் தொட்டுக் கொண்டிருப்பதுபோலத் தோன்றும் அந்த மலையைக் கடவுளின் மலை என்று அழைத்தார்கள். அதிலிருந்து மூன்று நதிகள் உற்பத்தியாகின்றன. ஆனான், கெர்லென், துல். அந்த மூன்று நதிகளையுமே புனித நதிகளாக வணங்கினார்கள். மங்கோலியர்களின் வாழ்க்கை யானது அந்த மூன்று நதிகளைச் சார்ந்தே அமைந்திருந்தது.

மெர்கிட்டுகளின் அம்பால் தாக்கப்பட்டபோது, டெமுஜின், புர்கான் கல்டுன் பகுதியில்தான் இருந்தான். அவனது உயிரைக் காப்பாற்றியது அந்த மலைதான் என்பது அவன் எண்ணம். அமைதியாக உட்கார்ந்திருந்த டெமுஜின், மலை இருந்த திசையைப் பார்த்து எழுந்து நின்றான். தன் இடுப்பில் கட்டியிருந்த பட்டையைக் கழற்றி, கழுத்தைச் சுற்றி போட்டுக் கொண்டான்.

அதாவது மங்கோலியர்கள் இடுப்பில் அணியும் பட்டையில் தான் தங்கள் உடலின் சர்வ சக்தியும் குவிந்திருப்பதாகக் கருது வார்கள். அதைக் கழற்றி கழுத்தில் போட்டுக் கொண்டால், கடவுளுக்கு முன் மனித சக்தி எல்லாம் ஒன்றுமில்லை என்று பொருள்.

தன் தலையில் அணிந்திருந்த கம்பளி குல்லாவைக் கழற்றித் தரையில் போட்டான். மண்டியிட்டு, தன் வலது கையை இடது மார்பின் மீது குவித்து வைத்துக் கொண்டான். தரையில் முன் நெற்றி படும்படி குனிந்து வணங்கினான். ஒன்பது முறை. சூரியனையும் வணங்கினான். தன் உயிரைக் காப்பாற்றியதற்கு நன்றி சொல்லும் விதமாக.

கிட்டத்தட்ட மூன்று முழு நாள்கள் அதே இடத்திலேயே கழித்தான் டெமுஜின். அங்கு இருப்பது அவனுக்கு மனத் தளவில் ஆறுதலாக, அமைதியாக இருந்தது. இழந்த சக்தியை எல்லாம் திரும்பப் பெற்றதுபோல் தோன்றியது.

மாதங்கள் ஓடின. டெமுஜினால் அடுத்த கட்டத்துக்கு நகர முடியவில்லை. எந்தவித படைபலமும் இல்லாமல் போருக்குத் திட்டம் மட்டும் போட முடியுமா என்ன?

'முடிந்த மட்டும் சீக்கிரமாகவே போர்ட்டெவை மீட்டு விட வேண்டும்' காஸர் சொன்னான்.

'ம்.'

'போர்ட்டெ கர்ப்பமாகி, ஒரு மெர்கிட் குழந்தையைப் பெற்று விட்டாள் என்றால் அவள் அவர்களுக்குச் சொந்தமாகிவிடு வாள். அதற்குள் நாம் முந்திக் கொள்ள வேண்டும்' - காஸரின் வார்த்தைகளில் டெமுஜினின் முகம் இருண்டு போனது.

'என்னிடம் ஒரு யோசனை இருக்கிறது' - காஸர் சொன்னான். என்ன என்று பார்வையாலேயே கேட்டான் டெமுஜின்.

'ஆங் கானிடம் உதவி கேட்டால் என்ன? அவர் நம் தந்தைக்கு மிகவும் நெருக்கமானவர். தந்தை, அவருக்குப் பலவிதங்களில் உதவி செய்திருக்கிறார். கேட்டுப் பார்க்கலாமே.'

தோர்கில் என்ற பெயராலும் அழைக்கப்பட்ட ஆங் கான், கெரியிட் இனக்குழுவைச் சேர்ந்த மங்கோலியர். வலிமை வாய்ந்த இனக்குழு அது. ஆர்கோன் நதிக்கும் துல் நதி காடுகளுக்கும் இடைப்பட்ட மங்கோலியாவின் மத்திய பகுதியை ஆங் கான் ஆண்டு வந்தார். மேற்குப் பகுதியை நய்மன் இனக்குழுவைச் சேர்ந்த டயாங் கான் ஆண்டு வந்தார். கிழக்குப் பகுதியை டட்டார்* இனக்குழுவினர் ஆண்டு வந்தார்கள்.

இந்த மூன்று கான்களும் அடிக்கடி தங்களுக்குள் மோதிக் கொள்வதுண்டு. தனித்தனியாக அல்லது யாராவது ஒருவருடன் கூட்டு சேர்ந்துகொண்டு மூன்றாவது ஆளை எதிர்த்து. எல்லாம் சந்தர்ப்பவாத கூட்டணி மட்டுமே.

எப்படி ஜமுக்காவும் டெமுஜினும் நெருங்கிய சகோதரர்களோ, அதேபோல டெமுஜினின் தந்தையான யெசுகெய்யும் ஆங் கானும் நெருங்கிய சகோதரர்களாக இருந்தார்கள். விரலைக் கீறி

---

* சீனாவின் வடக்குப் பகுதியை ஜர்செட் இனத்தின் அல்டான் கான் ஆண்டு வந்தார். டட்டார்கள் அவரது கட்டுப்பாட்டின் கீழ் இருந்தார்கள்.

ரத்த பந்தம் ஏற்படுத்திக் கொண்ட சகோதரர்களாக. ஆங்குக்கு முன்பாக, அவரது மாமா குர் என்பவர் கெரியிட்களின் கானாக இருந்தார். அவரை எதிர்த்துப் போரிட்டு, ஆங்கைக் கானாக அரியணையில் அமர வைக்க உதவினார் யெசுகெய். இருவரும் இணைந்து டட்டார்களுக்கு எதிராகவும், மெர்கிட்களுக்கு எதிராகவும் போர்கள் செய்துள்ளனர்.

'நல்ல யோசனை சொன்னாய் காஸர்' - நீண்ட நேர மௌனத்துக்குப் பிறகு, வாய் திறந்தான் டெமுஜின். நாளைக்கே ஆங் கானைச் சந்திப்பதற்காகச் செல்வோம்.

●

ஆங் கானின் கூடாரம், மற்ற கூடாரங்களைவிட மிகவும் பெரியது. சர்க்கஸ் கூடாரத்தில் பாதி என்று வைத்துக்கொள்ளுங்கள். ஆங் கான் செல்லுமிடமெல்லாம், அந்தக் கூடாரத்தையும் எடுத்துச் செல்வார்கள்.

கூடாரத்தின் உள்ளே ஆயுதங்களுடன் வீரர்கள். சில தளபதிகள். அரியணையில் வந்து அமர்ந்தார் ஆங் கான். கொஞ்சம் வயதானவர். தட்டையான முகம். ஒடுங்கிய விழிகள். தொங்கு மீசை. டெமுஜின், காஸர், டெமுஜ் மூவரும் அவரை வணங்கியபடியே உள்ளே நுழைந்தார்கள்.

'வா டெமுஜின்' - வரவேற்றார் அவர். காஸரும் டெமுஜும் சேர்ந்து ஒரு மரப் பெட்டியைத் தூக்கிக் கொண்டு சென்று அவர் முன்பு வைத்தார்கள்.

'கான், இது உங்களுக்காக நான் கொண்டு வந்துள்ள பரிசு' - டெமுஜின் சொன்னான்.

'ஓ..' - ஆங் கான், அரியணையை விட்டு எழுந்து வந்து அந்தப் பெட்டியைத் திறந்தார். அதில் போர்ட்டெ வரதட்சணையாகக் கொண்டு வந்த கறுப்பு நிற குளிர்கால அங்கி இருந்தது. ஆங் கான் அதைக் கையில் எடுத்துப் பார்த்தார். அணிந்து பார்த்தார். அவர் முகம் முழுக்க சந்தோஷம்.

'இவ்வளவு மதிப்புமிக்க பொருள் உனக்கு எப்படிக் கிடைத்தது?'

'என் மனைவி வரதட்சணையாக என் தந்தைக்கும் தாய்க்கும் கொண்டு வந்தது. என் தந்தை இப்போது இல்லை. நான் உங்களிடம் கொடுத்துவிட்டேன்.'

டெமுஜினின் வார்த்தைகளில் நெகிழ்ந்து போனார் ஆங் கான். போர்ட்டெவின் நினைவாக டெமுஜினிடம் இருந்தது அந்தக் கறுப்பு அங்கி மட்டும்தான். ஆனால் அவளே போய்விட்டாள். அவளை மீட்பதற்கு அந்த அங்கி உதவுமென்றால் அது தானே முக்கியம். ஆங் கான் ஆனந்தத்தில் திக்கு முக்காடிப் போனார்.

‘என்ன உதவி வேண்டும் டெமுஜின்?’

நடந்தவற்றை எல்லாம் சொன்னான். ‘என் மனைவியை மீட்க படை தந்து உதவுவீர்கள் என்று நம்புகிறேன்.’

‘நிச்சயமாக. மெர்கிட்கள் என்றுமே என் எதிரிகள்தாம். மெர்கிட்களைக் குறைவாக எடை போட்டு விடாதே. நான் தரும் படைகளைக் கொண்டு மட்டும் அவர்களிடம் போரிட முடியாது. இன்னும் கொஞ்சம் படைகளைச் சேர். அதற்கு வேறு யாராவது உதவி செய்வார்களா என்று பார்.’

ஆங் கானின் அனுபவம் நிறைந்த வார்த்தைகளை ஏற்றுக் கொண் டான் டெமுஜின். அவர் படை தந்து உதவுவதாகச் சொன்னதே, அவனுக்குள் புதிய நம்பிக்கையை ஏற்படுத்திருந்தது. ஆங் கானின் இடத்தைவிட்டு வெளியே வந்தார்கள் டெமுஜின் சகோதரர்கள்.

வேறு யாரை உதவிக்கு நாடலாம் என்று யோசித்தபோது, டெமுஜினின் நினைவுக்கு முதலில் வந்த முகம் அந்த உயிர் சகோதரனுடையது.

ஜமுக்கா! உன்னைப் போலொரு அருமையான சகோதரனை வைத்துக்கொண்டு நான் ஏன் கஷ்டப்பட வேண்டும்? நீ எனக்கு உதவாமல் வேறு யாருக்கு உதவப் போகிறாய்? இதோ பல வருடங்களுக்குப் பின் உன்னைத் தேடி வருகிறேன். எப்படி இருக்கிறாய் சகோதரனே?

தன்னைத் தேடி வந்த டெமுஜினை ஓடி வந்து அணைத்துக் கொண்டான் ஜமுக்கா. அவன் அப்போது ஜடாரன் இனக்குழு வின் தலைவராகி இருந்தான். வேறு சில குழுவினரும் அவனைத் தலைவராக ஏற்றுக் கொண்டிருந்தனர். ஓரளவு செல்வாக்கு நிறைந்தவனாகவே இருந்தான். விவரங்களைச் சொன்னான் டெமுஜின்.

‘ஏன் இவ்வளவு தாமதம் செய்தாய் டெமுஜின்? நீ முன்பே வந்திருந்தால் அந்த மெர்கிட்களை இந்த நேரம் சாம்ப லாக்கியிருக்கலாம். சரி, இப்போதும் ஒன்றும் கெட்டுப் போகவில்லை. வா, நான் உனக்கு உதவுகிறேன்.’

•

ஆங் கான், ஜமுக்கா தலைமையில் அவர்களது படைகள் புர்கான் கல்டுன் மலையைக் கடந்து சென்று கொண்டிருந்தன. உடன் டெமுஜினின் மிகச் சிறிய படையும். செலென்ஜ் நதிப்பக்கமாகச் செல்ல வேண்டும். சைபீரியாவின் காடுகளுக்கே அருகே அமைந்த பைகால் ஏரிப் பக்கமாகத்தான் மெர்கிட் இனக் குழுவினர் முகாமிட்டிருக்கிறார்கள். முன்பாகவே சென்று வேவு பார்த்துவிட்டு வந்த டெமுஜினின் தளபதிகளான பூர்ச்சுவும் ஜெல்மியும் தகவல் சொன்னார்கள்.

மெர்கிட்டுகளின் எல்லைக்குள் நுழைவதற்கு முன்பாக ஓரிடத்தில் அமர்ந்து, தாக்குதலுக்கான திட்டத்தைத் தீட்டி னார்கள். அன்று பகல் முழுவதும் ஓய்வெடுத்த படைகள், மாலை நேரத்தில் இலக்கை நோக்கிப் புறப்பட்டன.

நள்ளிரவுப் பொழுது. மெர்கிட்டுகளின் முகாம் அமைதியாக இருந்தது. ஜமுக்காவின் படையினர் அந்த முகாமுக்கு இடதுபுறமாகவும், ஆங் கானின் படையினர் வலது புறமாகவும் சத்தமின்றிச் சுற்றி வளைத்தார்கள். வில் வீரர்கள் வில்லில் அம்பைப் பூட்டினார்கள். ஒவ்வொரு அம்பின் முனையிலும் நெருப்பு எரிந்து கொண்டிருந்தது.

‘தாக்குங்கள்!’

மறுநொடி, அந்த இரவு வானில் எங்கெங்கும் தீக்குருவிகள் பறந்தன. சரம் சரமாக. சராமாரியாக.

மெர்கிட்டுகளின் கூடாரங்களில் தீ, தாண்டவம் ஆட ஆரம்பித் திருந்தது. பதறி, சிதறி ஓடிய பலர் மீதும் அம்புகள் பாய்ந்தன. திடீர்த் தீ தாக்குதலில் தறிகெட்டுப் போன மெர்கிட் படையினர், ஒருவழியாகச் சுதாரித்துக்கொண்டு கையில் வாள்களோடு பாய்ந்து வந்தார்கள். ஆனால் அம்புகளின் பாய்ச்சல் நிற்க வில்லை. ஆங் கானின் படையினரும் ஜமுக்காவின் படை யினரும் முகாமுக்குள் முன்னேறினார்கள். எதிர்ப்பட்ட எதிரிகளின் ரத்தம், இருளைச் சிவப்பாக்கியது.

இன்னொரு புறத்தில் டெமுஜின், தன் சகோதரர்கள் காஸர் உடனும் பெல்கட்டே உடனும் முகாமுக்குள் நுழைந்திருந்தான். தாக்குவதற்காகச் சீறி வந்த ஒவ்வொருவருக்கும் அவர்கள் மரணம் வழங்கத் தயங்கவில்லை. எங்கெங்கும் ஓலம். கூடவே டெமுஜினின் குரலும்.

'போர்ட்டே..'

ஒவ்வொரு கூடாரமாக நுழைந்து பார்த்தான். 'போர்ட்டே, எங்கிருக்கிறாய் நீ?'

அடி வயிற்றிலிருந்து குரலெழுப்பி அதிர அதிரக் கத்தினான். அத்தனை மாதங்கள் மனைவியைப் பிரிந்திருந்த வலி, வெறி, அவனது வாள் வீச்சின் வேகத்தில் தெரிந்தது.

'போர்ட்டே..'

அடுத்த சில நிமிடங்களில் மெர்கிட்களின் அந்த முகாம் அவர்கள் வசமானது. தப்பித்து ஓடிய எதிரிகள் சிலரை ஆங் கானின் படையினர் துரத்திச் சென்றார்கள். பெரும்பாலான கூடாரங்கள் தீயினால் தின்னப்பட்டிருந்தன.

'போர்ட்டே..' - டெமுஜினின் அலறல் தொடர்ந்துகொண்டு இருந்தது.

எங்கிருந்தோ ஓடி வந்தான் பூர்ச்சு. 'எதிரிகள் போர்ட்டேவை அழைத்துக் கொண்டு தப்பித்துவிட்டார்கள். அவர்கள் எந்தப் பாதையில் செல்வார்கள் என்று எனக்குத் தெரியும். வாருங்கள் போகலாம்.'

பூர்ச்சு குதிரையில் ஏறி முன்னால் விரைய, டெமுஜினும், சில வீரர்களும் அவனைப் பின் தொடர்ந்தார்கள். தூரத்தில் சிலர் ஒரு குதிரை வண்டியை மேடான பகுதியில் தள்ள முடியாமல் தள்ளி ஏற்றிக் கொண்டிருந்தார்கள். மெர்கிட்கள்தான். 'வீடாதீர்கள், பிடியுங்கள்' - டெமுஜின் படையினர் ஆவேசமாகக் கத்திக் கொண்டே வந்தார்கள். மிரண்டு போன மெர்கிட்கள், அந்த வண்டியை அப்படியே விட்டுவிட்டுத் தப்பித்து ஓட ஆரம்பித்தார்கள்.

டெமுஜின், அந்தக் குதிரை வண்டியை நெருங்கினான். தன் குதிரை மேலிருந்தபடியே அழைத்தான், 'போர்ட்டே.'

திரைகளால் மூடப்பட்ட வண்டியின் கூண்டுக்குள் இருந்தது போர்ட்டெதான். யாரோ எதிரிகள் வந்துவிட்டார்கள், அவர்களிடம் சிக்கிக் கொள்ளாமல் இருப்பதற்காக மெர்கிட்டுகள் தன்னை அவசர அவசரமாக வேறு இடத்துக்கு அழைத்துச் செல்கிறார்கள் என்று நினைத்திருந்தாள் அவள். ஆனால் டெமுஜினின் குரலைக் கேட்டதும் அவளுக்கு முதலில் இன்ப அதிர்ச்சியே ஏற்பட்டது.

மீண்டும் அவளது பெயர் சொல்லி அழைத்தான் டெமுஜின். பதிலில்லை. குதிரையிலிருந்து இறங்கினான். வாளைத் தயாராக வைத்துக்கொண்டு, திரையை விலக்கினான். உள்ளிருந்து யாராவது எதிரி பாய்ந்துவிட்டால்?

உள்ளே ஒரு பெண் மண்டியிட்டு உட்கார்ந்திருந்தாள், முதுகைக் காட்டியபடி. தன் மனைவி போலத்தான் தோன்றியது அவனுக்கு.

'போர்ட்டெ, டெமுஜின் வந்திருக்கிறேன். என்னை மறந்து விட்டாயா?' - அவனது குரலில் நெகிழ்ச்சி.

மெல்ல முகம் திருப்பினாள் போர்ட்டெ. 'வந்துவீட்டீர்களா?' - அவள் குரல் உடைந்திருந்தது.

அத்தனை நாள் அவளைப் பார்க்கமுடியாத பரிதவிப்பு, டெமுஜினின் முகத்தில் மகிழ்ச்சியாக உருப்பெற்றது. நெருங்கினான். அவளைத் தன்பக்கம் திருப்பினான். அப்படியே அள்ளினான். அணைத்தான். அவ்வளவு நெருக்கத்தில் இருவரது பார்வைகளும் பின்னிப் பிணைந்தன. அந்த நொடியில் டெமுஜினின் முகத்தில் ஒரு மாற்றம்.

அணைப்பின் பிடி தளர்ந்தது. அவளை மெல்ல கீழே இறக்கினான். ஒரு அடி பின்னால் விலகினான். அவளது பார்வையில் ஒரு தவிப்பை உணர்ந்தான். மெல்ல தன் பார்வையைத் தாழ்த்தினான்.

அவள் கர்ப்பமாகி இருந்தாள்.

●

மெர்கிட்டுகளின் பகுதியிலிருந்து டெமுஜின் திரும்பிக் கொண்டிருந்தான். 'பிடித்துவிட்டோம்.'

தூரத்தில் வேகமாக வந்து கொண்டிருந்த ஒரு குதிரை வீரன் கத்தினான். அவன் பின்னால் சில குதிரை வீரர்கள். கயிற்றில் ஒருவனைக் கட்டி தரதரவென இழுத்துக் கொண்டு வந்தார்கள்.

'நாங்கள் அவனைப் பிடித்துவிட்டோம். சிலுடு. இவன்தான்.'

அத்தனை தூரம் இழுத்து வரப்பட்ட சிலுடுவின் உடலெங்கும் ரத்த வர்ணம். ஏற்கெனவே பாதி உயிர் வெளியேறியிருந்தது. கஷ்டப்பட்டு தலையை நிமிர்த்திய சிலுடு, டெமுஜினை பார்த்தான். 'உன் அப்பா எனக்கு செய்ததை, நான் உனக்கு...'

சிலுடு சொல்லி முடிக்கும் முன்பே அவனது உயிருக்கு முற்றுப்புள்ளி வைத்தது டெமுஜினின் ஈட்டி.

## 6. முறிவு

வெற்றி. முதல் பெரிய வெற்றி. ஒரு பெண்ணை மீட்பதற்காக ஒரு இனக்குழுவையே வென்ற திருப்தி. அந்தக் கூடாரங்களில் ஆரவாரம். மதுவின் முழு ஆவர்த்தனம். தன் கூடாரத்திலிருந்து வெளியே வந்தான் டெமுஜின்.

'தளபதி, வாருங்கள். எங்களோடு வந்து மது அருந்துங்கள்' - அழைத்தான் பூர்ச்சு.

'நிச்சயமாக' - டெமுஜினின் முகத்தில் களிப்பு. அங் கிருந்தவர்களுக்கெல்லாம் தன் நன்றியைச் சொன் னான். 'டெமுஜின் வாழ்க!' என்ற கோஷங்கள் அந்த வெட்டவெளியை நிறைத்தன. அந்த நேரத்தில் போர்ட்டெயின் கூடாரத்திலிருந்து ஒரு பெண் ஓடி வந்தாள். டெமுஜினை வணங்கினாள். 'மகன் பிறந்திருக்கிறான்.'

வெளியே 'ஹோ..' என்ற ஆரவாரம். டெமுஜினுக் குள் மட்டும் சகிக்க முடியாத வேதனை. கொஞ்ச நேரம் அங்கேயே அசைவின்றி நின்று கொண்டிருந் தான். பின் வேறு வழியின்றி அந்தக் கூடாரத்துக்குள் நுழைந்தான். உள்ளே பிரசவித்த வலியிலிருந்து மீளாத போர்ட்டெ, அருகில் குழந்தை, கலவரம் கலந்து முகத்துடன் ஹோலுன்.

டெமுஜின் அந்தக் குழந்தையைக் கொன்று விடுவானோ என்ற பயம் இருவரது முகத்திலும்

தெரிந்தது. டெமுஜினின் கோபமான பார்வைகூட அப்படிப் பட்டதொரு சமிக்ஞையைத்தான் கொடுத்தது.

'குழந்தையைப் பார் டெமுஜின்' - தயங்கித் தயங்கிச் சொன்னாள் ஹோலுன். அவனது பார்வையில் வெப்பம். பார்வையாலேயே கெஞ்சினாள் போர்ட்டெ.

'உன் மேல் எந்தத் தவறும் இல்லை போர்ட்டெ. அந்தக் குழந்தைதான்..' - டெமுஜினிடமிருந்து வந்து விழுந்த வார்த்தைகளில் வேகம்.

'இந்தக் கொடுமை எல்லா மங்கோலியப் பெண்களும் அனுபவிப்பதுதான்' - ஹோலுனின் வார்த்தைகளில் வேதனை.

'இனி அது நடக்காது. என் அதிகாரத்தில், எந்தப் பெண்ணுக்கும் இந்தக் கொடுமை நிகழாது' - உறுதியாகச் சொன்னான் டெமுஜின்.

ஹோலுன், போர்ட்டெ இருவருக்கும் அந்தச் சொற்கள் கொஞ்சம் நிம்மதி அளித்தன. 'டெமுஜின், இந்தக் குழந்தைக்கு ஒரு பெயர் வை.'

சில நிமிடங்கள் யோசித்த டெமுஜின், 'ஜோச்சி'* என்று சொல்லிவிட்டு கூடாரத்திலிருந்து வெளியேறினான்.

●

டெமுஜினின் சிறு குழுவினர், ஜமுக்காவின் குழுவினரோடு கோர்கோனாக் என்ற பகுதியில் சேர்ந்து வாழ ஆரம்பித்தார்கள். டெமுஜினுக்கும் ஜமுக்காவுக்குமான நட்பு மேலும் அதிகரித்தது. இருவரும் ஒன்றாகவே வேட்டையாடினார்கள், ஒன்றாகவே சுற்றித் திரிந்தார்கள், ஒன்றாகவே சாப்பிட்டார்கள், ஒரே படுக்கையில் படுத்துத் தூங்கினார்கள். நாள்கள் நகர்ந்தன, வேட்டை, கொண்டாட்டம், போதை என்று.

டெமுஜினின் குடும்பத்தினர் உணவுக்கு எந்தவிதக் கஷ்டமின்றி, கவலையுமின்றி முதன்முறையாக வயிறார வாழ்ந்தார்கள். போர்ட்டெவுக்குத்தான் கொஞ்சம் எரிச்சலாக வந்தது. 'நீங்கள்

---

\* ஜோச்சி என்ற பெயருக்கான அர்த்தம் 'விருந்தினர்'.

உங்கள் நண்பரது இயல்பான குணத்தைப் புரிந்துகொள்ள வில்லை. அவரை அளவுக்கு மீறி நம்புகிறீர்கள். நல்லதல்ல.'

மெர்கிட்களை எதிர்த்து டெமுஜின் பெற்றிருந்த வெற்றி, ஜமுக்காவின் குழுவினர் மத்தியில் அவனுக்கு நல்ல மதிப்பை உருவாக்கியிருந்தது. மேலும் அவனுக்கும் ஜமுக்காவுக்குமிடையான ரத்த சகோதர உறவு இருந்ததால், குழுவின் இரண்டாவது தலைவராக டெமுஜினைப் பார்க்க ஆரம்பித்திருந்தார்கள். இருந்தாலும் மற்றவர்கள் இருவருக்குமிடையே ஒரு சிறு ஏற்றத்தாழ்வை அடையாளப்படுத்தத்தான் செய்தார்கள்.

மங்கோலியர்களிடைய வெள்ளை எலும்பு வம்சம் என்றால் உசத்தி, கறுப்பு எலும்பு வம்சம் என்றால் கொஞ்சம் மட்டு என்ற எண்ணம் பொதுவாக இருந்து வந்தது. அதாவது ஒரு மங்கோலியன் யாருடைய பரம்பரையில் வந்தவன், அவன் ஆணி வேர் என்ன என்று பார்த்து வெள்ளையா கறுப்பா என்று முடிவு செய்வார்கள். ஜமுக்காவின் முன்னோர்களைப் பார்த்தால், அவர்கள் எல்லோரும் ஓர் இனக்குழுவைச் சார்ந்தவர்கள். தங்கள் இனக்குழுவுக்குள்தான் திருமணம் செய்து கொள்வார்கள். தங்களுடைய வாரிசுகளுக்கும் அப்படித்தான் திருமணம் செய்து வைப்பார்கள். அதுதான் வெள்ளை எலும்பு வம்சம் என்று அழைக்கப்படுவதற்கான ஒரே தகுதி.

அதே நேரத்தில் டெமுஜினின் முன்னோர்களில் சிலர், வேறு இனக்குழுவைச் சார்ந்த பெண்ணைக் கடத்திக் கொண்டு வந்து திருமணம் செய்து கொண்டவர்கள். டெமுஜினின் தந்தையே அப்படிச் செய்தவர்தானே. கலப்புத் திருமணம் செய்து கொண்டவர் கறுப்பு எலும்பு வம்சத்தில் வருவார்கள்.

முதலில் ஜமுக்கா, டெமுஜினையும் குடும்பத்தினரையும் வெள்ளை எலும்பு வம்சமாகவே பாவித்து மரியாதை கொடுத்தான். ஜமுக்காவின் குழுவில் இருந்த கறுப்பு எலும்பு வம்சத்தினர் எல்லோரும் மானசீகமாக டெமுஜினின் பக்கம் சாய்ந்திருந்தார்கள். அதேபோல, வெள்ளை எலும்பு வம்சத்தினர், வெளிக் காட்டிக் கொள்ளாவிட்டாலும் உள்ளுக்குள் டெமுஜினை ஏற்றுக்கொள்ளவில்லை. நாளடைவில் ஜமுக்காவுக்கு டெமுஜினுக்குப் பெருகி வரும் ஆதரவானது ஒருவித பொறாமையை ஏற்படுத்தியது. அது கொஞ்சம் கொஞ்சமாக வளர்ந்தது. 'மங்கோலியக் குழுக்களை எல்லாம் ஒன்றிணைக்க வேண்டும்.

ஒட்டு மொத்த மங்கோலியர்களுக்கும் நானே கான் ஆக வேண்டும்' என்ற தனது கனவுக்குச் சவாலாக டெமுஜின் வளர்ந்துவிடுவானோ என்ற பயம் ஜமுக்காவைச் சூழ்ந்து கொண்டது. மனத்திலிருந்த நட்பின் இறுக்கமான பிணைப்பு கொஞ்சம் கொஞ்சமாக விடுபட ஆரம்பித்தது.

1181, மே. குளிர்கால கூடாரத்தைக் கலையுங்கள், கோடைக்காக வேறொரு நல்ல இடத்துக்குச் செல்லலாம் என்று தன் குழு வினருக்குக் கட்டளையிட்டான் ஜமுக்கா. டெமுஜினின் குடும்பத்தினரும் கிளம்பினார்கள். வழக்கம்போல முன் வரிசையில் ஜமுக்காவும் டெமுஜினும் சென்று கொண்டிருந் தார்கள். ஆனால் டெமுஜினிடம் எதுவுமே பேசவில்லை ஜமுக்கா. மிகவும் அமைதியாக வந்து கொண்டிருந்தான். 'இனியும் டெமுஜினை நம் குழுவிலேயே அரவணைத்து வைத்திருப்பது நல்லதல்ல' - என்று தன் மனத்தளவில் முடிவெடுத்திருந்தான். மாலை நேரத்துச் சூரியன் கரைந்து கொண்டிருந்தது.

'சரி, இன்று இரவு நாங்கள் இந்த இடத்திலேயே தங்கிக் கொள்கிறோம்.'

ஜமுக்காவிடமிருந்து வந்து விழுந்த வார்த்தைகளை டெமுஜி னால் சட்டென்று புரிந்துகொள்ள முடியவில்லை. அதன் உண்மையான அர்த்தத்தை உணர்ந்துகொள்ள அவனுக்குச் சில நிமிடங்கள் பிடித்தது. ஜமுக்காவைப் பார்த்தான். அவன் டெமுஜினின் பார்வையைத் தவிர்த்துவிட்டு, தம் குழு வினருக்குக் கட்டளைகள் இடச் சென்றுவிட்டான்.

அதிர்ச்சியை விழுங்க முடியாமல் தன் தாய் ஹோலுனிடம் வந்தான். 'அம்மா, இப்போது என்ன செய்யலாம்?' இப்படி எல்லாம் நிகழும் என்று ஏற்கெனவே எச்சரித்து வந்த போர்ட்டெ தான் கோபத்தில் பொங்கினாள். 'இப்போதே உறவை முறித்துக் கொண்டு வாருங்கள். நாம் தனியாகச் செல்லலாம்.'

•

டெமுஜின் உடைந்த குரலில் கட்டளையிட்டான். 'வாருங்கள் போகலாம்.' அவனைச் சார்ந்தவர்கள் எல்லோரும் பயணத்தைத் தொடர்ந்தார்கள். கூடவே, ஜமுக்காவின் தலைமையை விரும் பாத அவனது குழுவினர் சிலரும் டெமுஜினோடு தங்கள்

கால்நடைகள், குதிரைகளோடு இணைந்து கொண்டார்கள். ஜமுக்காவால் அவர்களைத் தடுக்க முடியவில்லை.

டெமுஜினின் குதிரை முன்னால் சென்றது. அவனது மனத்தில் ஜமுக்காவோடு செய்து கொண்ட சிறு வயது சத்தியங்கள் ஓடிக் கொண்டிருந்தன. சூரியன் அப்போதைக்கு மறைந்திருந்தது.

அன்று இரவு முழுவதும் டெமுஜினின் குழுவினர் நகர்ந்து கொண்டே இருந்தார்கள். எங்கேயும் கூடாரமடிக்கவில்லை. முடிந்தமட்டும் ஜமுக்காவைவிட்டு தூரமாக விலகிச் சென்றுவிடலாம் என்று பத்தொன்பது வயது டெமுஜின் முடிவெடுத்திருந்தான்.

•

கோடைக்காலத்துக்கு ஓரிடம். குளிர்காலத்துக்கு ஓரிடம். டெமுஜினின் தலைமையில் அவனது குழுவினர் பாதுகாப்பாக வாழ்ந்தார்கள். டர்குட்ஸ், பேயுட்ஸ், பெஸு்ட்ஸ், பாருலஸ், மாங்குட்ஸ், அருலட்ஸ், சுல்டஸ் என்று சிறு சிறு இனக் குழுவினர், டெமுஜினோடு வந்து இணைந்தார்கள். அவர்கள் ஜமுக்காவுடன் இணைவதை விரும்பவில்லை. காரணம், சிறு குழுவின் தலைவனாக இருந்த டெமுஜின், தன்னை நம்பி வந்து இணைந்த எல்லோரையும் ஒன்றுபோல, சம மரியாதையுடன் நடத்தினான். ஆகவே டெமுஜினின் பலம் கொஞ்சம் கொஞ்சமாக அதிகரித்தது.

கூடவே ஒரு பேச்சும் பலமாகப் பரவியது. மங்கோலியர்களின் பலமிக்கத் தலைவனாக இருக்கும் ஜமுக்காவுக்கு நிகராக டெமுஜினும் உருவெடுத்துவிட்டான். அடுத்த 'கான்' ஆகும் வாய்ப்பு டெமுஜினுக்கே இருக்கிறது.

ஜமுக்கா, எல்லாவற்றையும் கவனித்துக் கொண்டிருந்தான். டெமுஜின் மீது அவன் வைத்திருந்த பாசம் என்பது முற்றிலும் புதைந்து போயிருந்தது.

•

*1189*. அது சேவல் வருடம். டெமுஜினும் ஜமுக்காவும் பிரிந்து எட்டு வருடங்கள் கடந்திருந்தன. டெமுஜினின் மனத்திலும் மங்கோலியர்களை ஒன்றிணைத்து, உலக அளவில் மிகவும் வலிமை வாய்ந்த இனமாக மாற வேண்டும் என்ற எண்ணம்

வலுப்பெற்றிருந்தது. சிறு வயதில் நண்பன் ஜமுக்கா விதைத்த எண்ணம். நண்பர்களின் எண்ணம் ஒன்றுதான், ஆகவே எதிரிகளாக வேண்டிய சூழல்.

'நான் கான் ஆகப் போகிறேன். அதற்கான ஆட்டத்தை ஆடிப் பார்க்கலாம் என்று முடிவு செய்துவிட்டேன். ஜமுக்காவை வென்றால்தான் கான் ஆக முடியுமென்றால் அதற்கும் நான் தயார். எத்தனை தடைகள் வந்தாலும் மங்கோலியர்களை ஒன்றிணைத்து வலிமையான மங்கோலியாவை உருவாக்குவதே இப்போதைய என்னுடைய ஒரே நோக்கம்.'

அப்போது டெமுஜின் நீல ஏரி (blue lake) என்ற பகுதியில் முகாமிட்டிருந்தார். அது புர்கான் கல்டுன் மலையின் தெற்கு அடிவாரத்தில் அமைந்துள்ள பகுதி. கெர்லென் நதிக்குச் சற்றுத் தொலைவிலுள்ள பகுதி. அங்கு தன் ஆதரவாளர்களை எல்லாம் கூட்டி, khuriltai என்றழைக்கப்படும் பொதுக் கூட்டத்தை நடத்தினார். பொதுக்குழு கூட்டம் என்றுகூட வைத்துக் கொள்ள லாம். அங்கு நடத்தப்பட்ட வாக்கெடுப்பில் டெமுஜினை கான் ஆக்குவதற்கு நிறையவே ஆதரவுக் குரல்கள் ஒலித்தன.

ஜமுக்காவுக்கு எதிரான குரல்களும் ஒலித்தன. சரி, ஆங் கான்? என்னதான் இருந்தாலும் அவர் கெரியிட் என்ற வலிமை வாய்ந்த இனக்குழுவின் தலைவர் அல்லவா? போர்ட்டெவை மீட்க உதவியவர். டெமுஜினின் தந்தையோடு சகோதர உறவு கொண்டவர். என்னதான் ஒரு குழுவின் தளபதியாகத் தன்னை வளர்த்துக் கொண்டாலும், டெமுஜின், ஆங் கானின் அதிகாரத்துக்குக் கீழ் வருபவர்தானே.

எனவே முறைப்படி ஆங் கானைச் சந்திக்கச் சென்றார் டெமுஜின். உரிய மரியாதைகளைச் செய்தார். பின் தன் எண்ணத்தை வெளிப்படுத்தினார். ஆங் கான் டெமுஜினைக் கட்டிக் கொண்டார். 'நல்ல குறிக்கோள். எல்லாமே எனது அதிகாரத்தின் கீழ் இருக்கும்வரை என் ஆதரவு உனக்கு உண்டு.'

ஆங் கானின் ஆதரவு டெமுஜினுக்கு உற்சாகத்தைக் கொடுத்தது. ஆனால், ஆங் கானின் மனத்தில் இருந்த நினைப்பு வேறு.

'மங்கோலியர்களை ஒன்றிணைக்கப் போகிறானாம். நடக்கிற காரியமா அது? மங்கோலியர்களின் கான் ஆக வேண்டும் என்ற இதே எண்ணத்துடன்தான் ஜமுக்காவும் அலைந்து கொண்டு

இருக்கிறான். இப்போது இவனும். நான் இருவரையும் எதிர்க்கப் போவதில்லை. எதிரிகளாக அவர்கள் இருவரும் மோதிக் கொள்ளட்டும். மோதிக் கொண்டே இருக்கட்டும். அவர்களது பலம்தான் குறையும். நான்தான் இவர்களுக்கெல்லாம் என்றுமே தலைவனாக நீடித்திருப்பேன்.'

•

டெமுஜின் தன் குழுவினரை முறைப்படி வகைப்படுத்தி வைத்திருந்தார். யார் யார் என்னென்ன வேலை என்பது பிரித்துக் கொடுக்கப்பட்டிருந்தது. முக்கியமாக டெமுஜின் தனக்கென நம்பகமான சமையல்காரர்களை நியமித்திருந்தார். யாராவது சாப்பாட்டில் விஷம் கலந்துவிட்டால்? மேலும் அவரது தந்தையைக் கொன்றது விஷ உணவுதானே. ஆகவே தன் மனத்துக்கு மிகவும் நெருங்கிய நபர்களையே சமையல்காரர் களாக வைத்திருந்தார்.

அடுத்து வில் வீரர்கள். மங்கோலியர்களின் முதன்மையான, மிக முக்கியமான ஆயுதம். எந்தச் சமயத்திலும் குறி தப்பாமல் அம்புகளைக் கையாள்வது மிக முக்கியம். எதிரிகளை நெருங்கித்தான் தாக்கவேண்டும் என்றில்லை. தூரத்தில் வரும் எதிரிகளை, அதே இடத்திலேயே சுருண்டு விழ வைக்கலாம், வில் வித்தை தெரிந்திருந்தால். ஆகவே, மிகவும் வலிமையான வில் வித்தை படை ஒன்றை உருவாக்க, டெமுஜின் அதிகம் மெனக்கிட்டார்.

அடுத்து தங்குமிடத்தைப் பாதுகாக்கும் வீரர்கள் என்ற பிரிவினர் இருந்தார்கள். அதற்குத் தளபதியாக காஸர் நியமிக்கப்பட்டார். பகல் நேரத்தில் எழுபது பேர், இரவில் எண்பது பேர் என்று மொத்தம் நூற்றைம்பது பேர் இருந்தார்கள். மங்கோலியர்களின் முக்கிய பலமாகக் கருதப்படும் குதிரைகளைப் பாதுகாக்கும் பொறுப்பு பெல்கட்டேவுக்கு வழங்கப்பட்டது.

ஒன்று ஜமுக்காவின் குழுவாக இருக்க வேண்டும் அல்லது டெமுஜினின் குழு. இரண்டு பேருடனும் இணையாத சிறு சிறு இனக்குழுவினரும் மீதமிருந்தார்கள். அவர்கள் மீது டெமுஜி னின் படையினரோ அல்லது ஜமுக்காவின் படையினரோ படையெடுப்பார்கள். அந்தச் சிறு குழுவினர் மிரண்டு, அடிபணிந்து விடுவதும் உண்டு. முடிந்தமட்டும் எதிர்த்துப்

போரிடுவதும் உண்டு. ஜமுக்காவின் படையினர், அந்தச் சிறு குழுவினரின் கால்நடைகளை, பொருள்களை, பெண்களை - அபகரித்துக் கொண்டார்கள். அதே நேரத்தில் டெமுஜினின் படையினர், தமக்கு அடிபணியும் அந்தச் சிறு குழுவினரை தங்களோடு இணைத்துக் கொண்டார்கள்.

●

1190.

எழுபது பேர். மண்டியிட்டு அமர்ந்திருந்தார்கள். நிராயுதபாணி யாக. அவர்களது கைகள் பின்புறமாகக் கட்டப்பட்டிருந்தன. சுற்றிலும் ஜமுக்காவின் வீரர்கள், கையில் வாளோடு.

அந்த எழுபது பேரும் ஒரு சிறு இனக்குழுவைச் சார்ந்தவர்கள். டெமுஜினின் ஆதரவாளர்கள். ஜமுக்காவின் படையினர் அவர்களைச் சுற்றி வளைத்திருந்தார்கள். அவர்களது பொருள் களை, குதிரைகளை, கால்நடைகளை, பெண்களைக் கபளீகரம் செய்திருந்தார்கள். மோதலில் இறந்துபோனவர்களையும், தப்பி ஓடியவர்களையும் தவிர மீதமிருந்தது அந்த எழுபது பேர்.

அந்தச் சிறு குழுவின் தலைவனும் பிடிபட்டிருந்தான். ஜமுக்கா அங்கு வந்தார். 'வெட்டுங்கள்.'

அந்தத் தலைவனின் தலை தனியாக மண்ணில் விழுந்தது. ஜமுக்கா அந்தத் தலையைத் தன் காலால் எட்டி உதைத்தார். பின்பு தன் கைகளால் ஏதோ சைகை செய்தார். அவனது வீரர்கள் பரபரப்பானார்கள். நான்கு பெரிய அண்டாக்கள் கொண்டு வரப்பட்டன. அடுப்பு மூட்டினார்கள். அண்டாக்களை வைத்தார்கள். நீரை நிரப்பினார்கள். நீர் கொதிநிலையை நோக்கி முன்னேறிக் கொண்டிருந்தது.

மண்டியிட்டிருந்தவர்களின் முகத்தில் மரணத்தின் நிழல். ஜமுக்கா, அவர்கள் முன் மெதுவாக நடந்து சென்றார். ஒவ்வொருவராகத் தேர்ந்தெடுத்தார். அவர் தேர்ந்தெடுக்கும் நபரை, வீரர்கள் அப்படியே தலைக்கு மேல் தூக்கிச் சென்று திமிறத் திமிற அண்டாவுக்குள் போட்டார்கள். 'ஆ...'

ஏழு என்பதை மங்கோலியர்கள் துரதிர்ஷ்ட எண்ணாக நினைப்பார்கள். ஏழின் மடங்கான எழுபது என்ற எண்ணிக்கை யில் ஜமுக்கா செய்த கொலைகளானது, டெமுஜினுக்கு அடித்த

எச்சரிக்கை மணி. விஷயமறிந்த டெமுஜின் உடைந்து உட்கார்ந்தார். தன்னை நம்பி இணைந்த ஒரு குழுவினருக்கு நேர்ந்த கதியை நினைத்து துடிதுடித்துப் போனார். அதே நேரத்தில் டெமுஜினின் முகாமுக்கு ஆளில்லாத குதிரை ஒன்று வந்து சேர்ந்தது. அதன் வால் பகுதியில் தலை ஒன்று கட்டித் தொங்கவிடப்பட்டிருந்தது. அது கொல்லப்பட்ட அந்தச் சிறிய குழுத் தலைவனின் தலை.

மங்கோலியர்களைப் பொருத்தவரை, குதிரையின் பின்புறத்தில் வெட்டப்பட்ட மனிதத் தலையைக் கட்டித் தொங்கவிடுவதென்பது உச்சபட்ச அவமானத்தைக் கொடுப்பதாகும். 'ஜமுக்கா...' - வெறிகொண்டு டெமுஜின் எழுப்பிய குரலில் அந்த முகாமே கொஞ்சம் அதிர்ந்துதான் போனது.

ஜமுக்காவின் இந்தக் கொடூரச் செயல்களால், அவனது பெயர் கெட்டுப் போனது. மிகவும் கொடூரமானவன், அவன் மங்கோலியர்களின் கான் ஆக வந்துவிட்டால் அபாயம் என்ற எண்ணம் பரவலாக எழுந்தது. அதே சமயத்தில் டெமுஜின் மீது நல்ல எண்ணம் படிய ஆரம்பித்தது. இருவரையும் சாராமல் பொதுவாக இருந்த சிறு சிறு இனக்குழுவினர்கள், டெமுஜினின் பக்கம் சாய ஆரம்பித்தார்கள். இந்தச் சம்பவம் ஜமுக்கா தனக்குத் தானே ஏற்படுத்திக் கொண்ட கரும்புள்ளி. டெமுஜினின் வாழ்க்கையில் ஒரு திருப்பு முனை.

•

'அண்ணா, ஆங் கான் உங்களைப் பார்க்க வந்திருக்கிறார்' - காஸர் சொன்னதைக் கேட்டு, கூடாரத்தை விட்டு வேகமாக வெளியே வந்தார் டெமுஜின். வந்தவரை பாசமாக வரவேற்றார். உள்ளே அழைத்துச் சென்று உரிய மரியாதை செய்தார்.

'டெமுஜின், நான் உன்னிடம் ஓர் உதவி கேட்டுத்தான் வந்திருக்கிறேன். ஆனால் நீ மேலும் உன்னை வளமாக்கிக் கொள்வதற்குரிய வாய்ப்பு இது' - ஆங் கான் பீடிகை போட்டார்.

'சொல்லுங்கள், உதவுவதற்குக் காத்திருக்கிறேன்.'

'டட்டார்களை எதிர்த்துப் போரிட உதவி செய்ய வேண்டும். எனக்கல்ல, ஜர்செட் இனத்தவர்களுக்கு.'

சீனாவில் மத்தியிலுள்ளது கோபி பாலைவனம். அந்தப் பாலைவனத்தில் தெற்குப் பகுதியை ஆண்டு வந்தவர்கள்

ஜர்செட் பரம்பரையினர். மங்கோலியாவின் ஒரு இனக்குழுவான டட்டார்கள், பல்வேறு சமயங்களில் ஜர்செட்களுடன் கூட்டணி அமைத்துக்கொண்டு வேறு எதிரிகளோடு போராடியிருக் கிறார்கள். ஆனால் அப்போது டட்டார்கள், ஜர்செட்டுக்கு எதிரான நிலைப்பாட்டில் இருந்தார்கள். டட்டார்களின் வளர்ச்சி, ஜர்செட்டுகளிடையேயும் அச்சத்தை ஏற்படுத்தியிருந்தது. ஆகவே ஜர்செட்டுகளின் தலைவனான கோல்டன் கான், டட்டார்களை எதிர்த்துப் போராட ஆங் கானின் உதவியைக் கேட்டு வந்திருந்தான். ஆங் கான் வயதானவர். படை உதவி செய்யலாம். களத்தில் நின்று கட்டளைகள் இடலாம். ஆனால் களத்தில் இறங்கிப் போராட ஒரு துடிப்புமிக்க தளபதி வேண்டுமே. எனவே டெமுஜினைத் தேடி வந்தார் அவர்.

'கான், டட்டார்களை எதிர்த்துப் போராட ஜமுக்காவை அழைக்காமல், என்னை ஏன் தேர்ந்தெடுத்துள்ளீர்கள்?' - டெமுஜின் புன்னகையுடன் கேட்டார்.

'உன்மேல் எனக்கு நம்பிக்கை அதிகம்' - ஆங் கான் சிரித்தார்.

'நன்றி கான்.'

'டெமுஜின், டட்டார்களை ஒடுக்கிவிட்டோம் என்றால், ஜர்செட்டுகள் மூலம் நமக்குக் கிடைக்கும் செல்வம் கற்பனை செய்ய முடியாததாக இருக்கும்' - ஆங் கானின் இடுங்கிய விழி கள் விரிந்தன. அவரது தொங்கு மீசைகூட ஆச்சரிய உணர்வை சற்றே நிமிர்ந்து வெளிப்படுத்தியது.

'கான், நிச்சயமாக டட்டார்களை ஒழித்துக்கட்டுவோம்' - டெமுஜின் உற்சாகமானார்.

•

ஜர்கின் என்ற சிறிய இனக்குழுவினரும் டெமுஜினின் கூட்டணியில்தான் இருந்தார்கள். அவர்களையும் போரில் கலந்து கொள்ளுமாறு அழைத்திருந்தார் டெமுஜின். போருக்குக் கிளம்புவதற்குச் சில நாள்கள் முன்பு, டெமுஜின் முகா மிட்டிருந்த கெர்லென் நதிக்கரைப் பகுதியில் விருந்து ஒன்றுக்கு ஏற்பாடு செய்யப்பட்டிருந்தது. ஜர்கின் இனத்தைச் சார்ந்தவர் களும் கலந்து கொண்டிருந்தார்கள்.

நேரம் ஆக ஆக உற்சாகமும் போதையும் ஒன்றை ஒன்று மிஞ்சிக் கொண்டே சென்றன. அந்தச் சந்தர்ப்பத்தை பயன்படுத்திக் கொண்ட ஒரு ஜர்கின், தூரத்தில் பட்டியில் அடைத்து வைக்கப் பட்டிருந்த ஒரு சில குதிரைகளைக் களவாடிக் கொண்டு சென் றான். குதிரைகளைப் பாதுகாக்கும் பொறுப்பு, டெமுஜினின் சகோதரனான பெல்கட்டேவிடமிருந்தது. பெல்கட்டே, அந்தத் திருடனைக் கவனித்துவிட்டான். சட்டென தன் குதிரையில் ஏறி, அந்தத் திருடன் செல்லும் திசையை நோக்கித் தன் குதிரையைச் செலுத்தினான்.

ஆனால் எங்கிருந்தோ பாய்ந்து வந்த ஒரு குண்டன், பெல் கட்டேவை குதிரையிலிருந்து தள்ளிவிட்டான். தடுமாறி எழுந்து நின்ற பெல்கட்டே முன் அந்த குண்டன் மார்தட்டியபடி நின்று கொண்டிருந்தான். அவன் புரி என்ற மல்யுத்த வீரன். ஜர்கின்தான். பெல்கட்டேவுக்கு அது கூட்டுச் சதி என்பது புரிந்து போனது. புரி யோடு மல்யுத்தம் செய்யத் தயாரானான். தனது மேல்சட்டையைக் கழற்றி எறிந்தான். தோள்களைக் கைகளால் தட்டியபடி புரி மீது பாய்ந்தான். ஆனால் புரியோ, கண்ணிமைக்கும் நேரத்தில் தன் பின்னால் மறைத்து வைத்திருந்த வாளை உருவினான். வீசினான்.

லாகவமாகச் சமாளித்து விலகினான் பெல்கட்டே. இருந்தாலும் அவனது மார்பில் சிறிய கீறல். ரத்தம் வந்தது. மங்கோலியர் களைப் பொறுத்தவரையில் மல்யுத்தம் செய்ய வந்தவனை ஆயுதத்தால் தாக்குவதென்பது முதல் தவறு. அவமானப்படுத்து வதற்குச் சமம். விருந்துக்கு வந்த இடத்தில் ஆயுதங்களோடு வருவதென்பது அடுத்த மிகப்பெரிய தவறு. பெல்கட்டேவுக்குள் கோபம் கொந்தளித்தது. அடக்கிக் கொண்டான்.

அதற்குள் அங்கிருந்த மற்ற ஜர்கின்களும் கைகலப்பில் ஈடுபட ஆரம்பித்தார்கள். டெமுஜினின் குழுவினரும் போதையில் கலகத்தில் ஈடுபட ஆரம்பித்தார்கள். உணவுப் பொருள்களும் மதுக் கோப்பைகளும் சராமாரியாகப் பறந்தன. கலவரம் ஓய சில மணி நேரங்கள் பிடித்தன.

•

1196. குளிர்காலம்.

டெமுஜின் காத்திருந்தார். கிட்டத்தட்ட ஒரு வாரம். ஜர்கின் களின் படை வரவே இல்லை. அவர்களது முகாமிலிருந்து ஒரு

செய்திகூட இல்லை. அதற்கு மேல் காத்திருப்பது வீண் என்பதால் கிளம்பினார், தன் படைகளோடு.

ஜர்செட்டின் கோல்டன் கான், கெரியிட்டின் ஆங் கான், தளபதி டெமுஜின் மூவரும் இணைந்து படைகளை வழி நடத்திச் சென்றார்கள். டட்டார்கள் முகாமிட்டிருந்த இடத்துக்குச் சென்று திடீர்த் தாக்குதலை மேற்கொண்டார்கள். வெற்றி கண்ணாமூச்சி காட்டவில்லை, எளிதாகவே கிட்டியது.

டட்டார்கள் சீனாவுடன் பலமான வாணிக உறவு கொண்டவர்கள். எனவே அவர்களிடமிருந்து கைப்பற்றிய சீனப் பொருள்கள் டெமுஜினுக்கு மகிழ்ச்சியைக் கொடுத்தன. வெற்றியின் பரிசாக ஜர்செட் பரம்பரையினர் கொடுத்த தங்கத்திலும், தங்கம் கலந்த பொருள்களிலும் திக்குமுக்காடிப் போனார் டெமுஜின். மக்கள் எண்ணிக்கை அளவில் பலம் வாய்ந்ததாக இருந்த டெமுஜினின் குழு, அப்போது பொருளாதார ரீதியிலும் வளம் பெற்றது. டெமுஜினின் அந்த வெற்றி, அதனால் கிடைத்த வளம், மற்ற இனக்குழுவினரைத் திரும்பிப் பார்க்க வைத்தது. ஈர்க்கவும் செய்தது.

டெமுஜின் போருக்குச் சென்றிருந்த சமயத்தில், ஜர்கின்கள் அவரது முகாம் மீது திடீர்த் தாக்குதலை நடத்தியிருந்தார்கள். கொள்ளையடித்துச் சென்றிருந்தார்கள், கூடவே பாதுகாவலுக்கு இருந்த பத்துப் பேரைக் கொன்று விட்டும் போயிருந்தார்கள்.

கெர்லென் நதிக்கரையோர முகாமுக்குத் திரும்பிய டெமுஜினுக்கு ஓர் உன்னதமான உண்மை தெளிவாகப் புரிந்தது. தனக்கு மிகவும் நெருக்கான ஜர்கின்களே, கைகொடுக்காமல் விலகி விட்டார்கள். எதிரிகளாகியும் விட்டார்கள். ஜர்செட்களும் டட்டார்களும் பலகாலம் இணைந்து இருந்திருக்கிறார்கள். இப்போது எதிரிகள். இன்றைக்கு டட்டார்கள் தோல்வி யடைந்திருக்கிறார்கள். நாளைக்கே அவர்கள் எழுச்சி அடையலாம். சொல்ல முடியாது, தேவைப்பட்டால் ஜர்செட்டுகளே, டட்டார்களுடன் இணைந்து ஆங் கானுக்கு எதிரான போரில்கூட குதிக்கலாம். ஜர்செட்டுகளும் ஜர்கின்களும் கூட எனக்கு எதிராகப் படை திரட்டலாம்.

எந்தப் போர்க் கூட்டணியும் நிரந்தரமானதல்ல. எந்தப் போரின் வெற்றியும் நீடித்திருப்பது இல்லை. எந்த அமைதியும் நிலைத்திருப்பதில்லை.

இது ஜர்கின்களுக்குப் பாடம் கற்பிக்க வேண்டிய தருணம். ஜர்கின்கள் மூலம், மற்ற இனக்குழுவினருக்கும். டெமுஜினின் சிறு படை ஒன்று ஜர்கின்களின் முகாமைச் சூழ்ந்து கொண்டன. ஜர்கின் இனக் குழுவின் தலைவரும் மற்ற முக்கியஸ்தர்களும் பிடிக்கப்பட்டார்கள். ஒற்றுமையைக் குலைக்க நினைத்ததாலும், கீழ்ப்படியாமல் இருந்ததற்காகவும் அவர்கள் எச்சரிக்கப் பட்டார்கள்.

அவர்களுக்கெல்லாம் மரண தண்டனை கிடைக்கப் போகிறது என்று எல்லோரும் எதிர்பார்த்திருந்த சமயத்தில் டெமுஜின் வித்தியாசமான காரியம் ஒன்றைச் செய்தார். ஜர்கின் இனக் குழுவில் பெற்றோரை இழந்திருந்த சிறுவன் ஒருவனைத் தேர்ந்தெடுத்தார். டெமுஜினின் தாய் ஹோலுன், அந்தச் சிறு வனை தன் வளர்ப்பு மகனாகத் தத்தெடுத்துக் கொண்டார். டெமுஜினும் அவரது மற்ற சகோதரர்களும் அவனைத் தங்களுடைய இளைய சகோதரனாக ஏற்றுக் கொண்டார்கள். எனவே, ஜர்கின் இனக்குழுவினர் மீதிருந்த 'எதிரி' என்ற முத்திரை மறைந்து 'உறவு' என்ற புதிய முத்திரை விழுந்தது.

அதுபோக தோற்றுப் போனவர்களை அடிமைகளாக்கிக் கொள்வதுதான் மங்கோலியர்களின் வழக்கம். ஆனால், டெமுஜின் ஜர்கின் இனக்குழுவின் ஆண்கள், பெண்கள், குழந்தைகள் எல்லோரையும் தம் குழுவோடு இணைத்துக் கொண்டார். அவர்களது நிலங்களை, உடைமைகளை அவருக்கே வழங்கினார். இதற்கு மேலும் ஜர்கின்கள் முரண்டு பிடிக்கவா போகிறார்கள்? டெமுஜினே ஒப்பற்ற தலைவர் என்று மனமார சரணடைந்தார்கள்.

இன்னும் ஒரு கணக்கு பாக்கியிருக்கிறதே. புரி. மல்யுத்த வீரன். அவன் பெல்கட்டேவுக்கு ஏற்படுத்திய அவமானம். ஜர்கின்கள் இணைந்த வெற்றியைக் கொண்டாடும் விதமாக விருந்து அமர்க்களப்பட்டுக் கொண்டிருந்தது. போதை உச்சந்தலைக் கேற ஆங்காங்கே உற்சாகக் கூக்குரல்கள்.

புரி, தன் நண்பர்களோடு இணைந்து மது அருந்திக் கொண்டிருந் தான். பெல்கட்டே அந்த இடத்துக்கு வந்தான். அவர்களோடு அமர்ந்தான். ஒரு குவளை மது அருந்தினான். சிரித்துக் கொண்டே தன் அருகிலிருந்தவனை மல்யுத்தம் செய்ய அழைத் தான். இருவரும் விளையாட்டாக மோதிக் கொண்டார்கள். பெல்கட்டே, அவனை வீழ்த்தினான்.

புரியால் உட்கார்ந்திருக்க முடியவில்லை. அவன் எழுந்து மல்யுத்தம் செய்வதற்குத் தயார் என்பதுபோல தன் மாபெரும் தொடைகளைத் தட்டினான். சற்றுத் தள்ளி நின்ற டெமுஜின் எல்லாவற்றையும் கவனித்துக் கொண்டிருந்தார். பெல்கட்டே, சற்றும் தாமதிக்காமல் பாய்ந்து சென்று புரியின் வயிற்றில் தன் தலையால் முட்டினான். புரியைச் சுதாகரிக்கவே விடவில்லை. அடுத்தடுத்து தாக்கிக் கொண்டே இருந்தான்.

ஏற்கெனவே அதிக போதையிலிருந்த புரி நிற்கக் கூட முடியாமல் தடுமாறிக் கொண்டிருந்தான். பெல்கட்டே, டெமுஜினைப் பார்த்தான். டெமுஜின் கண்களால் 'ம்' என்றார். மறுகணமே புரியை அலேக்காகத் தூக்கி தட்டாமாலை சுற்றிய பெல்கட்டே, அவனது முகம் தரையில் மோதுமாறு ஓங்கி வீசினான்.

குப்புறக் கிடந்த புரி, வலியால் துடித்தான். பெல்கட்டே அவனது இடுப்பில் தனது வலது காலை வைத்து பலமாக மிதித்தான். அப்படியே அவனது தோள்பட்டைகளைப் பிடித்து பின்பக்கம் வேகமாக வளைத்தான். புரியின் அலறலையும் மீறி இடுப்பெலும்பு நொறுங்கும் சத்தம் கேட்டது.

அடுத்த நிமிடமே அந்த மாமிச மலையை ஒரு துணிமூட்டை போலத் தூக்கி, தூர எறிந்தான் பெல்கட்டே. தொலைவில் சென்று விழுந்த புரியின் உடல், தன் உயிரைக் கொஞ்சம் கொஞ்சமாக இழந்து கொண்டிருந்தது. சுற்றி நின்றவர்களுக் கெல்லாம் ஏறிய போதை, பீதியில் இறங்கிக் கொண்டிருந்தது.

## 7. காட்டுக் குதிரை

'இனி நான் கான் அல்ல. குர் கான்*.'

தனக்கு ஆதரவான இனக்குழுவினரை எல்லாம் கூட்டி வைத்து கர்ஜித்தார் ஜமுக்கா. கூடியிருந்தவர்கள் எல்லோரும் அதனை ஆமோதிக்கும்படி குரல் எழுப்பினார்கள். ஆண் குதிரை ஒன்றும், பெண் குதிரை ஒன்றும் தனித்தனியாகப் பலி கொடுக்கப் பட்டன. அது 1201, சேவல் வருடம்.

டெமுஜினின் அடுத்தடுத்த வெற்றிகள் ஜமுக்காவை மிகவும் பாதித்திருந்தன. தனக்கு இணையாக ஒரு தலைவனாக டெமுஜின் வளர்ந்து வருவதை அவரால் பொறுத்துக் கொள்ள முடியவில்லை. ஆகவே தன்னை குர் கான் என்று அறிவித்து பரபரப்பைக் கிளப்பினார். அந்தச் செய்தியை டெமுஜினுக்கும் ஆங் கானுக்கும் சொல்லி அனுப்பினார்.

டெமுஜின் தனது குழுவினரோடு அவர்கா என்ற இடத்தில் முகாமிட்டிருந்தார். அதை ஒரு நதித் தீவு என்று சொல்லலாம். அதாவது கெர்லென் நதியும், செங்கெர் என்ற சிறிய நதியும் இணையும் இடத்தில்

---

\* கான்களுக்கெல்லாம் கான் என்று பொருள். அரசர்களுக் கெல்லாம் அரசர்.

நடுவில் அமைந்த நிலப்பரப்பு. டெமுஜினுக்கு அவர்காவின் அமைவிடம், நீர் வசதி, பசுமை எல்லாமே மிகவும் பிடித்திருந்தது. அதாவது, ஒன்றுபட்ட மங்கோலியா உருவாகும் போது, அவர்காவையே அதன் தலைநகராக வைத்து இயங் கலாம் என்று திட்டமிடும் அளவுக்குப் பிடித்திருந்தது.

ஜமுக்காவின் செய்தி, அவர்காவை வந்தடைந்தது. செய்தியைக் கேட்டபின் டெமுஜின் முகத்தில் எந்தவித பிரதிபலிப்பையும் காட்டவில்லை.

'என்ன நண்பா, வெளிப்படையாகவே சவால் விடுகிறாயா? என்னை உசுப்பிவிட்டு மோதலுக்குத் தயாராகிறாய். நீ பெரியவனா, நான் பெரியவனா என்று இறுதி முடிவெடுக்கும் நேரம் வந்துவிட்டதாக நீயே நினைத்துவிட்டாய். நண்பனின் விருப்பத்தை நிறைவேற்றுவதைவிட வேறென்ன இருக்கிறது?' - டெமுஜின் அமைதியாக யோசித்தார்.

அப்போதும் ஜமுக்காவுடன் நேரடியாக மோதி முடிவெடுக்கும் அளவுக்கெல்லாம், டெமுஜினிடம் படை பலம் இல்லை. ஆங் கான் உதவி செய்தாலொழிய வேறு வழியே இல்லை. அவரைத் தேடிச் சென்றார்.

'கான்களுக்கெல்லாம் கான் நான் இருக்கும்போதே, தன்னை குர் கானாக அறிவித்திருக்கிறான் என்றால் அந்த ஜமுக்காவுக்கு எவ்வளவு திமிர்! அவனை அடக்கியே ஆக வேண்டும்' - தனது தொங்கு மீசை துடிதுடிக்கப் பேசினார் ஆங் கான்.

'டெமுஜின், இந்தப் போரில் நம் கூட்டணி வெற்றி பெறும்.'

'கான், நிச்சயமாக.' - இருவரும் சேர்ந்து ஜமுக்காவுக்கு எதிரான போருக்குத் தயாரானார்கள். தன்னை கான்களுக்கெல்லாம் கானாக அறிவித்த ஜமுக்கா, அதை நிரூபிக்க அந்தப் போரில் வென்றே ஆக வேண்டிய கட்டாயத்தில் இருந்தார். ஆகவே பலம் வாய்ந்த டாய்சூட் இனக்குழுவினருடன் கூட்டணி அமைத்திருந்தார்.

போருக்குக் கிளம்புவதற்கு முன் வெற்றிக்காகக் கடவுளை வேண்டிக்கொண்டு பலிகள் கொடுப்பது வழக்கம். இரு தரப்பிலும் கால்நடைகள் கருகிக் கொண்டிருந்தன. நிக்க வைத்து தண்ணீர் தெளித்து கழுத்தில் ஒரே போடு. அதெல்லாம் கிடையாது. மங்கோலியர்களின் பலி என்பது, விலங்குகளைத் தீயில் எரிப்பது.

டெமுஜின் மிகவும் மதிப்பு வைத்திருந்த தலைமை மந்திரவாதி யான டெப் டெங்ரி, அந்தப் பலி சடங்குகளை நடத்திக் கொண்டிருந்தார். கூடவே ஏகப்பட்ட மந்திரவாதிகள். சுற்றியிருந்த வீரர்கள் எல்லோருடைய முகத்திலும் பயம் கலந்த பக்தி. ஆவேசமாகக் குரல் எழுப்பிய டெப் டெங்ரி, எரிந்து கொண்டிருந்த நெருப்பினுள் வேகமாகக் கையை நுழைத்து எலும்புத் துண்டு ஒன்றை எடுத்தார். அது ஆடு ஒன்றின் கால் எலும்பு.

மற்ற மந்திரவாதிகள் எல்லாம் கையில் பறையை வைத்துக் கொண்டு வாசித்தபடியே வாசித்துக் கொண்டிருந்தார்கள். டெப் டெங்ரியும் சுற்றிச் சுற்றி ஆடியபடியே தன் கையிலுள்ள எலும்பை உற்றுப் பார்த்தார். அவர் கூறப்போகும் கட்டியத்துக் காக எல்லோரும் காதைத் தீட்டிக்கொண்டு காத்திருந்தனர். பலி கொடுக்கப்பட்ட ஆட்டின் கால் எலும்பில் உள்ள பிளவுகளை வைத்து, போரில் வெற்றி வாய்ப்பு எப்படி உள்ளது என்று சொல்வது மந்திரவாதிகளின் வழக்கம்.

'ஆஹ்ஹா.. இந்தப் போரில் வெற்றி நமக்குத்தான். கடவுள் தெங்ரி நம்மைக் கைவிட மாட்டார்.'

டெப் டெங்ரியில் குரல் ஓங்கி ஒலிக்க, டெமுஜினோடு மற்றவர்களும் சேர்ந்து உற்சாகக் குரல் எழுப்பினார்கள். டெமுஜினுக்குக் கடவுள் பக்தி நிறையவே உண்டு. ஆனாலும் போருக்கும் முன் வீரர்களை மன ரீதியாக எப்படித் தயார் செய்யவேண்டும் என்பதில் எப்போதுமே அவர் கவனமாக இருந்தார். பயபக்தியான சூழலில், தலைமை மந்திரவாதி 'வெற்றி நமதே' என்று கட்டியம் கூறினால், அதை வீரர்கள் கடவுளின் குரலாகத்தான் எடுத்துக் கொள்வார்கள். மனத்தளவில் படு உற்சாகமாகவும் தைரியமாகவும் போருக்குக் கிளம்புவார் கள். ஆகவே ஒவ்வொரு முறை போருக்குக் கிளம்புவதற்கு முன்பும் இப்படிப்பட்ட பூஜைகளைத் தவறாமல் நடத்தினார் டெமுஜின்.

போர்க்களம். ஒருபுறம் ஆங் கானின் தலைமையில், டெமுஜினைத் தளபதியாகக் கொண்ட வீரர்கள். எதிர்ப்புறத்தில் டாய்சூட் படையினர், தனது படையினரோடு ஜமுக்கா. எண்ணிக்கையளவில் டெமுஜின், ஆங் கான் வீரர்களே அதிகமாக இருந்தார்கள். அதுவே அவர்களுக்கு உற்சாகத்தை இரு

மடங்காக்கியது. போருக்குக் கிளம்புவதற்கு முன்பாகவே டெமுஜின், தட்பவெப்ப நிலையைக் கவனித்தார். மழை வருவதுபோலத்தான் இருந்தது. எனவே, மனத்தில் திட்டம் ஒன்றை வைத்தபடியே மந்திரவாதிகளையும் போர் முனைக்கு அழைத்து வந்திருந்தார்.

எந்த நேரமும் மழை வரலாம் என்ற சூழல். வெட்ட வெளியில் கருமேகங்கள், பூமியையே விழுங்குவதற்குக் காத்திருப்பது போலக் கொழுத்துத் திரண்டிருந்தன. 'தாக்குங்கள்' என்று ஜமுக்காவின் புறத்திலிருந்து குரல் ஒலித்தது. வீரர்கள் பாய்ந்து வந்தார்கள். டெமுஜின் தனது மந்திரவாதிகளை முன்புறம் நிறுத்தியிருந்தார். அவர்களும் வானை நோக்கிக் கைகளை அசைத்தபடி ஏதோ ஓதிக் கொண்டிருந்தார்கள்.

வானத்தையே நார் நாராகக் கிழிப்பதுபோல மின்னல்கள் ஆட்டம் காட்ட ஆரம்பித்தன. தொடர் இடிகளின் இடைவிடாத ஓசை.

இடி என்றாலே மங்கோலியர்கள் கதி கலங்கிவிடுவார்களே. தாக்குவதற்காக முன்னேறி வந்த ஜமுக்காவின் படையினரும் டாய்சூட் வீரர்களும் மிரண்டு போனார்கள். கடவுள் தெங்ரி கோபப்பட்டு விட்டாரே. போருக்கு வந்ததே தவறா? அய்யோ, டெமுஜினின் மந்திரவாதிகள் இடியையே உருவாக்கும் வல்லமை படைத்தவர்களா? இனியும் இங்கு நின்றால் நாம் செத்தோம். மிரட்சியில் பின் வாங்கினார்கள்.

'கான், திரும்பிப் போய்விடலாம். வாருங்கள்' - வீரர்கள் கலைவதைக் கண்ட தளபதிகள், ஜமுக்காவிடம் கெஞ்ச ஆரம்பித் தார்கள். அதே நேரத்தில் டாய்சூட் வீரர்களும் பின்வாங்கிக் கொண்டிருந்தார்கள்.

'விடாதீர்கள். அந்த ஜமுக்காவையும் அவனது படைகளையும் சுற்றி வளைத்துக் கொல்லுங்கள்' - ஆங் கான் தனது படை யினருக்குக் கட்டளையிட்டார். 'டெமுஜின், நீ உன் படை களோடு சென்று டாய்சூட்களைத் தாக்கு.'

ஆனான் நதிக்கரையை நோக்கித் தப்பித்துச் சென்று கொண்டிருந்த டாய்சூட் வீரர்களை, டெமுஜினின் படையினர் துரத்த ஆரம்பித்தார்கள். டெமுஜினின் மனத்தில் சிறுவயது வலிகள் ஓட ஆரம்பித்தன.

'டாய்சூட்கள். இவர்கள்தானே சிறுவர்களாக இருந்தபோது என்னை அடிமையாகக் கொடுமைப்படுத்தியது. இது எனக்கான நேரம். நீங்கள் எனக்குக் கொடுத்ததை எல்லாம் திருப்பி அளிக்க வேண்டாமா? வந்து கொண்டே இருக்கிறேன் துரோகிகளே!'

டாய்சூட்களின் வாழ்விடம் டெமுஜினுக்குப் பழக்கப்பட்ட ஒன்றுதான். ஆகவே தனது படையினரைக் கொண்டு அவர்களை விரைவாகத் துரத்திச் சென்றான். ஆனால் டாய்சூட்கள் தங்கள் இருப்பிடத்தை நெருங்கும் வேளையில் எதிர்பாராத தாக்குதலை ஆரம்பித்தார்கள். அதாவது அவர்களில் ஒரு குழுவினர் மட்டும் சென்று கொண்டிருந்த திசையிலிருந்து டக்கென திரும்பி நின்று, வில்லைக் கையில் எடுத்தனர். அம்புகள் சீறின.

டெமுஜினின் படைகள் சடாரென சுதாரித்துக் கொண்டாலும், கொஞ்சம் இழப்பு இருக்கத்தான் செய்தது. அந்தப் பகுதியில் கொஞ்சம் மரங்கள் சிறிய தோப்புபோல இருந்தன. அதனுள்ளே புகுந்துகொண்டு அங்கிருந்து அம்புத் தாக்குதலைத் தொடர்ந் தார்கள். அதுபோக ஆங்காங்கே மரத்தடுப்புகளை வைத்திருந் தார்கள். எனவே, டெமுஜின் படையினரின் முன்னேறும் வேகம் குறைந்தது. டெமுஜின் படையில் ஒரு பிரிவினரும் அம்புகளை ஊர்வலம் அனுப்ப ஆரம்பித்தார்கள். கொஞ்சம் கொஞ்சமாக முன்னேறி, இரண்டு பிரிவினருக்குமான வாள் சண்டையும் ஆரம்பமானது.

டெமுஜின், யுத்த களத்தின் மையத்திலிருந்து சற்று விலகி, தன் படையினருக்குக் கட்டளைகள் பிறப்பித்த வண்ணம் இருந்தார். இரண்டு படையினரும் ஒருவருக்கொருவர் சளைக்காமல் மோதிக் கொண்டிருந்தார்கள். இரண்டு புறமும் சரி விகிதத்தில் இழப்புகள் இருந்தன. பகல் பொழுதில் ஆரம்பித்த யுத்தம், மாலை வரை நீண்டது. இருள் தன்னை விஸ்தரிக்க ஆரம்பித்த நேரம். அடுத்த சில நிமிடங்களில் அன்றைய போரை நிறுத்திக் கொள்ளலாம் என்று டெமுஜின் நினைத்திருந்தார்.

அந்தச் சமயத்தில் எதிரிகளின் திசையிலிருந்து விஸ்க்கெனப் பாய்ந்து வந்த அம்பு ஒன்று, டெமுஜினின் குதிரையின் கழுத்தில் பாய்ந்தது. அலறித் துடித்த குதிரையிலிருந்து பதறிக் கீழே விழுந் தார் டெமுஜின். குதிரையும் மயங்கிச் சரிந்தது. தரையிலிருந்து எழுந்த டெமுஜின்சட்டென, குதிரையின்கழுத்தில் இருந்த அம்பை உருவினார். அது விஷத்தில் தோய்க்கப்பட்ட அம்பு.

மறு கணமே அதே திசையிலிருந்து இன்னொரு அம்பு பாய்ந்து வந்து, டெமுஜினின் கழுத்தில் இறங்கியது. அம்பைத் தன் வலது கையால் பிடித்த டெமுஜின், அப்படியே தரையில் விழுந்தார். மெல்ல தன் நினைவிழந்தார்.

'தளபதி.. தளபதி..' - டெமுஜினின் தலைமைத் தளபதியான ஜெல்மி அவரை உலுக்கிப் பார்த்தான். உடலில் அசைவில்லை. கொஞ்சம்கூட தாமதிக்காமல் கழுத்திலிருந்து அந்த அம்பைப் பிடுங்கினான். துளைத்த காயத்திலிருந்து ரத்தம் வழிந்தோடியது. அம்பின் ரத்தம் தோய்ந்த முனையை முகர்ந்து பார்த்தான். அதுவும் விஷத்தில் தோய்க்கப்பட்ட அம்புதான்.

இருளிடம் வெளிச்சம் கொஞ்சம் கொஞ்சமாகத் தன்னை இழந்து கொண்டிருந்தது. அதற்கு மேல் போர்புரிய முடியாது. போர் நிறுத்தத்துக்கான ஒலி இரண்டு புறமிருந்தும் எழுப்பப்பட்டது. அன்றைய இரவில் இரண்டு படை வீரர்களும் அருகருகே ஓய்வெடுக்க வேண்டிய சூழல். நிலவில்லாத இரவு. ஆங்காங்கே நெருப்பு நின்று ஆடிக் கொண்டிருந்தது. அந்த மங்கலான வெளிச்சத்தில் இரண்டு தரப்பினர்களும் கண்ணயராமல் ஓய்வெடுக்க வேண்டிய நிர்ப்பந்தம்.

அசந்து தூங்கும்போது டாய்சூட்கள் தாக்குதலை ஆரம்பித்து விட்டால்? டெமுஜினின் படையினருக்குப் பயம். டெமுஜினின் வீரர்கள் லேசுப்பட்டவர்கள் அல்ல, தந்திரசாலிகள். ஓய்வெடுப்பதுபோல நடிப்பார்கள், ஆனால் இரவோடு இரவாகக் கபளீகரம் செய்துவிடுவார்கள். ஜாக்கிரதையாக இருக்கவேண்டும் என்ற எண்ணத்துடனேயேதான் டாய்சூட் வீரர்கள் இரவு உணவைச் சாப்பிட்டார்கள். வீரர்களின் ரத்தக் காயங்களுக்கு மற்றவர்கள் மருந்திட்டுக் கொண்டிருந்தார்கள். காயமடைந்த குதிரைகள் வலியால் அலறிக் கொண்டிருந்தன. இருந்தாலும் நாள் முழுவதும் போரிட்ட களைப்பு. இருபுறமும் வீரர்கள் அசதியில் தூக்கத்திடம் சரணடைந்து கொண்டிருந்தார்கள்.

டெமுஜினைத் தம் படைவீரர்கள் கண்களில் படாதவாறு ஓரிடத்துக்குத் தூக்கிக்கொண்டு வந்திருந்தான் ஜெல்மி. அவரைத் தரையில் கிடத்தி, அந்தக் காயத்தில் வாய் வைத்து ரத்தத்தை உறிஞ்சிக் கொண்டிருந்தான். உறிஞ்சிய ரத்தத்தைத் தரையில் துப்பவில்லை. காரணம், டெமுஜின் காயமடைந்து விட்டார் என்று அறிந்தாலே, வீரர்களின் பலம் பாதியாகக்

குறைந்துவிடும். அதுவும் அவருக்குப் பக்கத்தில் ஏகப்பட்ட ரத்தம் இறைந்து கிடந்தால்? அவ்வளவுதான், மனத்தளவில் முழுவதுமாகப் பலவீனமடைந்து எதிரிகளிடம் சரணடைந்தே விடுவார்கள்.

ஆகவே ரத்தத்தை உறிஞ்சிய ஜெல்மி, அதனை விழுங்கினான். நீண்ட நேரம் அதையே செய்து கொண்டிருந்தான். ஒரு கட்டத்துக்கு மேல் ஜெல்மியால் ரத்தத்தை விழுங்க முடிய வில்லை. வேறு வழியின்றி துப்ப ஆரம்பித்தான். அடிக்கடி டெமுஜினின் நாடியையும் இதயத்தையும் கவனித்துக் கொண்டே இருந்தான். அவற்றில் துடிப்பு இருந்தது. சில மணி நேரங்களில் களைத்துப் போன ஜெல்மி, டெமுஜினின் அருகிலேயே அசந்துபோய் உட்கார்ந்தான். காயத்திலிருந்து ரத்தப் போக்கு நின்றிருந்தது.

நள்ளிரவுக்குப் பின் டெமுஜினின் உடலில் சிறிய அசைவு. உதடுகள் மெல்லத் துடித்தன. அரை மயக்கத்தில் டெமுஜின் முனக ஆரம்பித்தார். ஜெல்மி கூர்ந்து கவனித்தான். 'பால்.. பால்..'

பசியின் குரல் அது. பதப்படுத்தப்பட்ட குதிரையில் பாலை அவ்வப்போது அருந்திக் கொண்டே இருப்பது மங்கோலியர் களின் வழக்கம். அந்த அகால நேரத்தில், அதுவும் யுத்த களத்தில் ஜெல்மியின் கைவசம் பால் எதுவும் இல்லை. சற்றுத் தள்ளி யிருக்கும் வீரர்கள் யாரையாவது கேட்டால், வீண் சலசலப்பு உண்டாகும். டெமுஜினை அப்படியே விட்டுவிட்டு அக்கம் பக்கத்தில் யாராவது எதையாவது வைத்திருக்கிறார்களா என்று தேடித் துளாவினான்.

கொஞ்சம் நீர்தான் கிடைத்தது. அதை அவசரமாக எடுத்துக் கொண்டு வந்து டெமுஜினின் வாயில் ஊட்டினான். நீர் வேகமாக உள்ளிறங்கியது. சிறிது நேரத்தில் மீண்டும் டெமுஜினின் முனகல், 'பால்.. பால்..'

ஜெல்மி எழுந்து நின்றான். தன் உடைகளை முழுவதுமாகக் களைந்து நிர்வாணத்தை அணிந்து கொண்டான். அப்படியே டாய்சூட் வீரர்கள் இருக்கும் திசையை நோக்கி நடக்க ஆரம்பித்தான்.

மங்கோலியர்களைப் பொறுத்தவரை நிர்வாணம் என்பது மிகவும் அவமானத்துக்குரிய செயல். ஒருவன் எதிரில்

நிர்வாணமாக வருகிறான் என்றால், சட்டென கண்களை மூடி, முகத்தைத் திருப்பி, தலையைக் கவிழ்ந்து கொள்வார்கள். எனவே அந்தக் கோலத்தில் டாய்சூட்களிடையே சென்று குதிரைப் பால் கிடைக்கிறதா என்று தேட ஆரம்பித்தான் ஜெல்மி. அதுபோக, அவன் உடையோடு வந்தால், அடையாளம் கண்டுவிடுவார்கள். எதிரி உள்ளே வந்து விட்டானென தாக்க ஆரம்பித்துவிடுவார்கள். அகால நேரத்தில் அநாவசியமாக யுத்தம் ஆரம்பித்துவிடும்.

கண்ணில் அகப்பட்ட தோல் குடுவைகளையெல்லாம் எடுத்துப் பார்த்தான், எல்லாம் காலியாகவே இருந்தன. ஒரு சில டாய்சூட்கள், கண் விழித்துப் பார்த்தார்கள். ஜெல்மியின் நிலை கண்டு முகம் திருப்பிக் கொண்டார்கள். தங்கள் வீரர்களில் ஒருவன்தான், ஆசுவாசப்படுத்திக் கொள்வதற்காக இப்படி ஒரு கோலம் பூண்டுள்ளதாக நினைத்துக் கொண்டார்கள்.

ஜெல்மிக்குக் கொஞ்சம் தயிர் கிடைத்தது. அதை எடுத்துக் கொண்டு வந்தான். அதில் நீர் சேர்த்து, டெமுஜினுக்கு ஊட்டிக் கொண்டே இருந்தான்.

விடிந்தது.

கண் விழித்த டெமுஜினுக்கு ஏகக் குழப்பம். கழுத்தில் சுருக்கென வலி. தான் படுத்துக் கிடந்த பகுதியெங்கும் ரத்தம். அருகிலேயே இடுப்பில் மட்டும் ஆடை அணிந்த ஜெல்மி. என்ன நடந்த தென்று விசாரித்தார்.

‘இங்கே மட்டும்தான் என் ரத்தத்தைத் துப்பினாய். வேறெங்கும் இல்லையே?’ - டெமுஜின் கேட்டுக் கொண்டார். காரணம், போர்க்களத்தில் ஒரு கானின் உடலிலிருந்து அதிக ரத்தம் வெளியேறுவதென்பது கௌரவத்துக்குரிய விஷயம் கிடை யாது. தன் உயிரை மீட்ட ஜெல்மியை மிகுந்த பாசத்துடன் அணைத்துக் கொண்டார் டெமுஜின்.

அந்த விடியல் அவர்களுக்கு நல்ல செய்தியையே சொல்லியது. அதாவது விடிந்ததும் விடியாததுமாக பல டாய்சூட் வீரர்கள் அந்த இடத்திலிருந்து தப்பித்துச் சென்றிருந்தார்கள். எஞ்சியிருந்த டாய்சூட் வீரர்களைச் சுற்றி வளைத்துக் கைது செய்யும்படி டெமுஜின் உத்தரவிட்டார். அன்றைய தினத்தில்

கடும் போர் எதுவும் இல்லாமலேயே டெமுஜினுக்கு வெற்றி கிட்டியது.

டாய்சூட்களில் தளபதி ஸ்நானத்தில் இருந்தவர்களுக்கு மரணப் பரிசு வழங்கப்பட்டது. சரணடைந்த மற்ற வீரர்களை அடிமைகளாக அன்றி, தன் படையிலேயே சேர்த்துக் கொண்டார் டெமுஜின்.

அந்த முதியவர் டெமுஜினை நோக்கி வந்தார். டெமுஜினின் கண்களிலும் டாய்சூட்களிடையே அவரைத்தான் தேடிக் கொண்டிருந்தன. அவர் ஷோர்கன்ஷிரா. சிறுவயதில் டெமுஜின் டாய்சூட்களிடம் அடிமைப்பட்டு இருந்தபோது, தப்பிக்க உதவி செய்தவர்.

ஷோர்கன்ஷிராவை இறுகக் கட்டிக் கொண்டார் டெமுஜின். 'உங்களை மீண்டும் சந்திப்பதில் ஆனந்தப்படுகிறேன்.' அவரது கண்களிலும் மகிழ்ச்சியில் நீர் தளும்பியது. 'இனி நீங்கள், காலம் முழுவதும் என்னுடனேயே இருக்க வேண்டும். இது என் பாசத்துக்குரிய கட்டளை.' அவருடைய மனத்திலிருந்த எண்ணமும் அதுதான் என்பதால் உடனடியாக ஒப்புக் கொண்டார்.

'எனக்கு ஒரே ஒரு உண்மை மட்டும் தெரிய வேண்டும். நிச்சயம் அதற்கான விடை உங்களுக்குத் தெரிந்திருக்கும்' - டெமுஜினின் வார்த்தைகளுக்காகக் கவனத்தைத் தீட்டினார் ஷோர்கன்ஷிரா.

'என் கழுத்தில் அம்பு எய்த டாய்சூட் வீரன் யார்?'

சில நொடிகள் யோசித்து ஷோர்கன்ஷிரா அளித்த பதில் 'ஜிர்கோ.'

'அவனை என் முன் அழைத்து வாருங்கள்.'

ஜிர்கோ, ஷோர்கன்ஷிராவுக்கு உறவுதான். யுத்த வித்தைகள் அறிந்த வீரன். போர்க்களத்தில் அவன் செய்தது தவறா, சரியா, யுத்த தர்மம்தானா என்றெல்லாம் யோசிக்கும் நேரம் அதுவல்ல. மொத்தத்தில் சரணடைந்து விட்டார்கள். ஆனால் தன்னையே கொல்லப் பார்த்த ஒருவனை டெமுஜின் மன்னிப்பாரா என்ன?

டெமுஜின் முன் தலை நிமிர்ந்துதான் நின்றான் ஜிர்கோ. அவனது கண்களில் பயம் எதுவும் தெரியவில்லை. எப்படியும் மரண தண்டனை நிச்சயம் என்று அவன் மனத்துக்குத் தெரிந்திருந்தது.

கூடியிருந்தவர்களும் அவனது தலை எப்போது தரையில் உருளும் என்றே எதிர்பார்த்துக் காத்திருந்தார்கள். டெமுஜின் அவனைக் கொஞ்ச நேரம் உற்றுப் பார்த்தபடியே இருந்தார். பின் ஷோர்கன்ஷிராவைப் பார்த்தார். அவரது முகத்தில் ஒருவித பதற்றம் பரவியிருந்தது.

'என்ன சொல்ல விரும்புகிறாய் ஜிர்கோ?' - டெமுஜினின் குரலில் வார்த்தைகள் அதிர்ந்தன.

ஜிர்கோவும் யோசிக்கவே இல்லை. அதே வேகத்தில் அழுத்தமாகவே தன் பதிலைத் தெரிவித்தான். 'நீங்கள் எனக்கு மரணத்தை அளிக்க விரும்பினால் தாராளமாக அளியுங்கள். நான் இந்தப் பூமிக்குள் அடையாளமின்றித் தொலைந்து போவேன். நீங்கள் என் மேல் கருணை காட்டி உயிரோடு விட்டீர்கள் என்றால், என்றென்றும் உங்களுக்குக் கடமைப்பட்டவனாக நீடிப்பேன். கடல்களையும் மலைகளையும் தாங்கள் வென்றிட நானும் ஒரு கருவியாகச் செயல்படுவேன்.'

அவனது பதிலில் நிமிர்ந்து உட்கார்ந்தார் டெமுஜின். அவன் அசல் வீரன் என்பதை உணர்ந்து கொண்டார். அவனது வார்த்தைகளில் நம்பிக்கை கொண்டார். யாருமே எதிர்பாராத படியாகத் தன் தீர்ப்பைச் சொன்னார்.

'இனி உன் பெயர் ஜெபி*. என் அம்புகளில் ஒருவனாக இரு. உனக்குத் தளபதி பதவி அளிக்கிறேன்.'

ஷோர்கன்ஷிரா வாய் நிறையச் சிரித்தார். தன் நெகிழ்ச்சியான பார்வையாலேயே டெமுஜினுக்கு நன்றி சொன்னார்.

சிறுவயதில் டெமுஜினை அடிமையாக்கி வைத்திருந்த டாய்சூட்களின் தலைவனான கிரில்டக்கும், அவனது இரண்டு மகன்களும் அப்போது டெமுஜினிடம் சிக்கியிருந்தார்கள். பழைய பகையை மனத்தில் வைத்துக் கொண்டு, அவர்களைப் பழிவாங்கவில்லை. மன்னித்து தன் குழுவோடு சேர்த்துக் கொண்டார்**.

---

\* ஜெபி என்றால் அம்பு முனை என்று பொருள்.

\*\*கிரில்டக் பின்னர் நடந்த சிறு கைகலப்பு ஒன்றில், ஷோர்கன்ஷிரோவின் மகனால் கொல்லப்பட்டான்.

ஜமுக்காவின் படைகளைத் துரத்திக்கொண்டு போன ஆங் கானின் வீரர்களுக்குப் பெரும் வெற்றியெல்லாம் கிட்ட வில்லை. ஜமுக்காவோடு சேர்த்து பல வீரர்கள் தப்பித்துச் சென்றிருந்தார்கள். டாய்சூட்களின் தோல்வி என்பது ஜமுக்கா வுக்கு விழுந்த மிகப்பெரிய அடிதான். இருந்தாலும் டாய்சூட் களைத் தவிரவும் வேறு பல இனக்குழுவினர்கள் ஜமுக்காவின் கூட்டணியில் அப்போதும் நிலைத்திருந்தார்கள்.

•

1202, அது நாய்களுக்கான ஆண்டு. மீண்டும் டெமுஜினுக்கு அழைப்பு விடுத்தார் ஆங் கான். அவரைக் காணச் சென்றார் டெமுஜின்.

'இந்த டட்டார்களின் தொல்லை மீண்டும் அதிகமாகிவிட்டது. அவர்களைக் கொஞ்சம் அடக்க வேண்டும். அதேபோல மெர்கிட்டுகளும் பலம் பெற்றுவருவதுபோலத் தெரிகிறது. கூடவே கூடாது. நமக்கு அது நல்லதல்ல. பொறுப்பை நீ எடுத்துக் கொள் டெமுஜின். இந்த வேட்டையில் கிடைக்கும் செல்வங்கள் எல்லாம் உனக்குத்தான்.'

ஆங் கான் வாய்ப்பு கொடுத்தார். டெமுஜின் சந்தோஷமாக ஒப்புக் கொண்டார். மேலும் இரண்டு மங்கோலிய இனக்குழுக் களை, அதுவும் பெரிய இனக்குழுக்களை கட்டுப்பாட்டுக்குள் கொண்டு வரும் அற்புதமான வாய்ப்பு. இந்த இரண்டு இனக்குழுக்களையும் தன் பக்கம் இழுத்துவிட்டால், ஜமுக்கா வின் பலம் பெருமளவு குறைந்துவிடும்.

டெமுஜின், முதலில் டட்டார்களை அடக்குவதற்காகத் திட்ட மிட்டார். அடக்கினால் போதுமா? அவர்களை முழுவதும் நம் கட்டுப்பாட்டுக்குள் கொண்டு வந்தால்தானே சரிப்படும். அவர்களது முகாம்கள் மீது திடீர்த் தாக்குதல் நடத்தினால் சிதறி ஓடுவார்கள். கொஞ்சம் பேரைக் கொல்லலாம். கொஞ்சம் பேரைச் சிறைப் பிடிக்கலாம். மீதி உள்ளவர்கள் எல்லாம் தப்பித்துவிடுவார் கள். அந்த முகாமில் உள்ள பொருள்களை, கால்நடைகளை எல் லாம் கொள்ளையடித்துக்கொண்டு வரலாம். அவ்வளவுதானே.

அத்தோடு முடிந்துவிடுகிற காரியமா அது? தப்பித்துப் போன டட்டார்கள் எல்லாம் சேர்ந்து வேறொரு இடத்தில் முகாம் அமைப்பார்கள். மீண்டும் தங்கள் பலத்தைப் பெருக்கிக்

கொள்வார்கள். நம் முகாம் மீது திடீர்த் தாக்குதல் நடத்துவார்கள். எல்லாமே முடிவில்லாத தாக்குதல்கள்தான். காலம் காலமாக இப்படித்தானே நடந்து கொண்டிருக்கிறது.

வேண்டாம், இந்த முறை இப்படி நடக்க வேண்டாம். நான் டட்டார்களை முழுவதுமாக என் கட்டுப்பாட்டுக்குள் கொண்டு வர விரும்புகிறேன். தாக்குதல் முறையை மாற்றுங்கள். டட்டார்களின் முகாம்களைச் சூழ்ந்து திடீர்த் தாக்குதல் நடத்துங்கள். ஆனால் யாரையும் தப்பிச் செல்ல விடாதீர்கள். அப்படித் தப்பித்துச் செல்பவர்களை விடாமல் துரத்திப் பிடித்து அழியுங்கள். எங்கெல்லாம் டட்டார்கள் முகாமிட்டிருக்கிறார் களோ அங்கெல்லாம் இந்தத் தொடர் தாக்குதல்கள் நடக்கட்டும். டட்டார்கள் முழுவதுமாக நம்மிடம் அடிபணியும் வரை தாக்குங்கள். அதற்கேற்ப பெரிய படையை அழைத்துச் செல்லுங் கள். நினைவில் இருக்கட்டும். நாம் வெறுமனே கொள்ளை யடிப்பதற்காகச் செல்லவில்லை. டட்டார்களை நம்மிடம் சரணாகதி அடைய வைக்க வேண்டுமென்ற கொள்கையோடு செல்கிறோம். தாற்காலிக வெற்றி தேவையில்லை. நமக்குத் தேவை பரிபூரண வெற்றி. ம்... கிளம்புங்கள்.

டெமுஜினின் தலைமையில் சென்ற படைகளின் இடைவிடாத தாக்குதல்களில் டட்டார்கள் துவண்டு போனார்கள். பரிபூரண வெற்றி.

சிக்கிக் கொண்ட டட்டார் வீரர்களுக்கும், ஒரு மாட்டு வண்டிச் சக்கரத்தின் உயரத்துக்கு வளர்ந்த இளைஞர்களுக்கும் எந்தவிதச் சலுகையும் வழங்கப்படவில்லை. உடனடி நிவாரணமாக மரணம் அளிக்கப்பட்டது. என்னதான் இருந்தாலும் என் தந்தைக்குத் தந்திரமாக விஷம் கொடுத்து கொன்றவர்கள்தானே இந்த டட்டார்கள். நீங்கள் இனி தலைதூக்கவே கூடாது. உங்கள் வாரிசுகள் இனி எனக்குப் பணிந்தவர்களாகத்தான் வளர வேண்டும். உங்களை இப்படியே விட்டாலும் நீங்கள் அந்த ஜமுக்காவைத் தேடிச் சென்று விடுவீர்கள். விட மாட்டேன். டெமுஜின் முடிவெடுத்திருந்தார். அதற்கேற்ப வித்தியாமான கட்டளை ஒன்றையும் பிறப்பித்தார்.

'இவையெல்லாம் டட்டார்களிடமிருந்து கைப்பற்றப்பட்ட பொருள்கள்தானே. இவற்றைப் பங்கு பிரியுங்கள். டட்டார் வீரர்களின் விதவையான மனைவிகளுக்கும், அநாதையாக

நிற்கும் அவர்களது குழந்தைகளுக்கும் அந்தப் பங்குகளைக் கொடுங்கள்.'

நிர்கதியாக நின்று கொண்டிருப்பவர்களுக்கு இழந்த பொருள்கள் எல்லாம் மீண்டும் வேறு வடிவில் கைகளுக்குக் கிடைக்கிறதென்றால் மகிழ்ச்சியாகத்தானே இருக்கும். இந்தச் செயலின் மூலம் டட்டார் மக்களின் மனத்தில் ஒரு தலைவராக இடம்பிடித்தார் டெமுஜின். அந்த மக்கள் ஒருவரைக்கூட டெமுஜின் கைவிடவில்லை. தம் குழுவோடு சேர்த்துக் கொண்டார்.

அது மட்டும் போதுமா என்ன? ஏதாவது உறவை ஏற்படுத்திக் கொள்வது காலா காலத்துக்கும் நல்லதல்லவா. டெமுஜினின் தாய் ஹோலுன், ஆதரவற்ற டட்டார் சிறுவன் ஒருவனைத் தன் மகனாகத் தத்தெடுத்துக் கொண்டாள்.

'உங்களுக்கு டட்டார் இனப்பெண்களைப் பிடித்திருக்கிறதா? தாராளமாகத் திருமணம் செய்து கொள்ளுங்கள்' - அறிவித்தார் டெமுஜின். அவரும் யெசுகென், யெசுய் என்ற பெயர் கொண்ட டட்டார் சகோதரிகளைத் திருமணம் செய்து கொண்டார்.

மங்கோலியர்களை ஒன்றிணைத்து உலகில் பலம் வாய்ந்த இனமாக உயர்த்த வேண்டும் என்பது மட்டுமே டெமுஜினின் நோக்கமாக இருந்தது. அதற்காகப் பழைய மரபுகள் எதையும் தகர்த்தெறிய அவர் தயங்கவே இல்லை.

●

குழு, பெருகி விட்டது. மக்கள் பெருகிவிட்டார்கள். படை வீரர்களும் அதிகரித்துவிட்டார்கள். எல்லோரையும் ஒழுங்குபடுத்தி, தன் குழுவினருக்கான கட்டமைப்பு ஒன்றை உருவாக்க வேண்டிய அவசியத்தில் இருந்தார் டெமுஜின். முதலில் தனது படைக்கான கட்டமைப்பைத் திட்டமிட்டு நடைமுறைக்குக் கொண்டு வந்தார்.

நூறு வீரர்கள் கொண்ட ஒரு படைக்குழுவுக்குப் பெயர் ஸாகுன். நூறு பேரில் ஒருவர் படைக்குழுவின் தலைவராக இருப்பார். அந்த நூறு பேரும் கிட்டத்தட்ட ஒருவருக்கு ஒருவர் உறவினர்களாகவோ அல்லது தெரிந்தவர்களாகவோதான் இருப்பார்கள்.

பத்து ஸாகுன் சேர்ந்தது ஒரு மின்கன். ஒரு பட்டாலியன் என்றும் சொல்லலாம். மொத்தம் ஆயிரம் பேர். ஆயிரத்தில் ஒருவன் தலைவன் என்றெல்லாம் கிடையாது.

பத்து மின்கன் சேர்ந்தது ஒரு டுமென். மொத்தம் பத்தாயிரம் வீரர்கள். டுமெனை வழிநடத்தும் தளபதி ஒருவர் உண்டு. அந்தத் தளபதியை நியமிக்கும் உரிமை டெமுஜினுக்கு மட்டும்தான் இருந்தது. டெமுஜின், பல்வேறு சோதனைகள் வைத்து, உரிய வீரமும், தேவையான போர்க் குணங்களும், அபரிமிதமான ஆற்றல் உள்ள வீரனையே டுமெனின் தளபதியாகத் தேர்ந்தெடுத்தார்.

டெமுஜினுடைய அப்போதைய படைபலம் தொன்னூற்று ஐந்து மின்கன். அதாவது 95000.

வயது வந்த ஆண்கள் எல்லோரும் கட்டாயமாக ராணுவத்தில் இருக்க வேண்டும். குறைந்தபட்சம், ஒரு வருடமாவது. அப்படி ராணுவ சேவையில் ஈடுபட முடியாதவர்கள், பொதுச் சேவையில் கண்டிப்பாக இருக்க வேண்டும். வீரர்களுக்கான ஆயுதங்களைத் தயாரித்தல், பழுது பார்த்தல், உடைகளை, கவசங்களை உருவாக்குதல், உணவு தயாரித்தல், எரிபொருளுக் கான வறட்டிகளைத் தயாரித்தல், சமைத்தல் எல்லாமே பொதுச் சேவையில் அடக்கம். வீரர்களை மகிழ்விப்பதற்காகக் கேளிக்கை நிகழ்ச்சிகள் நடத்துதல்கூட.

டெமுஜின், ராணுவ சேவையில் உள்ளவர்கள், பொதுச் சேவை யில் உள்ளவர்கள் என்ற இரண்டே பிரிவில் தனது சமுதாயக் கட்டமைப்பை உருவாக்கினார். இதனால் உயர் இனக்குழு, தாழ்ந்த இனக்குழு, வெள்ளை எலும்பு வம்சத்தினர், கறுப்பு எலும்பு வம்சத்தினர் என்ற பாகுபாடுகள் எல்லாம் தகர்ந்தன.

ஒருங்கிணைந்த மங்கோலியா என்ற லட்சியத்தை அடைய இன்னமும் ஒரு சில தடைக்கற்களைத்தான் தகர்க்க வேண்டிய திருக்கிறது. நய்மன் இனக்குழுவினர். வலிமை வாய்ந்தவர்கள் தான். ஆனால் தோற்கடிக்கவே முடியாதவர்கள் அல்ல. அப்புறம் ஜமுக்கா. அவன் சாதாரண தடைக்கல் இல்லை. பெரும் பாறை.

ஆங் கான். டெமுஜினுக்கும் அவருக்கும் கடந்த இருபது வருட உறவு. தந்தை ஸ்நானத்தில் அவரை வைத்திருந்தார் டெமுஜின். இதுவரை ஆங் கானின் வேலையாளாக, அவருக்குக் கீழ் வரும்

தளபதியாகத்தான் இருந்திருக்கிறார். அவர் கூப்பிட்ட போதெல் லாம் சென்று உதவியிருக்கிறார். அவர் சிரமப்பட்டபோதெல் லாம் கைகொடுத்திருக்கிறார். அவருக்காக, நய்மன் இனக் குழுவுக்கு எதிராகப் பலமுறை போரும் செய்திருக்கிறார். அப்போதைய டெமுஜினின் பலம், அவருக்குப் பெருகியிருக் கும் ஆதரவு எல்லாம் ஆங் கான் அறிந்ததே. இருந்தும் டெமுஜினைத் தன் காலடியில் வைத்திருக்கவே நினைத்தார்.

டெமுஜினின் கனவு என்ன? ஒன்றுபட்ட மங்கோலியா, அதன் கானாக டெமுஜின்.

அதற்கு ஆங் கான் சம்மதிக்க வேண்டுமே. இத்தனை வருடங்கள் அவர்தானே மங்கோலியர்களில் பலம் வாய்ந்த தலைவராக இருந்து வருகிறார். அவருடனேயே கூட்டணி வைத்துக் கொண்டு அவரை மிஞ்சிப் போக விடுவாரா என்ன? அவரது மனத்தையும் நோகடிக்கக் கூடாது, ஆனால் அவரது ஆசி யுடனேயே லட்சியத்தை அடைய வேண்டும். எப்படி என்று வெகு தீவிரமாக யோசித்தார் டெமுஜின்.

அப்போது அவரது மூத்த மகனான ஜோச்சி, அங்கு வந்தான். பிறந்தபோது, ஜோச்சி மீது டெமுஜினுக்கு வெறுப்பு இருக்கத் தான் செய்தது. ஆனால் நாளடைவில் ஜோச்சியையும் தன் மகனாக ஏற்றுக் கொண்டார். அவனுக்கும் தன் படையில் பொறுப்புகளை வழங்கியிருந்தார். ஜோச்சியைப் பார்த்ததுமே டெமுஜினுக்கு ஒரு யோசனை தோன்றியது.

ஆங் கானோடு திருமண உறவு ஏற்படுத்திக் கொண்டால் என்ன? ஜோச்சிக்கு, ஆங் கானின் மகளைப் பெண் கேட்கலாமே.

ஆங் கானுக்கும் வயதாகிவிட்டது. உடலளவில் தளர்ந்து விட்டார். இந்தத் திருமணம் மட்டும் நிகழ்ந்துவிட்டால், ஆங் கானுக்குப் பிறகு மங்கோலியர்களின் தலைவனாக நான் வருவதற்கான வாய்ப்பு பிரகாசமாக இருக்கிறது.

திட்டமிட்ட டெமுஜின், தாமதிக்கவே இல்லை. ஆங் கானுக்கு பெண் கேட்டு தூது அனுப்பினார். ஆனால் அதற்கு ஆங் கானிடம் இருந்து பதில் வரவில்லை.

'என்ன தைரியம் அவனுக்கு? என் காலடியில் வளர்ந்தவன். என் கட்டளைகளைக் கேட்டு அடிபணிந்து வாழும் வேலைக்காரன்.

என்னிடமே பெண் கேட்கும் அளவுக்குப் போய்விட்டானா? கெரியிட் இனக்குழுவினரின் தகுதி என்ன? அவனது தகுதி என்ன? தராதரம் தெரியாத முட்டாள்.'

ஆங் கானுக்குள் கோபம். ஆனால் வெளிப்படுத்தவில்லை. டெமுஜினுக்கு எந்தவிதமான பதிலையும் அனுப்பவில்லை. ஆங் கானின் மகனான நில்காவுக்கு விஷயம் தெரிய வந்தது. 'ஆங் கானின் வாரிசாக நான் இருக்கிறேன். என் தந்தையோடு திருமண உறவை ஏற்படுத்திக்கொண்டு, தான் தலைவனாகப் பார்க் கிறானா அந்த டெமுஜின்? அவனை அழிப்பதே என் முதல் வேலை.'

நில்கா, தன் தந்தையிடம் சென்று கோபமாகப் பேசினான். 'நீங்கள் டெமுஜினுக்கு எதிராகத் திரும்புவதே என் வருங் காலத்துக்கு நல்லது. எப்போது அவன் மீது போர் தொடுக்கப் போகிறீர்கள்?'

ஆங் கானுக்கு நில்காவின் வார்த்தைகள் முதலில் கொஞ்சம் அதிர்ச்சி அளிக்கத்தான் செய்தன. டெமுஜினையும் அவர் 'மகன்' என்றுதான் அழைத்து வந்தார். இருந்தாலும் இப்போது அவர் பெற்ற மகன், இப்படி ஒரு கேள்வி கேட்கும்போது, அவரால் தட்ட முடியவில்லை. இடைப்பட்ட காலத்தில் ஜமுக்காவிட மிருந்தும் ஆங் கானுக்குத் தூது வர ஆரம்பித்திருந்தது. 'உங்கள் ஆதரவு எனக்குத் தேவை. நீங்கள் மட்டும் என்னோடு ஒத்துழைத் தீர்கள் என்றால் அந்த டெமுஜினை இல்லாமல் செய்துவிடலாம். வளரவிட்டால், அவன் உங்களுக்கே வினையாக வந்து விடுவான்.'

எல்லாமும் சேர்ந்து ஆங் கானை, டெமுஜினுக்கு எதிரான நிலைப்பாட்டை எடுக்க வைத்தது. டெமுஜினை அழித்தொழிப் பதற்கான சதித் திட்டம் தயாரானது.

நீண்ட நாள்கள் ஆங் கானிடமிருந்து ஒரு செய்தியும் வராததால் டெமுஜினுக்குக் குழப்பம். ஆங் கான் கோபப்பட்டு விட்டாரா? அவருக்கு அதில் விருப்பம் இல்லையா? இப்படி பதிலே இல்லாமல் இருந்தால் என்ன செய்வது? அவரிடமே நேரடியாகச் சென்று கேட்டு விடலாமா?

சில மாதங்கள் கழித்து ஆங் கானிடமிருந்து பதில் வந்தது. 'என் மகளை உன் மகனுக்குத் திருமணம் செய்துவைக்கச் சம்மதம்.

உரிய ஏற்பாடுகளுடன் புறப்பட்டு வரவும்.' ஜோச்சிக்கு மகிழ்ச்சி. டெமுஜினுக்கு எல்லையில்லா மகிழ்ச்சி. நெருங்கிய உறவினர்கள் அடங்கிய ஒரு சிறு குழுவினரோடு ஆங் கானின் முகாமுக்குக் கிளம்பிச் சென்றார்கள்.

●

ஆங் கானின் முகாம். பல நூறு ஏக்கர் பரப்பளவில் ஏகப்பட்ட கூடாரங்கள். நடுவில் கம்பீரமாக ஆங் கானின் மாபெரும் கூடாரம். அந்த முகாமை அடைந்த டெமுஜினை யாரும் வரவேற்கவில்லை. ஆங் கானின் குதிரை வீரர்கள் கைகளில் ஆயுதங்களுடன் டெமுஜினின் குழுவினரைச் சுற்றி வளைப்பது போலத் தெரிந்தது. டெமுஜின், ஆங் கானின் சதியைப் பற்றி புரிந்து கொண்டார்.

டெமுஜினின் குழுவோ மிகச் சிறியது. திருமணத்துக்கென்று வருவதால், கையில் அவ்வளவாக ஆயுதங்களைக்கூட எடுத்து வரவில்லை. அப்படியே ஆயுதங்களோடு வந்திருந்தாலும் அத்தனைப் பெரிய படையினரை அவர்கள் இடத்திலேயே, சிறிய குழு கொண்டு எதிர்ப்பது என்பது புத்திசாலித்தனமான செயல் அல்ல.

'நிற்காதீர்கள். ஆளுக்கு ஒருபுறமாகத் தப்பித்துச் செல்லுங்கள். சீக்கிரம்..' - டெமுஜின் கட்டளையிட்டார். டெமுஜினின் குழு வினர் நான்கு திசைகளிலும் சிதறி ஓடினார்கள். ஒரே நோக்கம் தான், ஆங் கானின் வீரர்களிடம் மாட்டிக் கொள்ளக்கூடாது.

பல்ஜுனா* ஏரிக்கரை. மூச்சு வாங்கியது. அதற்கு மேல் ஓட முடியாமல் கீழே விழுந்தார் டெமுஜின். தாகம். கண்கள் இருட்டிக் கொண்டு வந்தது. பசி. தனக்குப் பின்னால் யாரும் வருகிறார்களா என்று திரும்பிப் பார்த்தார். அவரைப் போலவே சிலரும் அந்த இடத்தில் வந்து சுருண்டு விழுந்து கிடந்தார்கள். காஸர் உள்பட மொத்தம் பத்தொன்பது பேர்.

கையில் உணவு எதுவுமில்லை. அருகிலேயே ஏரி. ஆனால் குடிக்க முடியாத அளவுக்குக் கலங்கிப் போன நீர். வேறு

---

* பல்ஜுனா ஏரியின் அமைவிடம் குறித்து இன்று வரை கேள்விகள் இருக்கின்றன. சைபீரியக் காடுகளிலிருந்து 150 கிலோ மீட்டர் தொலைவில் அமைந்தது என்றும், அப்போதைய மங்கோலியாவின் கிழக்கு முனையில் கல்கா நதிக்கு அருகில் அமைந்தது என்றும் இருவேறு கருத்துகள் உண்டு.

வழியில்லை. அதைக் குடித்துத்தான் ஆகவேண்டும். உயிரைத் தக்க வைத்துக் கொள்வதற்கு வேறென்ன செய்ய முடியும்?

'அ.. அதோ அங்கே ஒரு காட்டுக் குதிரை' - டெமுஜ் கத்தினான். காஸர் அந்தக் குதிரையை நோக்கிப் பாய்ந்தான். அது மிரண்டு ஓடப் பார்த்தது. தன் கையிலிருந்த சிறு கத்தி ஒன்றை வீசினான். குதிரையின் பின்னங்காலில் பாய்ந்து, அது தடுமாறிக் கீழே விழுந்தது.

குதிரையின் தோலை எல்லோரும் வேகவேகமாக உரித்தார்கள். பசி கொடுத்த வேகம். காலியாகக் கிடக்கும் வயிற்றை நிரப்பினால்தான், காலியாகிக் கொண்டிருக்கும் உயிரை காப்பாற்ற முடியும். சரி, எப்படிச் சமைப்பது? பாத்திரம்?

மங்கோலிய முன்னோர்களின் சமையல் முறையை உபயோகித் தார்கள். அந்தக் குதிரையின் கறியைத் துண்டு துண்டாக வெட்டி னார்கள். உரித்த குதிரைத் தோலில் கறித்துண்டுகளைப் போட்டு மூட்டை போலக் கட்டினார்கள். அதில் நீர் ஊற்றிக் கொண்டார்கள். எப்போதோ குதிரைக் கூட்டம் ஒன்று அந்த இடத்தைக் கடந்து போயிருக்கும்போல. சாணம் காய்ந்து ஆங்காங்கே வறட்டியாகக் கிடந்தது. அக்கம் பக்கத்தில் அலைந்து கொஞ்சம் சுள்ளிகளையும், காய்ந்த புற்களையும் சேகரித்தார்கள்.

அவற்றைக் குவித்து, நெருப்பு மூட்டி, அதில் நேரடியாக குதிரைத் தோல் மூட்டையை போட்டுவிட முடியாது. தோல் கருகிவிடுமே. ஆகவே, கொஞ்சம் கருங்கற்களைச் சேகரித்து குவித்தார்கள். வறட்டி, புல், கட்டைகள் கொண்டு தீமூட்டி, கற்களைச் சூடாக்கினார்கள். அவை சிவந்தன. பின்பு அதன்மேல் குதிரைத் தோல் மூட்டையைப் போட்டார்கள்.

தோல் கருகவில்லை. உள்ளே உள்ள நீரும் சூடானது. கறி வேக ஆரம்பித்தது.

பத்தொன்பது பேரும் சாப்பிட்டார்கள். உயிரை நீட்டித்துக் கொண்டார்கள்.

●

நடந்த சம்பவத்தில் டெமுஜின் தனக்கு நெருங்கியவர்கள், உறவினர்கள் சிலரை இழந்திருந்தார். தப்பித்து ஓடி வரும்போது

வழி தவறியிருக்கலாம் அல்லது தொலைந்திருக்கலாம். வேறு ஏதாவது இனக்குழுவினரோடு சென்று சேர்ந்திருக்கலாம். ஜமுக்காவிடமோ அல்லது ஆங் கானிடமோகூட தஞ்சமடைந் திருக்கலாம். ஒன்றும் சொல்வதற்கில்லை. குறிப்பாக டெமுஜினின் பெரியப்பா ஒருவர், விதிவசத்தால் ஆங் கானிடம் சரணடைந்து இருந்தார்.

பல்ஜுனா ஏரிக்கரையில் அமர்ந்திருந்தார் டெமுஜின். தன்னோடு வந்த பத்தொன்பது பேரைப் பார்த்தார். நம்பிக்கையாக இருந்தது. எப்படி உயிர் பிழைத்தோம்? சுற்றிலும் வேறு குதிரைகளே கண்ணில் தென்படவில்லையே, எங்கிருந்து வந்தது அந்தக் காட்டுக் குதிரை? எல்லாம் கடவுள் தெங்ரியின் செயல்தானா? நீல வானை நோக்கி கைகளை உயர்த்தி வணங்க ஆரம்பித்தார். உடல் சிலிர்த்தது.

# 8. 'உனது இறுதி யுத்தம்!'

டெமுஜினின் முகாம். தன் வீரர்களை எல்லாம் திரட்டிக் கொண்டிருந்தார். ஆங்காங்கே சிதறிப் போனவர்கள் பல்வேறு திசைகளிலிருந்து வந்து மீண்டும் முகாமில் சேர்ந்து கொண்டார்கள். போருக்கான ஆயத்தங்கள் நடந்து கொண்டிருந்தன.

போர். அதுவும் டெமுஜின் தன்னுடைய தந்தை ஸ்தானத்தில் வைத்திருந்த ஆங் கானுக்கு எதிராக. மனத்தளவில் உறுதியாக முடிவெடுத்திருந்தார். இருந்தாலும் அவருக்குள் பாசத்தின் பதை பதைப்பு. 1203-ம் வருடத்தின் அந்தக் கோடைக் காலத்தில் ஆங் கானுக்குத் தன் வருத்தங்களை எல்லாம் திரட்டி ஒரு நீண்ட செய்தி ஒன்றை அனுப்பினார் டெமுஜின்.

'ஏன் எனக்கெதிராக மாறினீர்கள் கான்? பழையதை எல்லாம் மறந்துவிட்டீர்களா? என் தந்தை யெசுகெய்யின் ரத்த சகோதரராக இருந்தீர்களே, அது கூடவா மறந்துவிட்டது? என் தந்தையின் இறப்புக்குப் பின், அவரது இடத்தில் இருந்து உதவிகள் செய்தீர்களே, அந்தப் பாசம் எங்கே போயிற்று? நான் உங்களுக்காக எத்தனைப் போர்க் களங்களில் இறங்கியிருக்கிறேன். நினைவில் இல்லையா? நான் இருவரும் ஒரு வண்டியின் இரண்டு சக்கரங்கள்போல ஒரே பாதையில் சென்று

கொண்டிருந்தோமே, ஏன் என்னை மட்டும் கழற்றி விட்டீர்கள்? ஏன் என்னை எதிரியாகப் பார்க்கிறீர்கள் கான்?'

டெமுஜினின் குமுறல் ஆங் கானை கொஞ்சம்கூடப் பாதிக்க வில்லை. தன் ஆதரவை இழந்த டெமுஜின், மனத்தளவில் உடைந்து, பலவீனமாகிவிட்டான் என்று கருதினார். டெமுஜினைக் கொல்ல நடந்த சதி பிசுபிசுத்துப் போனாலும், அவரை மிரள வைத்து தலைதெறிக்க ஓட வைத்த வெற்றியைக் கொண்டாடுவதற்கான ஏற்பாடுகளைச் செய்தான் நில்கா.

அதேசமயத்தில் ஜமுக்கா, ஆங் கானைத் தேடி வந்தார். அவரோடு கைகோத்துக் கொண்டார். ஜமுக்காவுக்கும் நய்மன் இனக்குழுவின் தலைவரான டயாங் கானுக்கும் ஓரளவு உறவு இருந்தது. ஜமுக்கா மூலமாக கெரியிட்டுகளின் நீண்ட நாள் எதிரிகளான நய்மன் உடன் உறவை ஏற்படுத்திக் கொள்ளலாம் என்று கணக்குப் போட்டார் ஆங் கான்.

ஜமுக்கா, ஆங் கான், டயாங் கான் - எஞ்சியுள்ள மூன்று எதிரிகளும் சேர்ந்து டெமுஜினுக்கு எதிராகப் படை திரளும் வாய்ப்பு அதிகரித்துக் கொண்டே சென்றது.

டெமுஜின், தாக்குவதற்கான திட்டங்களைத் தெளிவாக வடிவமைத்திருந்தார். அதாவது ஆங் கான் குழுவினர் வெற்றிக் கொண்டாட்டங்களில் ஆழ்ந்து இருக்கும் சூழலில் சுற்றி வளைத்துத் தாக்க வேண்டும் என்பதே திட்டம். எண்ணிக்கை யில் சொன்னால் ஆங் கான் படையினரின் பலம்தான் அதிகம். அதுவும் அவர்களது இடத்திலேயே சென்று தாக்க வேண்டும் எனில் தனது படை வீரர்களின் எண்ணிக்கை எவ்வளவு அதிகமாக இருக்க வேண்டும் என்று திட்டமிட்டார். அவ்வளவு வீரர்கள் எல்லாம் டெமுஜினிடம் கிடையாது. முகாமை முழுவதுமாகச் சுற்றி வளைத்து, எதிரிகளை அந்த இடத்தை விட்டு நகர விடாமல் தொடர்ந்து தாக்கினால் சேதம் அதிகமாக இருக்கும் என்று வியூகம் அமைத்திருந்தார் டெமுஜின்.

தனது படையினரை ஆங் கானின் இருப்பிடத்துக்கு அழைத்துச் செல்வதில் டெமுஜினுக்குப் புதிய பிரச்னை ஒன்று உருவானது. குதிரைப் படை வீரர்கள் தனி. வில் வித்தை வீரர்கள், மற்ற வீரர்கள் தனி. குதிரை உள்ளவர்கள் அதன் மேலேறி விரைவாக வந்துவிடுவார்கள். மற்ற வீரர்கள் கால்நடையாக எவ்வளவு தூரம்தான் நடக்க முடியும்? நடந்துதான் ஆக வேண்டும் என்றால்

ஒரு நாளிலேயே மூன்று அல்லது நான்கு இடங்களில் ஓய்வெடுத்துவிட்டுத்தான் பயணத்தைத் தொடர முடியும். ஆனால் அவ்வளவு கால அவகாசம் எல்லாம் இல்லையே. டெமுஜின் புதிய உத்தியை அறிமுகப்படுத்தினார்.

அதன்படி நான்கைந்து வீரர்கள் ஒரு குதிரையை எடுத்துக் கொண்டார்கள். ஒரு வீரர் குதிரையில் ஏறி செல்லும்போது, மற்றவர்கள் நடந்தார்கள். கொஞ்ச தூரத்தில் அந்த வீரர் இறங்கினார், இன்னொரு வீரர் குதிரையில் ஏறி ஓய்வெடுத்தார். குதிரையையும் அவர்கள் ஓட விடவில்லை, நடக்கவே வைத்தார்கள். இந்த உத்தியினால் பயணம் நிறுத்தமின்றித் தொடர்ந்தது. இரவுகளில் குதிரைகள் ஓய்வெடுத்துக் கொண்டன. விரைவிலேயே ஆங் கானின் இருப்பிடத்தை அடைந்தார்கள்.

நேரடியாக முகாமை நோக்கி அம்புபோல் பாய்ந்து சென்று தாக்கினால் எதிரிகள் உஷாராகிவிடுவார்கள். எனவே டெமுஜின், ஆங் கானின் முகாமைச் சுற்றியுள்ள பகுதிகளில் தனது படையினரைப் பதுங்கிப் பதுங்கி பரவவிட்டார். படைகள் வட்டமாகப் படர்ந்தன. எதிரிகள் எந்தப் பக்கம் தப்பித்துச் சென்றாலும் டெமுஜினின் படையினரிடம் தப்பிக்கவே முடியாதபடியாக வியூகம் அமைக்கப்பட்டிருந்தது.

ஒரு குறிப்பிட்ட நேரத்தில் தாக்குதலை ஆரம்பிக்கும்படி தன் படையினர் எல்லோருக்கும் செய்தி பரப்பப்பட்டது. வான் மழை வருவதுபோல, கருமேகம் திரண்டிருந்த அந்தப் பொழுதில் திடீரென எட்டுத் திசைகளிலிருந்தும் அம்பு மழை பொழிய ஆரம்பித்தது. கெரியிட்டுகளின் கொண்டாட்டம் ஆட்டம் காண ஆரம்பித்தது. தொடர்ந்து அம்புத் தாக்குதல்.

பின்னர் டெமுஜினின் படையினர், அந்த முகாமைச் சுற்றி வளைத்துத் தாக்குதல்களைத் தொடர்ந்தார்கள். பெண்கள், வயதானவர், குழந்தைகளைக் காப்பாற்ற வேண்டும், அதே சமயத்தில் எதிரிகளையும் வீழ்த்த வேண்டும் என்ற இரட்டைப் பணியில் கெரியிட்டுகள் திணறித்தான் போனார்கள். அவர்களுக்கு இழப்பு அதிகமாகத்தான் இருந்தது. இந்தப் போர் மூன்று நாள்கள் நடந்ததாக வரலாற்றுக் குறிப்புகள் உள்ளன.

டெமுஜினின் படையினர் வெற்றியை நோக்கி முன்னேறிக் கொண்டிருந்தார்கள். கெரியிட்டுகள் பலர் சரணடைந்து

இருந்தார்கள். பலர் வேறு வேறு திசைகளில் தப்பித்து ஓடியிருந்தார் கள். இரவோடு இரவாகத் தப்பிச் சென்றவர்களில் ஜமுக்காவும் ஆங் கானும் அவரது மகன் நில்காவும் அடக்கம்.

நில்கா தனது பாதுகாவலர்கள் சிலரோடு தெற்குப் பக்கமாகத் தப்பித்துச் சென்றான். கடும் கோடை வெயில். பக்கத்தில் ஆறு, ஏரி எதுவுமில்லை. நீர் கொஞ்சமாகத்தான் இருந்தது. அதை அந்தப் பாதுகாவலர்கள் தர மறுத்துவிட்டார்கள். உயிர் பிழைக்க ஓடிக் கொண்டிருக்கும்போது, எஜமான விசுவாசத்துக்கு என்ன வேலை? சுருண்டு விழுந்தான் நில்கா. தாகத்தில் தவித்தே இறந்தும் போனான்.

ஜமுக்கா தனக்கு வேண்டப்பட்டவர்களோடு, மேற்குப் பக்கமாக நய்மன்கள் இருக்கும் திசையை நோக்கி முன்னேறிக் கொண்டிருந்தார்.

ஆங் கான்? பாவம், அவருக்குத்தான் திக்குத் திசை தெரிய வில்லை. வயதான காலம் வேறு. அத்தனை வருடங்கள் கானாக ஆண்டு அனுபவித்துவிட்டு, தள்ளாத வயதில் எதிரிகளிடமிருந்து உயிரைக் காப்பாற்றிக் கொள்ள ஓடுவதென்பது அவமானமாகத் தான் இருந்தது. என்ன செய்ய? இன்னமும் அதிகார மயக்கம் தெளியவில்லையே. எப்படியாவது நய்மன்களிடம் சென்று தஞ்சம் புகுந்துவிட வேண்டுமென்ற எண்ணத்தில் ஓடிக் கொண்டிருந்தார்.

ஆங் கானின் மாபெரும் கூடாரத்தில் உட்கார்ந்திருந்தார் டெமுஜின். தன்னிடம் சரணடைந்த எதிரிகளை எல்லாம் வழக்கம்போல மன்னித்து, தன் குழுவோடு இணைத்துக் கொண்டார். இனி அவர்கள் எதிரி இனக்குழுவினர் இல்லை, எனது மங்கோலியர்கள்.

மனத்துக்குள் ஏமாற்றம்தான். ஆங் கான் தப்பித்துவிட்டார். ஜமுக்கா வும் ஓடிவிட்டார். குறைந்த பட்சம் நில்காவைக்கூடச் சிறைபிடிக்க முடியவில்லையே. இவர்களுக்கு ஒரு முடிவு கட்டாமல் வெற்றி கிடைத்துவிட்டதாக நினைப்பதே தவறாயிற்றே.

டெமுஜினின் ஆதரவாளர்கள், திட்டமிட்டு ஒரு செய்தியைப் பரப்பினார்கள். எல்லாத் திசைகளிலும், அனைத்து மக்கள் இடையேயும். குறிப்பாக எதிரிகளின் காதில்கூட அந்தச் செய்தி

சென்று சேரும்படி பார்த்துக் கொண்டார்கள். செய்தி இதுதான் - 'ஆங் கான் கொல்லப்பட்டு விட்டார்.'

ஒருவழியாக நய்மன்களின் இருப்பிடத்தைக் கண்டுபிடித்து விட்ட ஆங் கான், அந்த முகாமை நோக்கி விரைந்தார். அவர் மனத்துக்குள் உற்சாகம். நய்மன்களிடம் தஞ்சமடைந்து விட்டால், உயிருக்கு ஆபத்தில்லை என்ற தைரியம். டெமுஜின் எனக்கும் எதிரி, கண்டிப்பாக நய்மன்களுக்கும் எதிரிதான். எனவே, அவர்கள் எனக்குப் படை உதவி செய்வார்கள். டெமுஜினை அழித்துவிடலாம். படபடப்போடு நய்மன்களின் முகாம்களுக்கு நுழைய இருந்தவரை, நய்மன் பாதுகாவலன் ஒருவன் தடுத்து நிறுத்தினான்.

'என்ன வேண்டும்?'

'என்னைத் தெரியவில்லையா?'

'யார் நீ?'

'என்னைப் பார்த்தா இப்படி ஒரு கேள்வி? நான்தான் ஆங் கான்.'

அந்தப் பாதுகாவலனுக்கு ஏகப்பட்ட குழப்பம். காரணம், ஆங் கான் இறந்துவிட்டதாக முகாமெங்கும் செய்தி பரவியிருந்தது. அதை எல்லோரும் நம்பியும் இருந்தார்கள். என்னதான் இருந்தாலும் ஆங் கான், நய்மன்களின் நீண்ட நாள் எதிரிதானே! அவரது இறப்பைக் கொண்டாடவும் முடிவெடுத்திருந்தார்கள். திடீரென ஒருவன் வந்து, நான்தான் ஆங் கான் என்று சொன்னால்? அதுவும் பார்க்கப் பரதேசி போலிருக்கிறான்? ஒருவேளை வேவு பார்க்க வந்த எதிரியாக இருக்குமோ? எதற்கு வம்பு? எதிரி என்று தெரிந்துவிட்டது. இனியும் இவனை உயிரோடு விடக் கூடாது.

அந்தப் பாதுகாவலனின் கூர்மையான வாள் ரத்தம் சுவைத்தது. ஆங் கானின் தலை தனியாகத் தரையில் உருண்டது.

வயதில் மூத்த சில நய்மன்கள், அது ஆங் கானின் தலைதான் என்பதைக் கண்டுபிடித்துவிட்டார்கள். நய்மன் ராணிக்குத் தகவல் சென்றது. அவள் அந்தத் தலையைத் தன் கூடாரத்து எடுத்து வரச் சொன்னாள். வெள்ளை நிறப் பட்டுத்துணி ஒன்றில் ஆங் கானின் தலை வைக்கப்பட்டது. மந்திரவாதிகள்

வரவழைக்கப்பட்டார்கள். சடங்குகள் நடந்தன. பாடகர்கள் சிலர், ஆங் கானின் தலையைச் சுற்றி வந்து ஒப்பாரி கீதம் பாடினார்கள். ராணியின் உறவுப் பெண்கள் சிலர், நடனம் ஆடினார்கள். ஆங் கானை தன் விருந்தினராகக் கருதிய ராணி, அவருக்கு உரிய உணவு வகைகளை எல்லாம் படைத்தார்.

அந்த நேரத்தில் டயாங் கான், தனது ராணியின் கூடாரத்துக்குள் வந்தார். சிம்மாசனம் ஒன்றில் அவரது நீண்ட கால எதிரியான ஆங் கானின் தலை வைக்கப்பட்டிருந்தது. அந்த நேரத்தில் ஆங் கானின் உதடுகள் தன்னைப் பார்த்துச் சிரிப்பதுபோல டயாங் கானுக்குத் தோன்றியிருக்கிறது. மகா கோபம். 'என்னிடத்திலேயே வந்து என்னைப் பார்த்துச் சிரிக்கிறாயா?' - டயாங் கான் ஆங் கானின் தலையை எட்டி உதைத்தார். அது கூடாரத்துக்கு வெளியே சென்று விழுந்தது. தன் கைகளில் கிடைத்த பொருள்களை எல்லாம் எடுத்து அந்தத் தலையைத் தாக்கிக் கொண்டே இருந்தார், ஆத்திரம் வடியும் வரை.

●

ஆங் கான் கதை முடிந்துவிட்டது. அடுத்து? டயாங் கான். பின்பு ஜமுக்கா. தற்போது ஜமுக்காவின் ஒரே பலம் நய்மன்களுடனான கூட்டணிதான். டயாங் கானின் கதையை முடித்துவிட்டால் போதும், ஜமுக்காவின் வலது கையையும், வலது காலையும் சேர்த்து முறித்ததற்குச் சமம்.

உத்தி என்ன? ஆங் கானை அழிக்கப் பயன்படுத்திய அதே உத்திதான். வதந்திகளைப் பரப்பி விடுதல்.

'டயாங் கான் முற்றிலுமாக வலுவிழந்து விட்டார். அவருடைய பலமெல்லாம் காணாமல் போய்விட்டது. அவரது மகனும் மனைவியும்கூட அவரை மதிப்பதில்லை. அவரது புத்தி எல்லாம் மழுங்கிவிட்டது. ஒரு வயதான கிழவி எப்படி எதற்கும் உதவ மாட்டோளோ, ஒரு நிறைமாத கர்ப்பிணி எப்படி யாருடைய உதவியும் இல்லாமல் சிறுநீர் கழிக்கச் செல்ல முடியாதோ, அப்படிப்பட்ட நிலையில்தான் இருக்கிறார் டயாங் கான்.'

இப்படி ஒரு செய்தியை மங்கோலியர்களிடையே பரவியது அல்லது பரப்பப்பட்டது. டயாங் கான் ஒடிந்துபோய் விட்டார் என்று மீண்டும் மீண்டும் சொல்வதன் மூலம் தனது

குழுவினருடைய நம்பிக்கையை பல மடங்கு அதிகரிப்பதுதான் டெமுஜினின் நோக்கம்.

இன்னொரு பரிமாணத்திலும் செய்தி ஒன்று பரப்பப்பட்டது. 'நய்மன்களின் ராணி நம்மைப் பற்றி என்ன சொல்கிறாள் தெரியுமா? மங்கோலியர்கள் எல்லாம் நாகரிகமில்லாத காட்டுவாசிகளாம். ஒன்றுக்கும் உதவாத கழிவுப் பொருள்களாம்.'

இப்படிப்பட்ட செய்தியின் மூலம் டெமுஜின் குழுவினரிடையே நய்மன் மீதான கோபம் அதிகமானது. உக்கிரமாகப் போர்புரியத் தேவை கோபம்தானே. போருக்கு முன்பே தம் குழுவினரது மனநிலை எப்படி இருக்க வேண்டும் என்பதை டெமுஜினே தீர்மானித்தார். ஒவ்வொன்றுக்கும் ஓர் உத்தி.

நினைத்தது போலவே ஜமுக்கா தன் படைகளை எல்லாம் திரட்டிக்கொண்டு, நய்மன்களோடு கைகோத்திருந்தான். இதோ இறுதி யுத்தத்துக்கான நேரம் வந்துவிட்டது. மங்கோலியர்களின் கான், நீயா? நானா?

டெமுஜினா? ஜமுக்காவா?

டெமுஜின், தங்கள் குழுவைப் பற்றிய அபரிமிதமான செய்திகள் எதிரி முகாமில் பரவும்படி செய்தார்.

'கேள்விப்பட்டாயா? மங்கோலியர்களின் தலைவன் டெமுஜின் பெரும் பலசாலியாம். அவனது உடல் நம்மைப்போல எலும்புகளாலும் தசைகளாலும் ஆனதில்லையாம். ஏதோ இரும்பால் செய்யப்பட்டதுபோல அவ்வளவு உறுதியாக இருக்குமாம். எந்தக் கூர்மையான அம்பாலும் அவனுடைய உடலைத் துளைக்க முடியாதாம். பார்த்துக் கொள்.'

'டெமுஜினின் படைவீரர்கள் அசகாய சூரர்களாம். காற்றின் வேகத்தில் பயணம் செய்யக் கூடியவர்களாம். புல்மீது படர்ந் திருக்கும் பனித்துளியை உண்டுகூட உயிர் வாழ்வார்களாம்.'

நய்மன் மக்கள் தங்களிடையே பேசிப் பேசி மாய்ந்தார்கள். டெமுஜின் பற்றியும் அவரது படையினர் பற்றியும் நய்மன் களிடையே ஒரு பூதாகரமான பிம்பம் உருவாகியிருந்தது, உருவாக்கப்பட்டிருந்தது.

கல்கா நதிக்கரையில் டெமுஜினின் படைவீரர்கள் திரண்டிருந்தார்கள். டெமுஜின் பேசினார். 'எத்தனைக் கடுமையான போர்களைக் கடந்து வந்துள்ளோம்? எவ்வளவு உயிர் இழப்புகளைச் சந்தித்துள்ளோம்? இது நம் லட்சியத்தை அடைவதற்கான இறுதிப் படி. மங்கோலியர்களுக்கும் மங்கோலியர்களுக்கும் நடக்கப் போகும் கடைசி யுத்தம். இதில் வென்று விட்டால் மங்கோலியர்கள் ஒருங்கிணைந்த மங்கோலியா உருவாகிவிடும். நம் எல்லோருடைய கனவும் அதுதானே. நம்மால் மட்டும்தான் அது சாத்தியமாகும்.'

எல்லா வீரர்களிடையேயும் ஒரே மாதிரியான மனநிலை உருவாகியிருந்தது. 'நாம் வலிமை வாய்ந்தவர்கள். நய்மன்கள் நம்மிடம் சிக்கி நாசமாகப் போகிறார்கள். ஜமுக்கா வீரர்களுக்கு நம் கையால்தான் மரணம்.'

1204, மே. அது எலி வருடம். ஹென்டெய் மலைப் பகுதியில் நய்மன்கள் முகாமிட்டிருந்தார்கள். டெமுஜினும் அவரது படை வீரர்களும் கெர்லென் நதியின் திசையில் ஹென்டெயை நோக்கித் தங்கள் பயணத்தைத் தொடங்கினார்கள்.

ஜமுக்காவும் டயாங் கானும் எந்தக் கணத்திலும் போரை எதிர்கொள்ளத் தயாராகவே இருந்தார்கள். டெமுஜினின் வீரர்கள் இருவர் எதிரி முகாமை வேவு பார்க்கச் சென்றார்கள். அதில் ஒருவன் சிக்கிக்கொண்டான். ஒருவன் தப்பித்து விட்டான். சிக்கிக் கொண்டவனைப் பார்த்து நய்மன் வீரர்களுக்கு ஏகக் குழப்பம்.

'என்னடா இது, டெமுஜினின் வீரர்கள் எல்லாம் பாறை போல் வலிமையானவர்கள் என்று நினைத்துக் கொண்டிருக்கிறோம். ஆனால் நம்மிடம் வந்து சிக்கியவன் இப்படி நோஞ்சானாக இருக்கிறான். அவனது குதிரைகூட பரிதாபமாகத்தான் இருக்கிறது. இவன் டெமுஜினின் படை வீரன்தானா?'

சிக்கிக் கொள்ளாமல் வெற்றிகரமாக வேவு பார்த்துச் சென்ற வீரன், டெமுஜினிடம் அளித்த தகவலும் கொஞ்சம் கலவரமூட்டக் கூடியதாகத்தான் இருந்தது. 'எதிரிப் படைகளின் எண்ணிக்கை நம்மைவிட பல மடங்கு அதிகம். குறிப்பாக அவர்களது குதிரைப் படையோடு நமது குதிரைப் படையை ஒப்பிடவே முடியாது.'

டெமுஜினுக்குத் தெரியாதா என்ன? எண்ணிக்கையளவில் எதிரிகள் அதிகமாக இருந்தால் என்ன? என்னிடம் இருக்கும் ஒவ்வொரு வீரனும் எதிரி வீரர்களில் பத்துப் பேருக்குச் சமம். எங்களுக்கு உடல் வலிமை உண்டு. கூடவே எதிரி வீரர்களைவிட பல மடங்கு மன வலிமையும் உண்டு.

ஹென்டெய் மலைப்பகுதிகளில் டெமுஜினின் வீரர்கள் முகாம் அமைத்திருந்தார்கள். இரவு நேரம். எதிரிகளின் எல்லைக்குள் வந்தாயிற்று. இனி எந்தக் கணத்திலும் போர் ஆரம்பிக்கலாம். விழிப்போடு இருக்க வேண்டும் என்று ஒவ்வொரு வீரனும் நினைத்துக் கொண்டிருக்கும்போது, டெமுஜினிடமிருந்து ஒரு வித்தியாசமான கட்டளை ஒன்று வந்தது.

'இன்று இரவு எல்லோரும் நன்றாக ஓய்வெடுங்கள். ஆனால் ஒன்று மட்டும் செய்யுங்கள். குளிருக்காக நெருப்பு மூட்டுங்கள். ஓரிடத்தில் நெருப்பு மூட்டி ஐந்தைந்து பேராகக் குளிர் காயாதீர்கள். ஒவ்வொருவரும் ஐந்தைந்து இடங்களில் நெருப்பு மூட்டி வையுங்கள்.'

அது நிலவில்லாத இரவு. நய்மன் தளபதிகளும் சில வீரர்களும் சாக்கிர்மௌட் என்று மலைக்குன்றில் மேலிருந்து நோட்ட மிட்டார்கள். வானில் நட்சத்திரங்கள் மினுமினுத்துக் கொண்டிருந்தன. கீழே பூமியில் நெருப்பு நட்சத்திரங்கள். எக்கச் சக்கமாக. ஏராளமாக. எண்ணிக்கையில் அடங்காதபடியாக. பார்வைக்கு வான் நட்சத்திரங்களைவிட அதிகமாக. விதிர் விதிர்த்துப் போனார்கள்.

'நம்பவே முடியவில்லையே, டெமுஜினின் படை இத்தனை பலம் வாய்ந்ததா?'

அந்த நெருப்பு உத்தியால், எதிரிகளின் பார்வையில் டெமுஜினின் படை பல மடங்கு பெரியதாகத் தெரிந்தது. அது எதிரி வீரர்களை மனத்தளவில் படபடக்க வைத்தது. வீரர்களில் ஒரு குழுவினர், பயந்து தங்கள் முகாமிலிருந்து தப்பித்துச் சென்றார்கள்.*

---

\* அப்படித் தப்பித்துச் சென்றவர்கள், இருளில் வழி தெரியாமல், மாபெரும் பள்ளமொன்றில் குதிரைகளோடு விழுந்து இறந்ததாக வரலாற்றுக் குறிப்புகள் உள்ளன.

அதிகாலைக்கு முன்பாகவே டெமுஜினின் வீரர்கள் தயாரானார்கள். வெளிச்சம் வருவதற்கு முன்பாகவே கிளம்பிச் சென்று போர்க்களத்தில் நின்றுவிட்டால் பிரச்னையில்லை. உயரமான பகுதியிலிருந்து எதிரிகளால், நடமாட்டத்தைக் கண்காணிக்க முடியாது. படையில் எவ்வளவு பேர் இருக்கிறார்கள் என்பதையும் அனுமானிக்க முடியாது. டெமுஜின் அதிலும் இன்னொரு உத்தியைப் பயன்படுத்தினார். வீரர்களை சிறு சிறு குழுக்களாகப் பிரித்து ஒவ்வொரு குழுவையும் ஒவ்வொரு திசையில் அனுப்பினார். வேறு வேறு திசைகளில் சென்று, போர்க்களத்தில் வந்து குவிந்தார்கள். ஒருவர் பின் ஒருவராக நிற்காமல், முடிந்த வரையில் நீளமாக அணிவகுத்து நின்றார்கள், மனிதச் சங்கிலிபோல.

சுற்றிலும் மலைக் குன்றுகள். நடுவில் மாபெரும் சமவெளி. அதுதான் போர்க்களம். மெல்ல மெல்ல போர்க்களத்தை சூரியனின் மஞ்சள் கதிர்கள் மெழுக ஆரம்பித்தன. சில மைல்களுக்கு அப்பால், ஒரு மலைக்குன்றிலிருந்து ஜமுக்காவின் படைகளும், நய்மன் படைகளும் இறங்கிக் கொண்டிருந்தன. இறங்கிக் கொண்டே இருந்தன. அத்தனைப் பெரிய படை.

தனது படைகளுக்கு முன் நின்று கொண்டிருந்தார் டெமுஜின். அவனுக்குப் பின் காஸர், டெமுஜ். வலது புறத்தில் ஜெல்மி. இடதுபுறத்தில் ஜெபி. வீரர்கள் எல்லோரும் நீல நிறச் சீருடையில். டெமுஜினின் விரலசைவுக்காக எல்லோரும் காத்திருந்தார்கள். தூரத்தில் எதிரிகளின் படையைப் பார்த்தார் டெமுஜின். அவர் மனத்துக்குள் போருக்கான வியூகங்கள் உருவாகிக் கொண்டிருந்தன.

இரண்டு பக்கமும் அமைதி. இரண்டு படைகளும் அசையாமல் நின்று கொண்டிருந்தன. வெயில் கொஞ்சம் கொஞ்சமாக ஏறிக் கொண்டிருந்தது. வெகு தூரத்தில் நின்று கொண்டிருந்தாலும் டெமுஜினின் கண்களுக்கு ஜமுக்கா தென்பட்டார்.

'சகோதரன். என் ரத்த சகோதரன் ஜமுக்கா. உன்னை மீண்டும் மீண்டும் போர் முனையில்தான் சந்திக்கிறேன். நீயும் நானும் ஒரே கனவுக்காகத்தான் போராடுகிறோம், ஆனால் எதிர் எதிர் அணியில். எதிரிகளாக. சிறுவயதில் நாம் செய்து கொண்ட சத்தியங்களுக்கு அர்த்தம் என்ன? இறுதிவரை ஒருவருக்கு ஒருவர் தோள் கொடுப்போம் என்றெல்லாம் பேசிக் கொண்டோமே, நினைவில் இல்லையா ஜமுக்கா?'

டெமுஜினை பழைய நினைவுகள் சூழ ஆரம்பித்தன. இருந்தாலும் உணர்ச்சிவசப்படும் நேரமில்லையே அது. தனது வலது கையை சிறிது உயர்த்தி, எதிரிப் படையை நோக்கித் தனது ஆள்காட்டி விரலை நீட்டினார். டெமுஜினுக்குப் பின்னால் இருந்த வில்வித்தை வீரன் ஒருவன், நீண்ட அம்பு ஒன்றைத் தன் வில்லில் பூட்டினான். எதிரிகள் நிற்கும் திசையில் செலுத்தினான்.

காற்றைக் கிழித்துக் கொண்டு சென்ற அம்பு, ஜமுக்கா நின்று கொண்டிருந்த இடத்துக்குச் சற்று முன்பாகக் குத்திக் கொண்டு நின்றது.

'நான் தயார். நீ தயாரா?' என்று எதிரிகளுக்கு அழைப்பு விடுப்பதற்காக அந்த அம்பு.

ஜமுக்காவின் கண்கள் அந்த அம்பையே உற்றுப் பார்த்துக் கொண்டிருந்தன. 'என் சகோதரன் தயாராகி விட்டான். என்னைப் போருக்கு அழைக்கிறான். டெமுஜின், இதுதான் உனக்கு இறுதி யுத்தம். எனக்கல்ல.'

ஜமுக்கா, டயாங் கானைப் பார்த்தார். பின்பு தன் கைகளை வானை நோக்கி உயர்த்தினார். மூச்சை உள்ளிழுத்து, அந்த வெட்டவெளி அதிரக் கத்தினார். 'தாக்குங்கள்.'

நூற்றுக்கணக்கான வீரர்கள் கொண்ட ஒரு குதிரைப் படை, நிலம் அதிரக் கிளம்பியது. குழம்படிச் சத்தம் இடியின் ஓசைபோல அதிகமாகிக் கொண்டே போனது. டெமுஜின் சில நொடிகள் அமைதியாக இருந்தார். எதிரிகளின் குதிரைகள் ஓரளவுக்கு முன்னேறி வந்ததும், மீண்டும் வானை நோக்கிக் கையை உயர்த்தி சைகை செய்தார். டெமுஜினின் பக்கத்திலிருந்து வெறும் முப்பது குதிரை வீரர்கள் மட்டும் கிளம்பினார்கள். ஆனால் கடும் வேகத்தில்.

எதிரி குதிரை வீரர்கள் பாதிப்பேர் கைகளில் வாள்கள், மீதிப் பேர் கைகளில் நீண்ட ஈட்டிகள். இந்த முப்பது குதிரை வீரர்களின் இரண்டு கைகளிலும் நீளமான, படுகூர்மையான வாள்கள். முப்பது வீரர்களும் இரண்டு கைகளிலும் பக்கவாட்டில் நீட்டிக் கொண்டிருக்கும்படி வாள்களை உறுதியாகப் பிடித்திருந்தார்கள். அதாவது எதிரே வரும் எதிரியின் விலாவை குதிரை போகிற வேகத்தில் வாள் சீவிக்கொண்டு செல்லும்படியாக. வாள் களோடு சேர்த்து குதிரையின் கடிவாளத்தையும் கெட்டியாகப்

பிடித்திருந்தார்கள். குதிரைகளின் பாய்ச்சலில் இரண்டு புறமும் கிளம்பிய புழுதி, புயலாக உருவெடுத்துக் கொண்டிருந்தது.

தொட்டு விடும் தூரத்தில் எதிரிகளை நெருங்கிய முப்பது ரெட்டை வாள் வீரர்களும் தங்கள் குதிரையின் கடிவாளத்தைப் பிடித்து இழுத்து நிறுத்தி, ஓரிடத்தில் நின்று சண்டை போடுவார்கள் என்றுதான் எதிரிகள் நினைத்தார்கள். ஆனால் முப்பது ரெட்டை வாள் வீரர்களும் அப்படியே அதே வேகத்தில் எதிரிப் படைகளுக்குள் புகுந்தார்கள். முன்னேறிக் கொண்டே சென்றார்கள். பக்கவாட்டில் உறுதியாகப் பிடித்திருந்த ரெட்டை வாள்களும் எதிரி வீரர்களின் விலாவை அல்லது மார்பை சரக்.. சரக்..

எதிரி வீரர்கள், அந்த ரெட்டை வாள் வீரர்களை நோக்கித் தங்கள் வாளை ஓங்குவதற்குள், சரேலெனப் புகுந்து சரக்.. சரக்.. நிலமெல்லாம் ரத்தமும் சதைத்துண்டுகளும்.

அந்த முப்பது வீரர்களின் சமயோசிதமான தாக்குதலில் நூற்றுக்கணக்கில் எதிரிகள் மரணத்தின் மடியில். ஓரளவுக்குச் சுதாரித்துக் கொண்ட எதிரி வீரர்கள், நீண்ட ஈட்டிகளைக் குறி பார்த்து வீச ஆரம்பித்தார்கள் அல்லது ஈட்டியை மார்பில் இறக்கி அப்படியே தூக்கி எறிய ஆரம்பித்தார்கள். ரெட்டை வாள் வீரர்கள் ஒவ்வொருவராகக் காலியாக ஆரம்பித்தார்கள். இருந்தும் தங்களால் முடிந்தவரை முன்னேறிக் கொண்டே இருந்தார்கள். எதிரிகளை வீழ்த்திக் கொண்டே.

கிட்டத்தட்ட இருபது ரெட்டை வாள் வீரர்களின் நெஞ்சை ஈட்டி பிளந்திருந்தது. மீதமுள்ளவர்கள் ஒரு கட்டத்துக்குமேல் முன்னேறுவதை நிறுத்தினார்கள். சட்டெனத் திரும்பி டெமுஜின் இருக்கும் திசை நோக்கி குதிரையைச் செலுத்தினார்கள். மீதமிருந்த நூற்றுச் சொச்ச எதிரிகள் அவர்களைத் தாக்குவதற் காகத் துரத்த ஆரம்பித்தார்கள். முதுகுகளைக் குறிபார்த்து ஈட்டிகள் பாய்ந்து கொண்டே இருந்தன. ஆனால் ரெட்டை வாள் வீரர்கள், குதிரைகளை முடிந்தவரை வேகமாக முடுக்கி விட்டார்கள்.

டெமுஜின், வெற்றிகரமாகத் தாக்கிவிட்டுத் திரும்பி வரும் மிச்சமுள்ள வீரர்களை அழுத்தமாகப் பார்த்தார். காஸர் தன் வில்லிலிருந்து அம்பு ஒன்றைச் செலுத்தினான். அது சிறிது தூரம்

பாய்ந்து சென்று தரையில் குத்திட்டு நின்றது. தன் வீரர்கள், குத்தி நின்ற அந்த அம்பைக் கடக்கும் வேளையில், கையசைத்தார் டெமுஜின். தயாராகப் பூட்டி வைத்த அம்புகளை தொடர்ச்சி யாகச் செலுத்த ஆரம்பித்தார்கள் வில்வித்தை வீரர்கள். படு சீற்றத்தோடு பாய்ந்த அம்புகள் ஒருவரைக்கூட மிச்சம் வைக்கவில்லை, திரும்பி வந்த ரெட்டை வாள் வீரர்கள் உள்பட.

டெமுஜினுக்கு இழப்பு முப்பது வீரர்கள் மட்டுமே. ஆனால் முதல் சுற்றில் தாக்குவதற்கு வந்த எதிரிகளில் பலர் கொல்லப் பட்டிருந்தார்கள். மீதி பேருக்குப் படுகாயம். மொத்தத்தில் ஒருவர்கூட முழுமையாக மிஞ்சவில்லை. உயிரோடு இருந்த சில எதிரி குதிரைகள் மட்டும், வந்த வழியே திரும்பி நடக்க ஆரம்பித்தன. காலியாக வரும் குதிரைகளைப் பார்க்கப் பார்க்க ஜமுக்காவுக்குள் ஆத்திரம் அலைமோதியது. நிதானம் இழந்தார்.

'அவர்களை அழித்தொழியுங்கள்.'

நய்மன் வீரர்களும், ஜமுக்காவின் படையினரும் ஆவேசமாகச் சத்தம் எழுப்பியபடியே பாய்ந்து புறப்பட்டார்கள். அதே சமயத்தில் டெமுஜின் தன் படையினரையும் கிளப்பினார். ஆனால் அவரது படைவீரர்கள் நிதானமாக, அமைதியாகப் புறப்பட்டார்கள். சத்தம் எழுப்பி தங்கள் ஆற்றலை வீணாகச் செலவழிக்கவில்லை.

ஒரு குறிப்பிட்ட தொலைவுக்கு எதிரிப் படையினர் முன்னேறி வந்ததும், பின்வரிசையில் வந்து கொண்டிருந்த டெமுஜினின் வில்வித்தை வீரர்கள் தங்கள் குதிரைகளை முடுக்கிவிட்டு முன் வரிசைக்கு வந்தார்கள். அவர்கள் தங்கள் அம்புகள் வழியே மரணத் தூது அனுப்ப ஆரம்பித்தார்கள். சரசரவென. சளைக்காமல். இடைவிடாமல். முன்னேறி வந்த எதிரிகள் விழவும் வீழவும் ஆரம்பித்தார்கள். தொடர் அம்புத் தாக்குதலில் எதிரிகளின் முன் வரிசை காலியானது.

இரண்டு படைகளும் ஒன்றோடு ஒன்று கலந்தன. குதிரைகளின் கனைப்பு. வீரர்களின் ஆவேசக்குரல். ஈட்டிகளின் பாய்ச்சல். வாள்களின் விளாசல். ஆயுதங்கள் அதி தீவிரமாக ரத்தம் சுவைக்க ஆரம்பித்தன. பல வீரர்கள் தங்கள் இறுதி நொடிகளை அனு பவித்துக் கொண்டிருந்தார்கள். ரத்த வெள்ளத்தில் வெள்ளை வெயில் நனைந்து கொண்டிருந்தது.

நேருக்கு நேராகப் படைகளை அனுப்பிய டெமுஜின், தனது அடுத்த உத்தியைப் பயன்படுத்தினார். ஏதோ ஒரு திசையில் இருந்து ஒரு சிறிய குழுவினர், திடீரெனப் புகுந்து தாக்க ஆரம்பித்தார்கள். அதே நேரத்தில் அதற்கு எதிர்த் திசையில் இருந்து இன்னொரு புதிய குழுவினர் வந்து தாக்க ஆரம்பித் தார்கள். எந்தத் திசையில் இருந்து வருகிறார்கள் என்று எதிரிகளால் உணர்ந்துகொள்ளவே முடியவில்லை.

அந்த நேரத்தில் டயாங் கான் தனது பிரத்யேகப் பாதுகாப்புப் படையுடன் களமிறங்கினார். அவரது வாள் ரத்தம் குடிக்க ஆரம்பித்தது. ஜமுக்கா அதுவரை களமிறங்கவில்லை. போர் தீவிரமாக நடக்கும் இடத்துக்குச் சற்றுத் தள்ளி நின்று கட்டளைகளைப் பிறப்பித்துக் கொண்டே இருந்தார்.

திடீரென டெமுஜினின் குதிரைப்படை வீரர்கள் சிலர் பின் வாங்கினார்கள். போர்க்களத்தில் இருந்து தப்பித்துச் சென்றார் கள். எதிரி வீரர்களில் ஒரு குழுவினர், அவர்களைத் துரத்த ஆரம்பித்தனர். 'விடாதே, துரத்து. பிடித்துக் கொல்லு.'

டெமுஜினின் வீரர்கள் ஒரு சிறிய குன்றுக்குப் பின் சென்றார்கள். எதிரிகளும் விடாமல் துரத்தினார்கள். ஆனால் அந்தக் குன்றில் மறைவான இடம் ஒன்றில் ஒளிந்திருந்த டெமுஜினின் வில்வித்தை வீரர்கள், எதிரிகளின் உயிரைக் குறி பார்த்துக் காத்திருந்தார்கள். ஒரு குறிப்பிட்ட எல்லைக்குள் எதிரிகள் நுழைந்தபோது, மரண வாசல் அவர்களுக்காகத் திறக்கப்பட்டது.

போர்க்களத்தின் ரத்தச் சிவப்பு அதிகமாகிக் கொண்டே போனது. மீண்டும் டெமுஜினின் சில குதிரை வீரர்கள் தாக்குதலை நிறுத்திவிட்டு, போர்க்களத்திலிருந்து தப்பித்துச் செல்ல ஆரம்பித்தார்கள். எதிரிகளின் ஒரு குழுவினர் அவர்களைத் துரத்த ஆரம்பித்தார்கள். 'விடாதே, வெட்டு.'

ஆனால் டெமுஜினின் அந்த வீரர்கள், முன்னோக்கிச் சென்று கொண்டே தங்கள் முதுகில் மாட்டியிருந்த வில்லை எடுத்தார்கள். அம்பைப் பூட்டினார்கள். அப்படியே பின்னோக்கி தங்கள் குதிரையின் முதுகில் படுத்தார்கள். கண நேரத்தில் பின்னால் துரத்தி வரும் எதிரிகளை நோக்கி அம்பெய்தார்கள். எதிரிகளின் மூளைக்குள் எச்சரிக்கை மணி அடிப்பதற்கு முன்பாகவே, அவர்களுக்குச் சாவு மணி அடித்திருந்தது.

சூரியன் உச்சியில். போர் உக்கிரத்தில். போரிட்டுக் கொண்டு இருந்த வீரர்களுக்கு ரத்தம் கலந்த வியர்வை வடிந்து கொண்டிருந்தது. எனவே அப்போது அங்கு வீசிய காற்றில், ஆக்ஸிஜனோடு ஹ்யூமோகுளோபினும் கலந்திருந்தது.

டெமுஜினின் முதன்மைத் தளபதிகளான ஜெல்மியும் ஜெபியும் களமிறங்கியிருந்தார்கள். காஸர், டயாங் கானைச் சுற்றி வியூகம் அமைத்து முன்னேறிக் கொண்டிருந்தான். நய்மன் வீரர்களின் கண்களில் மரணத்தின் நடுக்கம். தான் சுற்றி வளைக்கப்பட்டதை உணர்ந்த டயாங் கான், உயிர்ப் போராட்டத்தில் சுற்றிச் சுழன்று கொண்டிருந்தார். எங்கிருந்தோ கிளம்பி வந்த அம்பு ஒன்று, அவரது இயக்கத்தை நிறுத்தியது.

டயாங் கான் வீழ்ந்ததுமே அவரது மகனான குச்லக், பின்வாங்க ஆரம்பித்தான். நய்மன் வீரர்களும் போராடுவதை நிறுத்திவிட்டு தப்பித்து ஓட ஆரம்பித்தார்கள். ஜமுக்காவால் அவர்களைத் தடுத்து நிறுத்த முடியவில்லை.

எதிரிகள் தங்கள் பலத்தைக் கொஞ்சம் கொஞ்சமாக இழந்து கொண்டிருந்தார்கள். நீலச் சீருடை வீரர்களின் கை ஓங்கி யிருந்தது. டெமுஜின் தனது அடுத்த அதிரடி வியூகத்தை வகுத்தார். இந்த முறை குதிரை வீரர்கள், கதிர் அருவாள் போன்ற வடிவத்தில் கூடி நின்றார்கள். எதிரிகளை அரை வட்ட வடிவில் சூழ்ந்து தாக்க ஆரம்பித்தார்கள். இன்னொரு புறம் டெமுஜினின் தரைப்படை வீரர்கள், வெவ்வேறு திசைகளில் இருந்து உள்ளே புகுந்து தாக்க ஆரம்பித்தார்கள். இருபுறமும் இழப்புகள், ஆனால் ஜமுக்காவுக்கு நிறையவே.

டெமுஜினுக்கான வெற்றி வாய்ப்பு ஏறிக் கொண்டே போனது. அந்த நேரத்தில் சூரியன் மேற்கில் இறங்கிக் கொண்டிருந்தது. ஜமுக்காவின் கோபம், அவரது வாளில் சொட்டிக் கொண்டிருந்த எதிரி வீரர்களின் ரத்தத்தில் தெரிந்தது. இருந்தாலும் படை பலவீனமாகிவிட்டதே. தனி ஆளாக நின்று போராட முடியுமா என்ன? இத்தனைக்கும் டெமுஜின் களமிறங்கிப் போராடவே இல்லை. வித்தியாசமான வியூகங்கள் அமைத்து வெற்றியைத் தன் பக்கம் இழுத்துக் கொண்டிருந்தார்.

'நிற்காதீர்கள். ஓடி விடுங்கள்.'

வெறுப்பின் உச்சத்தில் கத்தினார் ஜமுக்கா. தன் குதிரையைத் திருப்பிக்கொண்டு, போர்க்களத்தில் இருந்து தப்பி ஓட ஆரம்பித்தார். கூடவே அவரது தளபதிகள் சிலரும் பாதுகாவலர்களும்.

தங்கள் கான் தப்பித்துச் செல்வதை அறிந்த ஜமுக்காவின் வீரர்கள் ஆயுதங்களைக் கீழே போட்டுவிட்டு சரணடைய ஆரம்பித்தார்கள்.

சிதறிக் கிடந்த ஆயுதங்கள். சிதைபட்டுக் கிடந்த உடல்கள். தனியாகக் கிடந்த தலைகள், கைகள், கால்கள், சதைத்துண்டுகள். வலியில் கதறிக் கொண்டிருந்த குதிரைகள். வாய் பிளந்து இறந்து கிடந்த புரவிகள். மரணத்தில் லயித்திருந்த சடலங்கள். மரணத்தை உள்வாங்கிக் கொண்டிருந்த உடல்கள். உயிர்களின் இறுதி ஓலத்தின் மத்தியில் டெமுஜின் வீரர்களின் வெற்றி ஆரவாரம் எழ ஆரம்பித்தது.

டெமுஜினின் கண்களில் பிரகாசம். மறைந்து கொண்டிருந்த சூரியப் பந்தின் நிறம் ரத்தச் சிவப்பாகத் தெரிந்தது.

●

போர் முழுமையாக முடியவில்லை. தப்பித்துச் சென்றவர்கள் மீண்டும் வரலாம். ஏதாவது புதிய படைகளோடு வரலாம். எதுவும் நடக்கலாம். டெமுஜினின் வீரர்கள் அந்த இரவில் அதே போர்க்களத்தில் கழித்தார்கள், கொஞ்சம் தூக்கத்தோடு, நிறைய விழிப்போடு.

இரவு அமைதியாகக் கழிந்தது. விடியலும் அமைதியாகவே தொடர்ந்தது. டெமுஜின் வீரர்கள் வெற்றியைக் கொண்டாட ஆரம்பித்தார்கள்.

நய்மன்கள் இனி எழுச்சி பெற வாய்ப்பே இல்லை. டயாங் கானின் மகன் குச்லக், எதிர்காலத்தில் எங்கிருந்தாவது பெரும்படை ஒன்றைத் திரட்டிக் கொண்டு வந்தால்தான் உண்டு. இருந்தாலும் அவனை நசுக்குவது பெரிய காரியமாகவெல்லாம் இருக்காது. சில இடங்களில் மெர்கிட்டுகள் இன்னமும் மீதமிருக்கிறார்கள். டெமுஜின் தற்போது அடைந்திருக்கும் வெற்றியின் மிரட்சியிலேயே அவர்களும் வந்து பாதம் பணிந்துவிடுவார்கள். ஆனால் ஜமுக்கா உயிரோடுதானே இருக்கிறார்.

எங்கு போயிருப்பார் ஜமுக்கா?

'சாப்பிட வாருங்கள் ஜமுக்கா. இன்று கொழுத்த முயல்கள் இரண்டு கிடைத்துள்ளன.'

பதில் எதுவும் சொல்லாமல் வெறித்த பார்வையோடு உட்கார்ந் திருந்தார் ஜமுக்கா. டனு மலைப்பகுதியை ஒட்டிய ஒரு மறை வான இடம். அங்குதான் ஜமுக்கா தனது தளபதிகள், வீரர்கள் சிலருடன் தலைமறைவாக இருந்தார். அவர்கள் சென்று ஜமுக்காவுக்காக வேட்டையாடிவிட்டு வருவார்கள். இப்படியே மாதங்கள் பல ஓடின. ஆனால் ஜமுக்கா மனத்தளவில் கடுமை யாகப் பாதிக்கப்பட்டிருந்தார். தன் ரத்த சகோதரன் டெமுஜி னிடமே தோற்றுப் போனதை அவரால் தாங்கிக் கொள்ள முடியவில்லை. 'இனி என் வாழ்நாள் கனவு அவ்வளவுதானா? நான் தோற்றுவிட்டேனா? இனி வாழ்வதே வீண்தானா?'

●

1205. எருது வருடம். வசந்த காலம். தூரத்தில் மூன்று குதிரை களில் மூன்று பேர் வந்து கொண்டிருந்தார்கள். டெமுஜினின் முகாமில் உள்ளவர்கள் எல்லோருடைய கவனமும் அவர்கள் மீது திரும்பியது. மூன்று பேரும் முகாமை நெருங்கினார்கள். டெமுஜின் வீரர்கள் கொஞ்சம் பதறிக் கத்த ஆரம்பித்தார்கள்.

'ஜமுக்காதானே அது?'

'ஜமுக்காதான் வருகிறான்.'

மூன்று குதிரைகளும் முகாமுக்குள் வந்து நின்றன. டெமுஜின் வீரர்கள் ஆயுதங்களை நீட்டியபடி அவர்களைச் சூழ்ந்து கொண்டார்கள். நடுவில் இருந்த குதிரையில் ஜமுக்கா இருந்தார். அவரிடம் ஆயுதங்கள் எதுவுமில்லை. அவரது கைகள் பின்புறமாகக் கட்டப்பட்டிருந்தன. முகத்தில் தாக்கப்பட்ட காயங்கள் தெரிந்தன. அவர் மிகவும் சோர்வாக இருந்தார். மீதமிருந்த குதிரைகளில் இருந்து ஜமுக்காவின் இரண்டு தளபதிகள் இறங்கினார்கள். அவர்கள் ஜமுக்காவைச் சிறைப்பிடித்து வந்திருந்தார்கள்.

முகாமில் எழுந்த சலசலப்பைக் கேட்டு, தன் கூடாரத்திலிருந்து வெளியே வந்தார் டெமுஜின். பின்னாலேயே போர்ட்டெவும்

வெளியே வந்தாள். டெமுஜின் வந்ததும் கூடியிருந்தவர்கள் விலகினார்கள்.

'ஜமுக்கா..' - அதிர்ச்சியாகி நின்றான் டெமுஜின்.

அந்தத் தளபதிகள் இருவரும் தங்கள் உடைவாளைக் கழற்றினார்கள். டெமுஜின் முன் மண்டியிட்டார்கள். வாளை டெமுஜினின் பாதத்தில் வைத்தார்கள்.

'கான், நாங்கள் ஜமுக்காவை உங்களிடம் ஒப்படைப்பதற்காகச் சிறைப்பிடித்து வந்துள்ளோம்.'

டெமுஜின் அவர்களைக் கோபமாகப் பார்த்தார்.

'இந்த இருவரையும் அழைத்துச் சென்று உரிய பரிசு கொடுங்கள்' - அவரது குரல் அதிர்ந்தது.

வீரர்கள், அந்த இருவரையும் பிடித்துக் கொண்டு சென்றார்கள். அடுத்த நிமிடம், அந்த இருவரது இறுதி அலறல் கேட்டது. தங்கள் கானுக்கு உண்மையாக இல்லாததால் அந்தத் தளபதிகளுக்கு அப்படி ஒரு தண்டனை. விசுவாசம் இல்லாவிட்டால் என்ன ஆகும் என்று தன்னைச் சுற்றியிருப்பவர்களுக்கும் உணர்த்துவதற்காக அந்தச் சந்தர்ப்பத்தைப் பயன்படுத்திக் கொண்டார் டெமுஜின்.

ஜமுக்கா தலையைக் கவிழ்ந்தபடி நின்றார். டெமுஜின் ஜமுக்காவின் அருகில் சென்றார். பின் தன்னைச் சுற்றி நெருக்கமாக நின்றவர்கள் மீது பார்வையை வீசினார். அவர்கள் புரிந்து கொண்டு சில அடிகள் பின்னால் சென்றார்கள்.

'ஜமுக்கா..'

தலையை நிமிர்த்திப் பார்த்தார் ஜமுக்கா. அவரது கண்கள் சோகத்தில் கொஞ்சம் கலங்கியிருந்தன. டெமுஜினின் கண்கள் நீண்ட நாள்கள் கழித்து மீண்டும் ஜமுக்காவைச் சந்தித்த ஆனந்தத்தில் கலங்க ஆரம்பித்தன. ஜமுக்காவை அணைத்துக் கொண்டார். அப்படியே அவரது கைக்கட்டையும் பிரித்து விட்டார். பதிலுக்கு ஜமுக்கா, டெமுஜினை அணைக்கவில்லை. ஜமுக்காவின் தோள்களை தன்னிரு கரங்களால் பற்றினார் டெமுஜின்.

'வா, ஜமுக்கா. கூடாரத்துக்குப் போகலாம்.'

டெமுஜினின் அழைப்புக்கு ஜமுக்காவிடமிருந்து எந்தவித பதிலும் இல்லை. அசைவும் இல்லை. வெறித்துப் பார்த்தபடியே இருந்தார்.

'நான் உன் பழைய டெமுஜின்தான்.'

ஜமுக்கா வாய் திறந்தார். 'நான் பழைய ஜமுக்கா இல்லை.' அவரது குரல் உடைந்திருந்தது.

'நமக்கிடைப்பட்டது முப்பது வருட நட்பு.'

'எல்லாம் பழைய கனவு.'

'கனவுதான். நம் இருவருக்குமான கனவு. வானில் பிறை நிலவு, நட்சத்திரங்கள் சாட்சியாக அந்த இரவில் நாம் இருவரும் ரத்த சகோதரர்கள் ஆனோமே, அன்று முதல் வளர்க்க ஆரம்பித்த கனவு.'

'அதில் நீ ஜெயித்துவிட்டாய் டெமுஜின்.'

'ஜமுக்கா..'

'நீதான் இனி கான். மங்கோலியர்களின் கான். நான் இல்லை.'

'என்னுடனேயே இருந்துவிடு ஜமுக்கா. என் வலது கையாக.'

இந்த வார்த்தையைக் கேட்ட ஜமுக்காவின் முகத்தில் சலனமில்லை. ஆனால் போர்ட்டெவின் முகத்தில் அதிர்ச்சி. குறுக்கிட்டாள்.

'வேண்டாம் கான், நீங்கள் ஜமுக்காவின் இயல்பான குணத்தை மறந்து பேசுகிறீர்கள்.'

டெமுஜின், போர்ட்டெவின் வார்த்தைகளைக் காதில் வாங்கிக் கொள்ளவில்லை. ஜமுக்காவைக் கனிவாகப் பார்த்துக் கொண்டிருந்த அவரது பார்வை விலகவே இல்லை.

'ஜமுக்கா, நீ மங்கோலியர்களிலேயே சிறந்த வீரன். உன் தைரியம் எனக்குத் தெரியும். உனக்கு இருக்கும் அறிவாற்றல் வேறு யாருக்கும் கிடையாது. எனக்குத் தோள் கொடுக்க வா நண்பா.'

'டெமுஜின், நம்பிக்கைக்கு நன்றி.'

'நாம் இருவரும் சேர்ந்து சீனாவின் ஜின் இனத்தை வெல்லலாம்.'

'என்னால் உன்னோடு இருக்க முடியாது.'

'ஏன் ஜமுக்கா?'

'மங்கோலியர்கள் வணங்கும் அந்த நீல வானத்தில் ஒரே ஒரு சூரியன்தான் இருக்க முடியும். மங்கோலியர்களின் கான், ஒருவராகத்தான் இருக்கமுடியும். அந்தப் பெருமை உனக்குத்தான்.'

'ஜமுக்கா..'

டெமுஜினைக் கட்டியணைத்தார் ஜமுக்கா. அவரது காதருகே சென்று மெல்லிய குரலில் பேசினார். 'டெமுஜின், என்னை இங்கேயே, இப்போதே கொன்று விடு.'

டெமுஜின் உடலில் ஒரு மெல்லிய நடுக்கம் பரவுவதை ஜமுக்காவால் உணர முடிந்தது. 'டெமுஜின், ஒரு வேண்டுகோள். எனக்கு மரணம் உடனடியாகக் கிடைக்கவேண்டும், ரத்தமின்றி.'

அந்த வார்த்தைகள் கொடுத்த அதிர்ச்சி தாங்காமல் ஜமுக்காவின் அணைப்பில் இருந்து விடுபட்டார் டெமுஜின். இருவரது பார்வையும் உறைந்து போயிருந்தது.

'ஏன் ஜமுக்கா?'

'டெமுஜின், இந்த உலகமே உனக்காகக் காத்திருக்கிறது. என்னுடைய துணை இனி உனக்குத் தேவைப்படாது. நான் உனக்குத் தொல்லையாக மட்டுமே இருப்பேன். என்னைக் கொன்று விடு.'

டெமுஜினிடம் பேசுவதற்கு வார்த்தைகளில்லை. ஒரு சிறந்த மங்கோலிய வீரனின் இறுதி ஆசையைப் பூர்த்தி செய்வதைத் தவிர வேறு வழியும் அவருக்குத் தெரியவில்லை. அந்தக் கடமையை நிறைவேற்ற காஸரை அழைத்தார்.

'வேண்டாம் ஜமுக்கா, உன் கையால்தான் எனக்கு மரணம் நிகழ வேண்டும்.'

ஜமுக்கா சொல்லவும், டெமுஜினின் முகம் வெளிறிப் போனது.

'ஜமுக்கா..'

'நண்பனே, உன் கையால் எனக்கு மரணம் கொடு. அது போதும். உடனடி மரணம். ரத்தம் சிந்தாத மரணம். என் சடலத்தை உயரமான மலைப்பகுதி ஒன்றில் போட்டு விடு. அங்கிருந்து நான் உன்னையும் உன் சந்ததியினரையும் காலம் முழுவதும் பார்த்துக் கொண்டே இருப்பேன். வாழ்த்திக் கொண்டு இருப்பேன்.'

ஜமுக்கா, சில அடிகள் முன்னால் சென்று மண்டியிட்டார். 'நண்பா, என்னை இப்போதே கொல்.'

டெமுஜின் சிலையாக நின்றார். அவரது உடல் நடுங்கியது. சுற்றியிருந்த ஒவ்வொருவரும் உறைந்து போயிருந்தார்கள்.

'என்னைக் கொல் டெமுஜின்' - வேதனையோடு கத்தினார் ஜமுக்கா.

டெமுஜின், ஜமுக்காவின் பின்புறம் வந்து நின்றார். வானத்தைப் பார்த்தபடியே ஜமுக்காவின் கழுத்தை தன் இடது கையால் வளைத்தார். வலது கையால் தனது இடது கையை இறுக்கினார். கொஞ்சம் கொஞ்சமாக ஜமுக்காவின் கழுத்து இறுகியது. ஜமுக்காவின் முகத்தில் பரிபூரண அமைதி. சில நொடிகளில் ஜமுக்காவின் கழுத்தெலும்பு நொறுங்கும் சத்தம் கேட்டது.

# 9. 'செங்கிஸ்கான் ஹுர்ரே!'

மங்கோலியர்களின் ஒரே கான் இனி டெமுஜின் மட்டுமே. போட்டிக்கு யாருமில்லை. புதிதாகத் தலைதூக்கவும் யாரும் மிச்சமில்லை. டயாங் கானின் மகன் எங்கேயோ ஓடிவிட்டான். டயாங் கானின் மனைவியைத் தன் குழுவிலுள்ள ஒரு வருக்கு மணம் முடித்துவைத்தார் டெமுஜின். அந்த உறவை ஏற்படுத்தியதன் மூலம் நய்மன்களையும் தன் குழுவோடு முறைப்படி இணைத்துக் கொண் டார். ஜமுக்காவுக்குப் பின் சொல்லிக்கொள்ளும்படி அவரது ஜடாரன் இனக்குழுவில் யாரும் இல்லை. மிச்சமிருந்த ஜடாரன்கள் அனைவருமே டெமுஜின் குழுவினரோடு இணைந்திருந்தார்கள்.

ஆங்காங்கே, தனித்தனியாக சிறு சிறு இனக்குழுக் களாக வாழ்ந்து கொண்டிருந்த மங்கோலியர்களுக் கும் தன்னோடு வந்து இணைந்து கொள்ளும்படி அழைப்பு விடுத்தார் டெமுஜின். அவர்கள் வந்து இணைந்துகொள்வதற்குரிய கால அவகாசமும் கொடுத்தார்.

இப்படி மங்கோலியர்களை ஒன்றிணைக்க சுமார் ஒரு வருடம் பிடித்தது. இனி டட்டார், மெர்கிட், நய்மன், போர்ஜிகின், டாய்சூட், ஜடாரன், கெரியிட், ஜர்கின் என்று இனக்குழுவினர் யாரும் கிடையாது. எல்லோருமே மங்கோலியர்கள்.

அவர்களின் ஒரே கான் டெமுஜின். பொதுக்குழு ஒன்று கூட்டப்பட்டது. இப்படி ஒரு தீர்மானம் நிறைவேற்றப்பட்டது. எல்லோருக்கும் பரிபூரண சம்மதம். இனி டெமுஜின், மங்கோலியர்களின் கானாக முடி சூட்டிக்கொள்ள வேண்டியது தான் பாக்கி. அதற்காக நாள் ஒன்று குறிக்கப்பட்டது.

1206, ஏப்ரல் 16. அது புலி வருடம்.

டெமுஜின், தான் எப்போதும் வழிபடும் புர்கான் கல்டுன் மலைக்கு அருகில், ஆனான் நதிக்கரை ஓரமாக தன் முகாமை அமைத்திருந்தார். பல ஏக்கர் பரப்பளவில் அமைக்கப்பட்ட முகாம். அதன் மையத்தில் மாபெரும் கூடாரம் ஒன்று டெமுஜினுக்காக அமைக்கப்பட்டிருந்தது. சுற்றிலும் பல்லாயிரக்கணக்கான கூடாரங்கள். அந்த இடத்தில் பத்தாயிரத்துக்கும் மேற்பட்ட கால்நடைகள் இருந்தன. பதவி ஏற்பு விழாவில் கலந்து கொள்பவர்களுக்கு விருந்தா வதற்காக.

நீல ஏரி என்று அந்தப் பகுதிக்குப் பெயர். சலனமில்லாத நீர்ப்பரப்பு. வானின் நீலத்தை அப்படியே தன்னில் பிரதிபலிக்கும் ஏரி அது. அந்தப் பகுதியில் ஒரு மேடான இடத்தில் ஆறு மீட்டர் உயரத்தில் மாபெரும் மேடை ஒன்று அமைக்கப்பட்டிருந்தது. அதில் சிவப்புக் கம்பளம் விரிக்கப்பட்டிருந்தது. மேடையின் பின்புறமாக மையத்தில் சூலாயுதம் போன்ற வடிவில் ஒரு இரும்புக்கம்பி குத்தி வைக்கப்பட்டிருந்தது. அந்த சூலாயுதத்தின் கழுத்துப் பகுதியில் குதிரையின் முடி, கட்டித் தொங்கவிடப் பட்டிருந்தது. அதுவும் நல்ல வலிமையான ஆண் குதிரை யிலிருந்து எடுக்கப்பட்ட முடி. அந்த அடையாளச் சின்னத் துக்குப் பெயர் சுல்டே*.

---

* இந்துக் கோயில்களில் வேலும் சூலமும் குத்தி வைத்திருப்பதுபோல, மங்கோலியர்கள் தங்கள் கூடாரத்துக்கு வெளியே சுல்டேவைக் குத்தி வைத்திருப்பார்கள். காற்றின், சூரிய ஒளியின், வானத்தின் சக்தியை இந்த சுல்டே கிரகித்துக் கொள்கிறது. சுல்டேவில் இருந்து குதிரை முடி ஒன்றை எடுத்து தங்கள் ஆயுதங்களில் கட்டிக் கொள்வார்கள். பலம் பலமடங்கு பெருகும். இறந்து போகும் மங்கோலியனின் உயிரானது, அந்தக் குதிரை முடியில் சென்று தங்கி வாழும். அங்கிருந்து கொண்டே தங்கள் சந்ததியினரை மங்கோலியர்கள் ஆசீர்வதிப்பார்கள். இதெல்லாமே மங்கோலியர்களின் நம்பிக்கை.

அந்த உயரமான சுல்டேவுக்குக் கீழ், மேடையின் மையத்தில் தங்க நிறத்தில் பிரமாண்டமான கழுகு வடிவம் பொறித்த சிம்மாசனம் ஒன்று போடப்பட்டிருந்தது. மேடையில் நடப்பட்ட கம்பங்களில் நீலவான நிறம் கொண்ட கொடி பறந்து கொண்டிருந்தது. அதன் மத்தியில் வெள்ளை நிறத்தில் கழுகின் உருவம். சிம்மாசனத்துக்கு இரண்டு புறமும் பல நாற்காலிகள். அங்கு ஹோலுன், போர்ட்டெ, காஸர், ஜோச்சி, பெல்கட்டே, டெமுஜ், ஷோர்கன்ஷிரா, தலைமை மந்திரவாதி டெப் டெங்ரி ஆகியோர் மேடையில் அமர்ந்திருந் தார்கள். எல்லோருமே புதிய உடையணிந்து, அலங்காரங்களுடன். மேடையின் முன் வரிசையில் டெமுஜின் தலைமைத் தளபதிகளான ஜெல்மி, ஜெபியுடன் புதிதாக நியமிக்கப்பட்டிருந்த குபிலாய், சுபடெய் ஆகியோர் நின்று கொண்டிருந்தார்கள்.

மேடையை நோக்கி நீண்ட தூரத்துக்கு வெள்ளைக் கம்பளம் விரிக்கப்பட்டிருந்தது. கம்பளத்துக்கு இரண்டு புறமும் இருபதுக் கும் மேற்பட்ட மந்திரவாதிகள் மண்டியிட்டு அமர்ந்திருந்தார்கள். அவர்களது கையில் வட்டம், சதுரம், முக்கோண வடிவிலான பறைகள். சற்றுத் தள்ளி வயலின் போன்ற ஒரு கம்பிக் கருவியோடும், பல்வேறு அளவுகள் கொண்ட முரசுகளோடும் இசைக்கலைஞர்கள். சுற்றிலும் மங்கோலிய பொதுமக்கள். கண்ணுக்கெட்டிய தூரம் வரை அணிவகுத்து நின்ற வீரர்கள். மொத்தமாக அங்கிருந்த மங்கோலியர்களின் எண்ணிக்கை ஐம்பதாயிரத்தைத் தாண்டும்.

வெள்ளைக் குதிரை ஒன்று அந்த வெள்ளைக் கம்பளத்தில் பவனி வர ஆரம்பித்தது. அதில் வெள்ளை நிற உடையணிந்த டெமுஜின் கம்பீரமாக அமர்ந்திருந்தார். உடைக்கு மேல் முழு நீள வெள்ளை அங்கி ஒன்றும், தலையில் அலங்காரம் செய்யப்பட்ட வெள்ளை நிற கம்பளி குல்லா ஒன்றையும் அணிந்திருந்தார். கால்களில் முட்டி வரை நீண்ட வெள்ளை நிறக் காலணி. வீரன் ஒருவன் அந்தக் குதிரையின் கடிவாளத்தைப் பிடித்தபடி வந்தான்.

முரசுகள் முழங்க ஆரம்பித்தன. கூடவே அந்தக் கம்பிக் கருவிகளும். கம்பளத்துக்கு இருபுறமும் மண்டியிட்டு அமர்ந் திருந்த மந்திரவாதிகள், பறையைத் தட்டி பாட்டு பாடியபடியே எழுந்து ஆட ஆரம்பித்தார்கள்.

டெமுஜின் மேடையை நெருங்கினார். குதிரையிலிருந்து இறங்கினார். படிகள் ஏறினார். மேடையின் மீதிருந்து சுற்றிலும் நிற்பவர்களைப் பார்த்தார். இசை, பாடல்கள் எல்லாம்

நிறுத்தப்பட்டன. வானத்தைப் பார்த்தார். தனது வலக்கையை இடது மார்பில் குவித்து வைத்து, வானத்தை வணங்கினார். ஒன்பது முறை. பின் திரும்பி நின்று அந்தச் சிம்மாசனத்தை அழுத்தமாகப் பார்த்தார். 'எத்தனை வருடப் போராட்டம்? இதோ இந்த நொடியில் என் கனவு நனவாகப் போகிறது.'

கம்பீரமாகச் சிம்மாசனத்தில் அமர்ந்தார் டெமுஜின். கூடியிருந்த எல்லோருமே தலை தாழ்த்தி அவரை வணங்கினார்கள்.

தலைமை மந்திரவாதி டெப் டெங்ரி முன்னே வந்தார். டெமுஜினுக்குத் தன் மரியாதையைச் செலுத்தினார். பின்பு வானை நோக்கித் தனது கைகளை உயர்த்தி, உரத்த குரலில் பேச ஆரம்பித்தார்.

'நீல வானக் கடவுள் தெங்ரியின் ஆசிர்வாதம் இது.
நம்மை எல்லாம் வழிநடத்தும் அந்தக் கடவுளின் கட்டளை இது.
மங்கோலியர்களை எல்லாம் ஒன்றிணைத்த நமது கான்.
இனி எல்லாமே அவரது அதிகாரத்தின் கீழ்தான்.'

டெப் டெங்ரி சொல்லவும் கூடியிருந்த அனைவரும் 'ஹுர்ரே ஹுர்ரே' (ஆமென் என்று சொல்வதுபோல) என்று உற்சாகக் குரல் எழுப்பினார்கள். டெப் டெங்ரி தொடர்ந்தார்.

'இனி நமது கான், இந்த மங்கோலிய இனத்தையே ஆளும் கான்.

செங்கிஸ்கான்.'

டெமுஜினுக்கான புதிய பெயரை டெப் டெங்ரி உச்சரித்ததுமே, கூடியிருந்தவர்கள் எல்லோரும் உற்சாகமாக முழங்கினார்கள்.

*'செங்கிஸ்கான்..*
*செங்கிஸ்கான்..*
*செங்கிஸ்கான்.*★*'*

---

★ சிங்கிஸ்கான் (chinkhis khan) என்பது சரி. செங்கிஸ்கான் என்பது பெர்சிய மொழி உச்சரிப்பின்படி உருவானது. chin என்பதற்கு பல அர்த்தங்கள் உண்டு - வலிமையான, உறுதியான, அசைக்கமுடியாத, பயமற்ற. ஓநாய் என்றொரு அர்த்தமும் உண்டு. மங்கோலியர்களுக்கு விருப்பமான விலங்கு ஓநாய். அதுவும் நீல ஓநாய். அதனைக் கடவுளாகப் பாவிப்பார்கள். ஓநாயின் வீரம்,➢

ஹோலுன், போர்ட்டெவின் கண்களின் ஆனந்த நீர். செங்கிஸ்கான் தனது சிம்மாசனத்தைவிட்டு எழுந்துவந்தார். வானை நோக்கிக் கைகளை உயர்த்திப் பேச ஆரம்பித்தார்.

'அந்த நீல வானக் கடவுள் தெங்ரியின் ஆணைப்படி, நான் வலிமை வாய்ந்த மங்கோலியர்களின் கானாகப் பதவியேற்றுக் கொள்கிறேன்.

இனி இந்தப் பூமியெங்கும் நீல ஓநாயின் சந்ததியினரே ஆட்சி புரிவார்கள்.

நாம் ஒன்றிணைந்துவிட்டோம். வாருங்கள், தேசங்களை எல்லாம் வெல்லுவோம். இந்தப் பூமியின் இறுதி எல்லைவரை நமதாக்கிக் கொள்வோம்.

இந்தப் பூமியை வென்று நம் முன்னோர்களுக்கு மரியாதை செய்வோம். மங்கோலியாவை பூமியின் மிகவும் வளமான, பலமான தேசமாக மாற்றிக் காட்டுவோம்.

ஓ, தெங்ரி! நீ எங்களைப் பாதுகாப்பாய்.

மங்கோலியர் உலகை வெல்லட்டும்.'

உணர்ச்சிவசப்பட்ட நிலையில் செங்கிஸ்கான் முழங்க, கூடியிருந்தவர்கள் அனைவரும் தங்கள் இரு கைகளையும் தீப ஆராதனை காட்டுவதுபோல சுற்றினார்கள். உற்சாகமாகக் கத்தினார்கள்.

---

➢ தந்திரம், செயல் நேர்த்தி என ஒவ்வொன்றுக்கும் மதிப்பு கொடுப்பார்கள் மங்கோலியர்கள். தனக்குச் சமமான வீரத்துடன், தந்திரத்துடன் எவன் ஒருவன் இருக்கிறானோ, அவனது கண்களில் மட்டுமே அந்த நீல ஓநாய் தென்படும். அதேபோல, நீல ஓநாயை யாராலும் கொல்லமுடியாது. நீல ஓநாயே, ஒருவனைப் பார்த்து இவன் நம்மைக் கொல்லத் தகுதியானவன் என்று நினைத்தால் மட்டுமே அதைச் சாகடிக்க முடியும் என்பதெல்லாம் மங்கோலியர்களின் நம்பிக்கை. தங்களை நீல ஓநாயிலிருந்து வந்தவர்கள் என்றே சொல்லுவார்கள் 'ஓநாய்களின் தலைவன்' என்றும் செங்கிஸ்கானுக்கு ஒரு அர்த்தம் உண்டு. இன்று வரை மங்கோலியர்கள் அதிக மதிப்பு கொடுக்கும் விலங்கு ஓநாய். குர் கான், அதாவது இந்த அண்டத்தின் அரசன் என்ற பட்டம்தான் டெமுஜினுக்கு வைக்கப்படுவதாக இருந்தது. ஆனால் அந்தப் பட்டத்தை ஏற்கெனவே ஜமுக்கா தனக்குத் தானே சூட்டிக் கொண்டதால், செங்கிஸ்கான் என்ற புதிய பட்டம் உருவானது.

‘ஹுர்ரே.. ஹுர்ரே..

செங்கிஸ்கான் ஹுர்ரே.. ஹுர்ரே..’

வானத்தில் கழுகு ஒன்று வட்டமிட்டுக் கொண்டிருந்தது.

•

இனி எல்லாமே மாற்றியமைக்கப்பட வேண்டும். அடி முதல் நுனி வரை. சட்டம் முதல் சமூக அமைப்பு வரை. எல்லா வற்றையும் எழுத்தில் கொண்டு வந்துவிடலாம் என்று நினைத்தார் செங்கிஸ்கான்.

நய்மன்களின் தலைமை நிர்வாகியாகப் பணியாற்றிய டடாடுங்கா என்பவர், அப்போது செங்கிஸ்கானிடம் இருந்தார். அவரது வேலை, நய்மன்களின் அரசு விஷயங்களை எழுத்தில் பதிவு செய்து வைப்பதுதான். அதற்கு அவர் பயன்படுத்தியது துருக்கிய மொழியான உய்யுர்*. மங்கோலியர்களின் புதிய சட்ட திட்டங்களை, அரசு விஷயங்களை எழுத்தில் பதிவு செய்யும் வேலை அவருக்கு வழங்கப்பட்டது. கூடவே செங்கிஸ்கானின் மகன்களுக்கு உய்யுர் மொழியைக் கற்றுக் கொடுக்கும் வேலையையும் செய்தார் டடாடுங்கா.

செங்கிஸ்கான், அத்தனை வருடங்களில் தன்னிடம் மிகவும் நேர்மையாக, விசுவாசமாக நடந்து கொண்டவர்களுக்கு உயரிய பதவிகள் கொடுத்தார். தன் குடும்பத்தைச் சார்ந்தவர்கள் மட்டுமே உயர் பதவிகளில் இருக்க வேண்டும் என்று நினைக்கவில்லை. மங்கோலியர்களை பத்தாயிரம் பேர் கொண்ட குழுவாகப் பிரித்து, ஒவ்வொரு குழுவுக்கும் ஒருவரைத் தலைவராக நியமித்தார்.

சிலருக்கு ஏழாயிரம், எட்டாயிரம் மங்கோலியர்கள் என்றும் தகுதிக்கேற்ப பிரித்துக் கொடுத்தார். தன் தாய் தத்தெடுத்துக் கொண்ட பிற இனக்குழுவைச் சார்ந்த சகோதரர்களையும் குழுத் தலைவராக்கினார். ஜோச்சியின் தலைமையின் கீழ் எட்டாயிரம் பேர் வந்தார்கள்.

---

* உய்யுர் எழுத்து வடிவம் என்பது சீன மொழியைப் போன்றது. செங்குத்தாக ஒன்றன்கீழ் ஒன்றாக எழுதப்படுவது. இன்றைய வடமேற்கு சீனாவில் உள்ள சுயாட்சி பெற்ற மாநிலமான சின்ஜியாங்கில்தான் உய்யுர் இன மக்கள் பெரும்பான்மையாக வாழுகிறார்கள். அது, மங்கோலியா, கஸகிஸ்தான் எல்லையில் அமைந்துள்ளது. உய்யுர் என்பது துருக்கிய மொழிகளுள் ஒன்று.

தனது தாயின் சகோதரரை, அதாவது தாய்மாமான் சாகடாயைத் தனது முதன்மை ஆலோசகராக வைத்துக் கொண்டார்.

அதுவரை மங்கோலியர்கள் பின்பற்றி வந்த சட்டங்களை எல்லாம் செங்கிஸ்கான் ஒதுக்கி வைத்தார். எல்லாம் கடவுள் விதித்த சட்டங்கள் என்றெல்லாம் அவர் தயங்கவே இல்லை. தான் ஆட்சி புரிவதற்கேற்ப, தான் அமைக்க விரும்பும் சமூகத்தின் தேவைக்கேற்ப புதிய சட்டங்களை உருவாக்கினார்.

பெண்களைக் கடத்துதல் என்பது மங்கோலியர்கள் கலாசாரம். செங்கிஸ்கானின் தாய் கடத்திக் கொண்டு வரப்பட்டவள்தான். மனைவியும் கடத்தப்பட்டிருக்கிறாள். பெண்களைக் கடத்து வதற்காக அல்லது கடத்தப்பட்ட பெண்களை மீட்பதற்காகத் தான் மங்கோலிய இனக்குழுவினரிடையே பல மோதல்கள் நடந்திருக்கின்றன. மங்கோலியர்கள் தங்கள் இனப்பெண்களை எக்காரணத்துக்காகவும் கடத்தக் கூடாது என்பதுதான் முதல் சட்டம்.

டாய்சூட்களிடம் செங்கிஸ்கான் அடிமைப்பட்டுக் கிடந்தார். போர்ட்டெ பெற்றெடுத்த ஜோச்சியின் பிறப்பு குறித்த சந்தேகம் செங்கிஸ்கானுக்கு இறுதிவரை இருந்தது. ஆகவே சிறுவர்களை அடிமைப்படுத்துவதைத் தடை செய்யும் சட்டம் ஒன்றைக் கொண்டு வந்தார். மனைவிக்கோ, துணைவிக்கோ அல்லது வேறு யாரோ ஒரு பெண்ணுக்கோ பிறந்தாலும், அந்தக் குழந்தைக்கு இன்னாருடைய வாரிசு என்ற முறையான அங்கீகாரம் கொடுக்கப்பட வேண்டும் என்றொரு சட்டத்தையும் கொண்டு வந்தார்.

கால்நடைகள், குதிரைகள்தான் மங்கோலியர்களின் வாழ் வாதாரம். இனி ஒரு குழுவினர் இன்னொரு குழுவினருடைய கால்நடைகளையோ, குதிரைகளையோ திருடினால் அல்லது திருட முயற்சி செய்தால் மரண தண்டனை. பொருள்களைத் திருடினாலும் அதே தண்டனைதான்.

மங்கோலியர்கள் தங்கள் தேவைக்கேற்பதான் வேட்டையாட வேண்டும். இஷ்டத்துக்கு வேட்டையாடக் கூடாது. விலங்கு களின் இறைச்சியையோ, மற்றவற்றையோ வீணடிக்கக் கூடாது. மார்ச், அக்டோபர் மாதங்கள் விலங்குகளின் இனப்பெருக்கக் காலம். அப்போது வேட்டையாடுவதற்குத் தடை. இப்படி விலங்குகளுக்காகச் சில சட்டங்கள்.

மங்கோலியர்களில் அப்போது கிறிஸ்துவத்தைத் தழுவியர்கள் இருந்தார்கள். புத்த மதத்தைச் சார்ந்தவர்கள் இருந்தார்கள். இஸ்லாமியர்களும் இருந்தார்கள். வேறு சில சிறிய மதத்தைச் சார்ந்தவர்களும் இருந்தார்கள். யாரும் எந்த மதத்தையும் சார்ந்து இருக்கலாம். எப்படி வேண்டுமானாலும் வழிபாடுகள் நடத்திக் கொள்ளலாம் என்று மங்கோலியர்களுக்குப் பரிபூரண மதச் சுதந்தரம் கொடுத்தார் செங்கிஸ்கான்.

பதவிக்காக எழும் சண்டைகளைத் தவிர்க்கவும் சட்டங்கள் கொண்டு வந்தார். பதவிக்காக ஒருவரைக் கொல்வது, சதிகள் செய்வது, அதிகாரத்தைத் துஷ்பிரயோகம் செய்வது போன்றவை பெருங் குற்றங்கள். தண்டனை மரணம்தான்.

தேர்ந்த சமூகக் கட்டமைப்பை உருவாக்க நினைத்த செங்கிஸ்கான், சில புதிய விதிமுறைகளையும் புகுத்தினார். ஒரு குழுவில் உள்ளவன் தவறு செய்தால், அதில் அவனது குடும்பத்தினருக்கும் உறவினர்களுக்கும் பங்கு உண்டு. எல்லோருமே தண்டனைக்குரியவர்கள். மிகவும் கடுமையான சட்டம்தான். ஆனால் இதன் மூலம் தவறுகள் பெருமளவில் குறைந்தன, தடுக்கப்பட்டன. தான் தவறு செய்தால் மற்றவர் களும் பாதிக்கப்படுவார்களே என்ற பயம் மக்களிடையே இருந்தது. சமுதாய உணர்வு வளர்ந்தது.

எல்லாவற்றையும்விட செங்கிஸ்கான் கொண்டு வந்த இன் னொரு முக்கியமான விதி இதுதான். சட்டம் என்பது எல்லோருக் கும் பொதுவானது. சாதாரண குடிமக்கள் முதல் ஆளும் கான் வரை சட்டத்துக்குக் கட்டுப்பட்டவர்கள்தான். யாருக்காகவும் எதற்காகவும் சட்டம் வளைந்து கொடுக்காது.

செங்கிஸ்கானின் தத்தெடுக்கப்பட்ட டட்டார் சகோதரன் சிகி-குட்டுகு, தலைமை நீதிபதியாக நியமிக்கப்பட்டார். அவர் விசாரிக்கும் வழக்குகள், அளிக்கும் தீர்ப்புகள் எல்லாம் எழுதித் தொகுக்கப்பட்டன. நீல வானின் நிறத்தில் கெட்டியான அட்டை கொண்ட அந்தப் புத்தகம் (blue book) மங்கோலியர்களின் சட்டப்புத்தகமாகப் போற்றப்பட்டது.

கால்நடைகளைப் பராமரிப்பது, குதிரைகளைப் பராமரிப்பது, வேட்டையாடுவது, வீட்டு வேலைகளைச் செய்வது, பரா மரிப்புப் பணிகள் செய்வது என்று ஒவ்வொரு குழுவிலும் ஆண்களுக்கும் பெண்களுக்கும் வேலைகள் பகிர்ந்து கொடுக்கப்

பட்டன. படைவீரர்கள் தவிர, முகாமின் பாதுகாவலர்கள் என்றொரு பிரிவு இருந்தது. அதுவும் இரவு நேரப் பாது காவலர்கள், பகல் நேரப் பாதுகாவலர்கள் என்று தனித்தனியாக இரண்டு குழுவினர்கள் இருந்தார்கள்.

ஒரு முகாமிலிருந்து இன்னொரு முகாமுக்குச் செய்திகளைக் கொண்டு சேர்ப்பதற்காகத் தூதுவர்கள் இருந்தார்கள். அவர் களுக்கு வைக்கப்பட்டிருந்த பெயர் அம்பு வேகத் தூதுவர்கள். இருபது மைல்களுக்கு ஓரிடத்தில் செய்தி நிலையங்கள் அமைக்கப்பட்டிருந்தன. ஒரு நிலையத்தைச் சேர்ந்த தூதுவர்கள், அடுத்த நிலையத்துக்குச் செய்திகளை குதிரையேறிக் கொண்டு செல்வார்கள். ஒரு நிலையத்தைச் சுற்றி சுமார் இருபத்தைந்து குடும்பங்கள் வசித்தன.

விசில் அம்புகள், புகையை ஏற்படுத்துவது, உயரமான இடத்தில் தீப்பந்தத்தைக் காட்டுவது, கொடியசைப்பது போன்ற பழைய முறைகளும் தகவல் தொடர்பில் பயன்படுத்தப்பட்டன.

●

டெப் டெங்ரி, தலைமை மந்திரவாதி. அவர் மேல் அளவு கடந்த நம்பிக்கை வைத்திருந்தார் செங்கிஸ்கான். அவர் சொல்லும் வார்த்தைகள் ஒவ்வொன்றுக்கும் மதிப்பு கொடுத்து வந்தார். டெப் டெங்ரிக்கு மொத்தம் ஆறு இளைய சகோதரர்கள் உண்டு.

தனக்குக் கிடைத்துள்ளதுபோல, வசதி வாய்ப்புகள் தனது சகோதரர்களுக்கும் கிடைக்க வேண்டும் என்று நினைத்தார் அவர். ஆகவே தனது அதிகாரத்தைப் பயன்படுத்தி, சில விதிமுறைகளை மீற ஆரம்பித்தார். செங்கிஸ்கானுக்கு அடுத்தபடியான அதிகாரமுடைய அவரது சகோதரர் காஸர், டெப் டெங்ரியைக் கண்டித்தார். உரசல் ஆரம்பமானது.

அந்த இரவில் டெப் டெங்ரியும் அவரது ஆறு சகோதரர்களும் காஸரைத் தனியாகச் சுற்றி வளைத்தார்கள். பயங்கரமாகத் தாக்கினார்கள். 'என் சக்தி உனக்குப் புரியவில்லை. அழித்து விடுவேன். ஜாக்கிரதை' என்று டெப் டெங்ரி, காஸரை மிரட்டி விட்டுச் சென்றார்.

மறுநாள் காலை. தன் முன் காயங்களுடன் மண்டியிட்டு நின்ற காஸரைப் பார்த்து அதிர்ச்சியடைந்தார் செங்கிஸ்கான். தனக்கு

நடந்ததை அழுதபடியே விவரித்தான் காஸர். ஆனால் அதற்கு செங்கிஸ்கான் சொன்ன பதிலில் உடைந்து போனான் காஸர்.

'உன்னைத் தாக்க வந்தவர்களைத் திருப்பித் தாக்க முடியாத நீயெல்லாம் ஒரு மங்கோலிய வீரனா?'

பதிலேதும் பேசாமல் அங்கிருந்து வெளியேறினான் காஸர். அடுத்த மூன்று நாள்கள் அவன் யாரிடமும் எதுவும் பேசவில்லை.

செங்கிஸ்கானின் கூடாரத்துக்குள் வந்தார் டெப் டெங்ரி. மரியாதை செலுத்தினார்.

'கான், நான் இரண்டு கனவுகள் கண்டேன். முதல் கனவில் நீங்கள் இந்த மங்கோலிய தேசத்தைச் சீரும் சிறப்புமாக ஆட்சி செய்து கொண்டிருந்தீர்கள். அதுதானே இப்போது நடக்கிறது. இன்னொன்று கெட்ட கனவு. அதில் உங்கள் சகோதரன் காஸர், இந்த மங்கோலிய தேசத்தை அதிகாரத்தோடு ஆண்டு கொண்டிருந்தார். இரண்டாவது கனவு என்னை மிகவும் சங்கடப்படுத்தி விட்டது. அதனால்தான் விடிந்ததுமே உங்களைத் தேடி வந்து விஷயத்தைச் சொல்லிவிட்டேன். நீங்கள் உங்கள் சகோதரர் காஸரை முற்றிலுமாக ஒடுக்கி வைப்பதுதான் மங்கோலியர்களின் எதிர்காலத்துக்கு நல்லது.'

தன் வந்த நோக்கத்தை நிறைவேற்றிவிட்டு அங்கிருந்து வெளியேறினார் டெப் டெங்ரி. ஆனால் செங்கிஸ்கானின் மனத்தில் குழப்ப ரேகைகள். டெப் டெங்ரியின் வார்த்தைகளை அப்படியே நம்பிய அவர், காஸரைக் கைது செய்யும்படி உத்தரவிட்டார். அவன் ஒரு கூடாரத்தில் தூண் ஒன்றில் கட்டிவைக்கப்பட்டான்.

ஹோலுன், அப்போது சற்றுத் தொலைவில் அமைந்திருந்த தனது இளைய மகன் டெமுஜ் உடன் முகாமில் தங்கியிருந்தாள். அங்கு பத்தாயிரம் பேர் வசித்தார்கள். நடந்த சம்பவத்தைக் கேள்விப்பட்ட அவள், இரவோடு இரவாக, ஒட்டக வண்டி ஒன்றில் தனியாக செங்கிஸ்கானின் முகாமுக்கு வந்தாள்.

காஸர் கட்டி வைக்கப்பட்டிருந்த கூடாரத்துக்குள் சென்றாள். கட்டுகளை அவிழ்த்துவிட்டாள். காஸரை அணைத்து அழுதாள். பின் அவனை இழுத்துக்கொண்டு செங்கிஸ்கானின் கூடாரத்துக்குள் நுழைந்தாள். காஸரோடு, ஹோலுனைக் கண்ட செங்கிஸ்கானுக்கு அதிர்ச்சி.

‘அந்த டெப் டெங்ரியின் பேச்சைக் கேட்டு, உன் தம்பியையே சந்தேகப்படுகிறாயா நீ? சிறு வயதிலேயே உன் சகோதரன் பெக்டெரைக் கொன்றவன்தானே நீ. உனக்குச் சகோதர பாசத்தை விட, அந்த டெப் டெங்ரி முக்கியமாகப் போய்விட்டாரா?’

ஹோலுனின் அழுகையுடன் கூடிய வாதங்களுக்கு, பதில் சொல்ல முடியாமல் தவித்தார் செங்கிஸ்கான். ஹோலுன் தன் இரண்டு கைகளையும் இரண்டு மார்பகங்கள் மீது வைத்தாள்.

‘இதே மார்பகங்களில்தான் நீங்கள் இருவருமே பால் குடித்தீர்கள் என்பதை நினைவில் வைத்துக்கொள்.’

ஹோலுனைச் சமாதானப்படுத்தும் விதமாக காஸரை விடுதலை செய்வதாக அறிவித்தார் செங்கிஸ்கான். காஸர் அங்கிருந்து அமைதியாக வெளியேறினான்.

டெப் டெங்ரி, தனது அட்டகாசத்தைத் தொடர்ந்தார். டெமுஜ் முகாம் டெப் டெங்ரியாலும் அவரது சகோதரர்களாலும் ஆதரவாளர்களாலும் சூழப்பட்டது. கைப்பற்றப்பட்டது. டெமுஜ் அவர்களால் தாக்கப்பட்டான். டெப் டெங்ரி முன் மண்டியிட்டு அவனை உயிர்ப் பிச்சை கேட்கச் சொல்லியும் அவமானப்படுத்தினார்கள்.

இந்தச் சம்பவத்தையும் கேள்விப்பட்ட செங்கிஸ்கான், டெப் டெங்ரி மேல் எந்தவித நடவடிக்கையும் எடுக்கவில்லை. காரணம் அவர் மீது வைத்திருந்த பக்தி அப்படிப்பட்டது. இந்தச் சமயத்தில் ஹோலுன் நோய்வாய்ப்பட்டு இறந்து போனாள்.

‘மந்திரவாதியின் அட்டகாசம் தாங்க முடியவில்லையே. நம் கான் ஏன் இப்படி இருக்கிறார்? எடுத்துச் சொல்வதற்கு அவரது தாயும் இல்லையே. இனி யார் சொன்னால் அவர் கேட்பார்?’ - பொதுமக்களின் கவலை.

ஆனால் எப்போதும் தன் அன்பு மனைவி போர்ட்டெவின் வார்த்தைகளுக்கு மதிப்பு கொடுப்பவராக இருந்தார் செங்கிஸ் கான். டெப் டெங்ரியின் அராஜகங்களைப் பொறுக்க முடியாமல், ஒருநாள் செங்கிஸ்கானிடன் குமுறினாள் போர்ட்டெ.

‘கான், உங்கள் இரு சகோதரர்களையும் தாக்கியுள்ள அந்த டெப் டெங்ரி, அடுத்ததாக உங்கள் வாரிசுகளையே அழிக்க

நினைப்பார். அப்புறம் உங்களுக்கு எதிராகவே சதி செய்வார். அவரது சக்தி அப்படிப்பட்டது. தீய வழிகளில் அதைப் பயன்படுத்தி உங்களை அழித்துவிட்டால், அய்யோ என்னால் நினைத்துப் பார்க்கவே முடியவில்லை. நான் விதவையாக வேண்டும் என்று நினைக்கிறீர்களா? உங்கள் வாரிசுகள் எல்லாம் நிர்கதியாக நிற்க வேண்டும் என்று எதிர்பார்க்கிறீர்களா?'

போர்ட்டெவின் வார்த்தைகள், உண்மையிலேயே செங்கிஸ் கானைப் பாதித்தன. அவரது பொறுமைக்கு முற்றுப்புள்ளி வைத்தன. 'மங்கோலியர்களை எவ்வளவு சிரமப்பட்டு ஒன்றிணைத்துள்ளோம். இப்போது அந்த ஒற்றுமைக்கு பாதிப்பு வந்துவிடும் போலிருக்கிறதே.' டெப் டெங்ரிக்கு எதிராக ஒரு முடிவெடுத்தார் செங்கிஸ்கான்.

தன் கூடாரத்துக்கு டெப் டெங்ரியையும் அவரது ஆறு சகோதரர் களையும் அழைத்தார். டெப் டெங்ரியை உட்காரச் சொன்னார். அந்தக் கூடாரத்தில் டெமுஜ், காஸர் உள்பட முக்கியஸ்தர்கள் இருந்தனர். டெப் டெங்ரியையும் டெமுஜையும் மல்யுத்தம் செய்யச் சொன்னார். கான் சொல்லிவிட்டார். எத்தனை வயதான வராக இருந்தாலும் மல்யுத்தம் செய்துதான் ஆக வேண்டும்.

அதனை வாய்ப்பாக எடுத்துக் கொண்ட டெமுஜ், டெப் டெங்ரியை அள்ளினான். அப்படியே தலைக்கு மேல் தூக்கி விறுவிறுவெனச் சுற்றினான். அதே வேகத்தில் கூடாரத்துக்கு வெளியே எறிந்தான்.

அலறியபடியே வெளியே சென்று விழுந்த டெப் டெங்ரியை, வீரர்கள் சிலர் விடாமல் தாக்கினார்கள். டெப் டெங்ரியின் முதுகெலும்பு உடைக்கப்பட்டது. அவரை அள்ளியெடுத்துச் சென்று ஒரு கூடாரத்தில் போட்டார்கள். அங்கு அவர் வாழ்வின் கடைசி நிமிடங்களை உணர ஆரம்பித்தார். அவரது சகோதரர்களும் ஒடுக்கப்பட்டனர்.

•

1207, கோடை. ஜோச்சியும் ஒரு டுமென் (பத்தாயிரம்) வீரர்களும் புறப்பட்டார்கள். சைபீரிய காடுகளுக்குச் சென்று அங்குள்ள பழங்குடி இனத்தவர்களை மங்கோலியர்களின் கட்டுப்பாட்டுக் குள் கொண்டு வர வேண்டும். இதுவே செங்கிஸ்கான் ஜோச்சிக்கு அளித்திருந்த வேலை.

இருபத்தெட்டு வயது ஜோச்சிக்கு மிகவும் மகிழ்ச்சி. அவன் எத்தனையோ போர்களில் கலந்து கொண்டிருக்கிறான். இருந்தாலும் செங்கிஸ்கான் அவனை நம்பி தனியாக ஒரு பொறுப்பைக் கொடுத்தது அப்போதுதான். இடப்பட்ட வேலையை எந்தவிதப் பிசிறுமின்றி செய்து முடித்தான் ஜோச்சி. சைபீரியப் பழங்குடியினர் பலர், செங்கிஸ்கானின் தலைமையை ஏற்றுக் கொண்டார்கள். அதுபோக, மங்கோலியர்கள் அவர்களோடு திருமண உறவையும் ஏற்படுத்திக் கொண்டார்கள். அந்தப் பழங்குடி தலைவர்களில் ஒருவரது குடும்பத்தோடு, தன் மகளுக்காக ஜோச்சியும் சம்பந்தம் பேசிக் கொண்டான்.

சைபீரியாவும் நல்லவிதமாக மங்கோலியர்களின் கட்டுப்பாட்டுக் குள் வந்தது. செங்கிஸ்கானின் படைபலம் அதிகமானது.

பழங்குடி மக்களை வென்றால் தோலும், தோல்சார்ந்த பொருள் களும்தான் கிடைக்கின்றன. தங்கம், உலோகப் பாத்திரங்கள், பட்டாடைகள் எல்லாம் மங்கோலியர்களிடம் இல்லவே இல்லையே. சீனர்களிடம்தான் அவை உண்டு. ஆகவே...

முதலில் செங்கிஸ்கானின் கவனத்தைக் கவர்ந்தவர் உய்யுர் இனத்தின் கான். அந்த கான், எந்தவித எதிர்ப்புமின்றி செங்கிஸ் கானின் தலைமையை ஏற்றுக்கொள்வதாக அறிவித்தார். தனது மகள் ஒருத்தியை, உய்யுர் இன கானுக்கு மனைவியாக்கி உறவை வலுப்படுத்திக் கொண்டார் செங்கிஸ்கான். 1209-ல் அந்தத் திருமணம் நடந்தது.

மங்கோலியர்களின் கட்டுப்பாட்டுக்குள் வரும் ஆனால் மங்கோலியர்களால் ஆளப்படாத பகுதிகள், 'கரி' என்ற பெயரில் அழைக்கப்பட்டன.

# 10. சர்வ நாசம்

'எனக்கு அடிபணிந்து விடு. என்னுடைய கட்டுப் பாட்டின் கீழ் ஆட்சி செய்துகொள்.'

பழங்குடியினரது பேரரசராக வலம் வந்து கொண்டு இருந்த நாற்பத்தெட்டு வயது செங்கிஸ்கானுக்கு இப்படி ஒரு செய்தி வந்தது. செய்தியை அனுப்பியவர் கோல்டன் கான். சீனாவின் ஜர்செட் இனத்தின் கான் அவர். முன்னொரு காலத்தில் ஆங் கான், அவரோடு கூட்டணி வைத்திருந்தார். ஆனால் ஆங் கானை வென்றுவிட்டு அரியணை ஏறிய செங்கிஸ்கானை தனது கட்டுப்பாட்டுக்குள் கீழ் கொண்டுவர திட்டமிட்டார் கோல்டன் கான்.

சீனாவையே மங்கோலியர்களின் அதிகாரத்தின் கீழ் கொண்டுவரத் திட்டமிட்டிருந்த செங்கிஸ் கானுக்கு, கோல்டன் கானின் செய்தி கோபத்தை உருவாக்கியது. ஆனால் ஜர்ஜெட் இனத்தவர்கள் எண்ணிக்கை அளவில் பலம் வாய்ந்தவர்கள். நவீன ஆயுதங்கள் அவர்களிடம் உண்டு. நாகரிக வளர்ச்சி கண்டவர்கள். சீனா முழுவதும் வியாபாரத் தொடர்பு கொண்டவர்கள். அவர்களை எதிர்ப்பது என்பது சாதாரண விஷயமல்ல.

இருந்தாலும் எதிர்த்துத்தான் ஆகவேண்டும். ஒரு கானாக உயர்ந்து கொண்டிருக்கும் வேளையில், இன்னொரு கானுக்கு அடிபணிந்து சேவிக்க

எல்லாம் முடியாது. அது தன்மானப் பிரச்னை. கூடவே ஜர்செட் இனத்தவர்களை வென்றுவிட்டால் கிடைக்கும் பொருள்கள், வியாபார வாய்ப்புகள் எல்லாம் அபரிமிதமானது. தங்கம், உலோகங்கள், பட்டுடைகள் இன்னும் பல. கைகொள்ளாத அளவுக்குக் கொள்ளையடிக்கலாம், கொள்ளை அடித்துக் கொண்டே இருக்கலாம். செங்கிஸ்கானுக்குள் கனவு வளர்ந்தது. அவரைச் சுற்றியிருந்த சிலரும், ஜர்செட் மீது உடனே படையெடுக்கச் சொல்லி வற்புறுத்த ஆரம்பித்தார்கள்.

ஆனால் ஜர்செட் மீது படையெடுக்க இன்னும் மங்கோலியர்கள் தயாராகவில்லை என்பதில் தெளிவாக இருந்தார் செங்கிஸ்கான். ஆகவே அமைதியாக இருந்தார். சீனாவின் எல்லைப் பகுதியில் ஒரு தேசத்தையே புதிதாகக் கட்டியெழுப்பும் அளவுக்கு ஒரு கான் உருவாகி இருக்கிறான் என்றால், அவர்கள் பார்த்துக் கொண்டு சும்மா இருக்க மாட்டார்கள் என்பதையும் தெளிவாகப் புரிந்து வைத்திருந்தார்.

1210-ல் (குதிரை வருடம்) கோல்டன் கான் இறந்து போனார். அவரது இளைய மகன் அடுத்த கோல்டன் கானாகப் பொறுப் பேற்றான். முதல் காரியமாக செங்கிஸ்கானை சரணடையச் சொல்லி தூதுவன் ஒருவனை அனுப்பி வைத்தான். அந்தத் தூதுவனின் பூத உடல், பதிலாக அனுப்பி வைக்கப்பட்டது.

1211, வசந்த காலம். செங்கிஸ்கான் கெர்லென் நதிக்கரையோர மாகப் பொதுக்குழுவைக் கூட்டினார். கலந்து பேசினார்கள். நீண்ட கலந்தாலோசனை. அடுத்தவர்களது கருத்துகளைக் கவனமாகக் காதுகொடுத்துக் கேட்டார் செங்கிஸ்கான். வெகு நேரத்துக்குப் பிறகு ஜர்செட்கள் மீது படையெடுக்கலாம் என்று முடிவு செய்தார்கள்.

ஏன் இப்படி ஒரு முடிவு எடுக்கப்பட்டது? எதற்காக இப்படி ஒரு போர்? எதிரிகள் எவ்வளவு வலிமையானவர்கள்? எவ்வளவு வசதி படைத்தவர்கள்? இந்தப் போரில் நாம் வென்றால் என்னென்ன பலன்கள்? இப்படி ஒவ்வொரு கேள்விக்கான பதிலும் மங்கோலியப் படையிலுள்ள கடைநிலை வீரனுக்குக் கூட தெரிந்திருக்க வேண்டும் என்பதில் செங்கிஸ்கான் உறுதியாக இருந்தார். ஆகவே ஒவ்வொரு நிலை தளபதிகளும் தங்களுக்குக் கீழ் வரும் வீரர்களிடம் போருக்கான காரணத்தை விளக்கினர். வீரர்கள், கான் கட்டளையிட்டுவிட்டார், ஆகவே

போருக்குச் செல்கிறோம் என்ற மனநிலையோடு களமிறங்கினால் அவர்களிடமிருந்து பாதி பலம்தான் வெளிப்படும். ஆனால் போருக்கான நியாயமான காரணத்தைத் தெரிந்துகொண்டு களமிறங்கும் வீரர்கள் இரு மடங்கு வீரத்தோடு போரிடுவார்கள் என்பதே செங்கிஸ்கானின் சூட்சுமம்.

எந்தப் போருக்கும் கிளம்புவதற்கு முன்னால்தான் மிகவும் புனிதமாக மதிக்கும் புர்கான் கல்டுன் மலைக்கு முன் சென்று நீண்ட நேரம் பிரார்த்தனை ஈடுபடுவது செங்கிஸ்கானின் வழக்கம். அப்போதும் அங்கு சென்றார். அவர் இல்லாத நேரத்தில் மங்கோலியர்களும் மூன்று நாள்கள் விரதமிருந்து பிரார்த்தனையில் ஈடுபட்டார்கள்.

நான்காவது நாள் விடியும்போது, செங்கிஸ்கான் முகாமுக்குத் திரும்பினார். எல்லோரும் அவர் சொல்லப்போகும் செய்திக்காகக் காத்திருந்தார்கள்.

‘நமது நீல வானக் கடவுள் தெங்ரி, இந்தப் போரில் நம்முடனேயே இருந்து வெற்றியைப் பெற்றுத் தருவதாக உறுதி கொடுத்துவிட்டார்.’

செங்கிஸ்கானின் இந்த நம்பிக்கையான வார்த்தைகளைக் கேட்டதும், மக்களின் ஆரவாரம் ஆரம்பமானது, ‘ஹுர்ரே.. ஹுர்ரே.. ஹுர்ரே..’

•

அதுவரை மங்கோலியர்கள், சமதளங்களில் போர் புரிந்திருக்கிறார்கள். புல்வெளிகளிலும் காடுகளிலும் எதிரிகளைச் சிதற அடித்திருக்கிறார்கள். முகாம்களை முற்றுகையிட்டு கூடாரங்களில் கொள்ளையடித்திருக்கிறார்கள். இதுதான் காலம் காலமாக அவர்களது தாக்குதல் முறை. ஆனால் அப்போது அவர்களுக்கு ஒரு புதிய சவால் காத்திருந்தது.

அப்போதைய சீனாவில் இரண்டாவது பெரிய அரசு என்றால் அது ஜர்செட். கிட்டத்தட்ட ஐம்பது லட்சம் மக்கள்தொகை கொண்டது. (அறுபது லட்சம் மக்கள்தொகை கொண்ட சங் அரசுக்கு முதலிடம்.) கலாசார, நாகரிக வளம் மிக்கவர்கள். நகரங்கள் அமைத்துக்கொண்டு வாழ்பவர்கள். முறையாகக் கல் வீடுகள் கட்டி, கோட்டைக் கொத்தளங்கள், சுற்றுச் சுவர்களோடு பாதுகாப்பாக வசித்துக் கொண்டிருந்தார்கள்.

மங்கோலியர்களுக்கு அதெல்லாமே புதிதுதான். புல்வெளிகளில் கூடாரங்கள் அமைத்து வாழ்வார்கள். தேவைப்பட்டால் கூடாரத்தைக் கழற்றி எடுத்துக்கொண்டு அடுத்த இடத்துக்குக் கிளம்பிவிடுவார்கள். அல்லது சக்கரங்கள் பொருத்திய பெரிய வண்டிகளின் மேல் கூடாரங்களை அமைத்துக் கொண்டார்கள். குதிரைகள் அல்லது ஒட்டகங்கள் இழுக்க, அந்தக் கூடாரங்கள் தேவையான நேரத்தில் நகர்ந்து கொண்டிருந்தன. ஓரிடத்தில் நிலையாகக் கல் வீடுகளில் வாழுவதென்பதே மங்கோலியர் களுக்குப் புதிய கலாசாரம்தான். அப்படிப்பட்ட வலுவான வீடுகளை, கோட்டைகளை, மகா சுவர்களை எப்படித் தாக்குவது? வெறும் அம்புகளும் வாள்களும் குத்தீட்டிகளும் கல் சுவர்களை என்ன செய்யப் போகிறது? கோட்டைகளைத் தாக்குவதற்காக ஏதாவது புதிய ஆயுதங்கள் இருக்கின்றனவா?

இதுவரை இல்லாத புதிய சவால்.

ஜர்செட் அரசின் மேற்கு எல்லையில் டேன்கட் அரசு அமைந் திருந்தது. திபெத்திய மக்களின் அரசு. ஜர்செட்கள் மீது படை யெடுப்பதற்கு முன்னோட்டமாக 1207 முதல் 1209 வரையில் மங்கோலியர்கள் அடிக்கடி டேன்கட் மீது தாக்குதல்களை நடத்தினார்கள். டேன்கட்டுகளும் கல் வீடுகள், கோட்டைகள் கட்டி வாழ்ந்து வந்தவர்கள்தான். அந்தத் தாக்குதல்கள் மங்கோலியர்களுக்கு ஒரு பயிற்சிக் களமாக அமைந்தது.

செங்கிஸ்கான் தன் படைகளோடு டென்கட் நகரை முற்றுகை யிட்டார். களத்திலிருந்த மங்கோலிய வீரர்களைவிட நகரில் இருந்த டென்கட் வீரர்களின் எண்ணிக்கை இருமடங்கு அதிகம். சுமார் ஒன்றரை லட்சம். எதிரிகளின் பலத்தைக் குறைப்பதற்கு செங்கிஸ்கானுக்கு சில புதிய யோசனைகள் தோன்றின. முதலில் நகருக்குள் செல்லும் அத்தனை வழிகளையும் தன் படைகளின் கட்டுப்பாட்டுக்குள் கொண்டு வந்தார். எனவே, டென்கட் களுக்கு உணவுப் பொருள்கள் விநியோகம் தடைபட்டது.

அடுத்ததாக எதிரிகளைக் கொத்துக் கொத்தாக அழிப்பதற்கு இன்னொரு யோசனையை செயல்படுத்தினார். கொஞ்சம் ஆபத்தான யோசனைதான். அருகில் நிரம்பி ஓடிக் கொண்டிருந்த மஞ்சள் நதியிலிருந்து ஒரு கிளையை வெட்டி, டேன்கட் நகருக்குள் திருப்பிவிட வேண்டும். வெள்ளத்தில் மூழ்கி எதிரிகள் அழிய வேண்டும்.

நதியை வெட்டித் திருப்பிவிடுவதெல்லாம் மங்கோலியர்களுக்குப் புதிய வேலை. அதனைச் சரியாகச் செய்து முடிக்குமளவுக்கு வல்லுநர்களும் செங்கிஸ்கானிடம் இல்லை. இருந்தாலும் முயற்சி செய்தார்கள். டென்கட் நகருக்குள் வெள்ளம் பாய்ந்தது. எதிரிகள் இறந்தார்கள். அதே நேரத்தில் நகருக்கு வெளியே இடப்பட்டிருந்த மங்கோலியர்களின் போர் முகாமுக்குள்ளும் வெள்ளம் பாய்ந்தது. உயிரிழப்புகள்.

இனி இப்படி ஒரு தவறைச் செய்யக் கூடாது என்று பாடம் படித்துக் கொண்டார் செங்கிஸ்கான். எண்ணிக்கையில் குறைவாக இருந்தாலும் வலிமையாக இருந்த மங்கோலியர்களிடம், வலிமையற்ற, அதிக எண்ணிக்கை கொண்ட டென்கட்கள் சரணடைந்தார்கள். டென்கட்களுடனான வெற்றி, செங்கிஸ்கானுக்கு ஜர்செட்டுகளுடன் மோதுவதற்குரிய நம்பிக்கையை அதிகப்படுத்தியிருந்தது.

•

*1211.* செங்கிஸ்கானின் படைகள் கோபி பாலைவனத்தைக் கடப்பதற்குத் தயாராக இருந்தன. அதற்குரிய முன்னேற்பாடுகளாகவே நிறையவே மெனக்கிட வேண்டியதிருந்தது. காரணம் மங்கோலியர்கள் அதுவரை அவர்கள் அனுபவிக்காத புதிய தட்ப வெப்ப சூழலுக்குள் செல்லவிருந்தார்கள். அதற்கேற்ப, வீரர்களைத் தயார்ப்படுத்த, ஏற்கெனவே மங்கோலியர்களுடன் இணைந்திருந்த சீனர்கள் உதவினார்கள்.

பயணம் செய்ய வேண்டிய பாதையில் ஒரு சிறு குழுவினர் மட்டும் முன்பாகவே குதிரைகளில் சென்று அங்குள்ள சூழலைப் பார்த்து அறிக்கை அனுப்பிக் கொண்டே இருந்தார்கள். குதிரைகளுக்குப் புல் இருக்கிறதா? நீர்நிலை எதுவும் இருக்கிறதா? வேட்டையாட விலங்குகள் கிடைக்குமா? இதையெல்லாம் முன்னதாகவே தெரிந்துகொண்டு, அதற்கேற்ப திட்டமிட்டு மங்கோலியப் படைகள் தங்கள் பயணத்தைத் தொடர்ந்தார்கள்.

உடலை முழுவதும் போர்த்தும் உடை. இடுப்பில் கட்டப்பட்ட பெல்ட் போன்ற கனத்த கயிறு. உச்சத்தலையில் இருந்து பாதம் வரை நீளும் கம்பளி அங்கி. கனத்த தோலால் ஆன முட்டிவரை நீண்ட காலணிகள். ஒவ்வொரு மங்கோலிய வீரனின் உடை

இதுதான். குளிருக்கு, சமைப்பதற்கு நெருப்பு மூட்டத் தேவையான கற்கள் ஒவ்வொரு மங்கோலியனிடமும் தனித்தனியே இருக்கும். அதுபோக, அம்புகளை கூராக்கும் சிறுகத்தி, விலங்கு இறைச்சியை வெட்ட சற்றே பெரிய கத்தி, ஒரு கோடாரி, கிழிந்த உடைகளைத் தைக்கும் ஊசி, கைதிகளை அல்லது விலங்குகளை கட்டி அழைத்து வருவதற்கான கயிறு, நீர் அல்லது பாலை சேகரித்து வைப்பதற்காகத் தோல் குடுவை, இவை எல்லாவற்றையும் உள்ளே வைத்து சுமந்து செல்வதற்கேற்ப ஒரு பெரிய தோல் பை. பத்து வீரர்களுக்கு ஒரு கூடாரம், அதை அமைக்கத் தேவையான பொருள்கள் எல்லாம் இன்னொரு பெரிய பையில்.

பொதுவாக உலகில் எல்லாப் படைகளிலும் குதிரைப் படை தனியாகவும், தரைப்படை தனியாகவும் இருக்கும். ஆனால் ஜர்செட்டுடன் மோத, கிட்டத்தட்ட அறுபத்தைந்தாயிரம் குதிரைப்படை வீரர்கள் மட்டும் சென்றார்கள். எனவே படைகள் வேகமாகவே நகர்ந்தன.

குறைவாகச் சாப்பிட்டு, நிறைய தூரம் பயணம் செய்யும் வலிமை வாய்ந்தவர்கள் மங்கோலியர்கள். எப்போதும் அவர்கள் கைவசம் பதப்படுத்தப்பட்ட குதிரைப் பால் இருக்கும். கூடவே பதப்படுத்தப்பட்ட தயிர்க் கட்டிகளும் இருக்கும். அதனை வாயில் போட்டு மென்றபடியே பயணத்தைத் தொடந்தார்கள். வேட்டைக்கு விலங்குகள் கிடைக்கவில்லையென்றால் கவலைப்பட மாட்டார்கள். பதப்படுத்தப்பட்ட இறைச்சியையும் சேமிப்பில் வைத்தே இருப்பார்கள். வேட்டையாடப்பட்ட விலங்கின் இறைச்சியை நெருப்பு மூட்டி, சமைத்துச் சாப்பிட நேரமில்லையா? அந்த இறைச்சித் துண்டுகளை அப்படியே தாங்கள் அமர்ந்து செல்லும் குதிரையின் சேணத்துக்குக் கீழே வைத்துவிடுவார்கள். கொஞ்ச நேரத்தில் இறைச்சி மிருதுவாகி விடும். அப்படியே சாப்பிட்டு விடுவார்கள். தங்கள் குதிரைகளுக்குப் புல் காட்டுவதற்கு மட்டுமே நின்றார்கள்.

ஜர்செட் வீரர்கள் சமைத்த உணவைச் சாப்பிட்டே பழக்கப்பட்டவர்கள். ஆனால் பச்சையான இறைச்சி, பால், தயிர் என்று உண்டு வாழ்ந்ததால், மிகவும் ஒல்லியாக இருக்கும் மங்கோலிய வீரன்கூட நல்ல உடல்வாகு கொண்ட ஜர்செட் வீரனை விட வலிமை வாய்ந்தவனாகவே இருந்தான்.

மங்கோலியப் படைகள் ஒன்றன் பின் ஒன்றாக அணிவகுத்துச் செல்லவில்லை. ஒரே பகுதியில் ஆனால் வெவ்வேறு பாதைகளில் பிரிந்து சென்றன. இதனால் எல்லோருக்கும் வேட்டையாடுவதற்கு விலங்குகள் கிடைத்தன. செங்கிஸ்கான் நடுவில் சென்றார். அவரைச் சுற்றி டுமென் வீரர்கள் சென்றார்கள். ஒவ்வொரு டுமென் வீரர்களுக்கும் உரிய தளபதி, ஆயிரம் வீரர்களோடு நடுவில் வர, அவரைச் சுற்றிலும் ஆயிரம் ஆயிரம் வீரர்களாகத் தனித்தனியாக வந்தார்கள். வீரர்கள் அநாவசிய சத்தங்கள் எழுப்பாமல் நகர்ந்து கொண்டே இருந்தார்கள்.

எல்லா மங்கோலிய வீரர்களும் தளபதிகளும் கல்வியறிவு இல்லாதவர்கள். எனவே, எழுத்துவடிவில் செய்திகளை அனுப்பவெல்லாம் இயலாது. இருந்தாலும் தகவல் தொடர்பு என்பது முக்கியமானதாயிற்றே. ஒரு குழுவிலிருந்து இன்னொரு குழுவுக்குச் செய்திகளை அனுப்ப வேண்டுமே. என்ன வழி?

வாய் வழியே செய்திகளைச் சொல்லி விடுவதுதான் ஒரே வழி. ஆனால் சொல்லப்படும் செய்தியானது, பலர் வாயில் விழுந்து வரும்போது, புதிய வடிவம் பெற்று, உண்மையான செய்தியை உருமாற்றிவிடும் அபாயம் நிறையவே இருக்கிறதே. ஆகவே மங்கோலியர்கள் வாய் வழிச் செய்தியிலும் ஒரு புதிய வடிவத்தைக் கொண்டு வந்தார்கள்.

கூற வேண்டிய செய்திகளைப் பாடல் வடிவில், சந்தங்களோடு சொல்ல ஆரம்பித்தார்கள். ஆகவே சொல்லப்பட வேண்டிய செய்திகள் வடிவம் மாறாமல் சேர வேண்டிய இடத்துக்குச் சென்று சேர்ந்தது. பாடல்களைப் பாடுவதும் ரசிப்பதும் மங்கோலியர்களின் மிக முக்கியமான பொழுதுபோக்கு. மங்கோலியர்களின் சட்டங்கள், விதிமுறைகள்கூட பாடல் வடிவிலும் இருந்தன. எனவே, பயணத்தின்போது சட்டப் பாடல்களை தங்களுக்குள்ளேயே பாடிக் கொண்டுவந்தார்கள்.

மங்கோலியர்களின் தொல்லைகளைத் தவிர்ப்பதற்காகவே பல காலம் அரும்பாடுபட்டு பெருஞ்சுவரை வளர்த்து வைத்திருந் தார்கள் சீனர்கள். ஆனால் செங்கிஸ்கான் அசரவில்லை. பொறுமையாகச் சுவரை ஒட்டியே பயணத்தைத் தொடர்ந்தார். மேற்கு வரை சென்று பெருஞ்சுவரைச் சுற்றிக் கொண்டுவந்து, சீன எல்லைக்குள் படைகளோடு நுழைந்தார்.

மங்கோலியப் படைகள் சீன எல்லைக்குள் முன்னேறி வருவதை அறிந்த ஜர்செட்களின் கான், செய்தி ஒன்றை அனுப்பினார். 'எங்கள் பேரரசு கடலைப்போல பரந்து விரிந்தது. ஆனால் மங்கோலியர்களோ கைப்பிடி மண் அளவுக்குச் சமம். நாங்கள் ஏன் பயப்பட வேண்டும்?'

அதேபோல, எல்லைப் பகுதிகளில் மங்கோலிய வீரர்களுக்கு சில சோதனைகள் காத்திருந்தன. ஆங்காங்கே கூர்மையான இரும்பு ஆணிகள் புதைக்கப்பட்டிருந்தன. குதிரைகள் அதன் மேல் கால் வைத்து அலறியபடி விழுந்தன. பல இடங்களில் படுகுழிகளும் தோண்டி வைக்கப்பட்டிருந்தன. மங்கோலிய வீரர்கள் படு ஜாக்கிரதையாக, வெகு நிதானமாகப் பயணத்தைத் தொடர்ந் தார்கள். வெளிச்சம் குறைந்தவுடன் பயணத்தை நிறுத்திக் கொண்டார்கள்.

ஒவ்வொரு ஆயிரம் வீரர்களுக்கும் சிகிச்சையளிக்க சீன மருத்து வர்கள் அடங்கிய சிறு குழுவினர் உடன் வந்தார்கள். இரவு நேரங்களில் கூடாரங்கள் விரியும். சமைப்பதற்காக மட்டும் நெருப்பைப் பற்ற வைப்பார்கள். வேகமாகச் சமைத்துவிட்டு, அந்தச் சொற்ப நேரத்திலேயே குளிரும் காய்ந்துவிட்டு, நெருப்பை அணைத்துவிடுவார்கள். எல்லாமே ஒரு பாது காப்புக்காகத்தான். இரவு நேரங்களில்கூட குதிரைகளை எந் நேரமும் ஓட்டிச் செல்வதற்கேற்ப தயார் நிலையில் வைத்தபடி தான் ஓய்வெடுத்தார்கள். அதேபோல ஒரு கூடாரத்தில் பத்துப் பேர் ஓய்வெடுக்க முடியுமென்றால் ஐந்து பேர் மட்டுமே தங்கினார்கள். மீதி ஐந்து பேரும் வேறு மறைவான இடங் களுக்குச் சென்று ஓய்வெடுத்துவிட்டு, விடிவதற்கு முன்பாகவே தங்களுக்குரிய கூடாரங்களுக்குத் திரும்பினார்கள்.

●

எதிரியின் எதிரியை நண்பனாக்கிக் கொண்டால் லாபம்தானே. நூறாண்டுகளுக்கு முன், ஜர்செட்டுகள் ஆட்சிக்கு வருவதற்கு முன்பாக, அந்தப் பகுதிகளின் ஆட்சியாளர்களாக இருந்தவர்கள் கிட்டான் என்ற இனக்குழுவினர். மங்கோலியர்கள் ஜர்செட்டு கள் மீது படையெடுத்து வரும் செய்தி, கிட்டான்களுக்கு இனித்தது. செங்கிஸ்கானுக்கும் ஜர்செட்டுகளைப் பற்றி நன்கறிந்த கிட்டான்களின் உதவி தேவைப்பட்டது. 'ஜர்செட்டு களை ஒழித்துவிட்டு, மீண்டும் இங்கு கிட்டான்களை ஆட்சியில்

அமர வைப்பதே எங்கள் நோக்கம்' என்ற அறிவிப்போடு கிட்டான்களின் எல்லைப் பகுதிக்குள் நுழைந்தார் செங்கிஸ்கான்.

காஸரும் ஜெபியும் சிறு படை ஒன்றுடன் கிட்டான்களின் ஆட்சியாளர்களைச் சந்திக்க, லயோ நதிக்கரைப் பக்கமாகச் சென்றார்கள். கிட்டான்களுக்கு பெரும் மகிழ்ச்சி. அவர்களும் மங்கோலியர்களின் மொழியே பேசினார்கள். செங்கிஸ்கானின் தலைமையை ஏற்றுக் கொள்வதாக ஒப்புக் கொண்டார்கள். 1212-ல் செங்கிஸ்கான், கிட்டான்கள் தனது கட்டுப்பாட்டின் கீழ் வருபவர்கள் என்று அதிகாரபூர்வமாக அறிவித்தார்.

கிட்டானின் அரச பரம்பரையைச் சேர்ந்த யெலு சுகாய் என்ற இருபது வயது இளைஞன் செங்கிஸ்கானை மிகவும் கவர்ந்தான். அவன் வானவியலும் ஜோதிடவியலிலும் நன்கு பயிற்சி பெற்றவனாக இருந்தான். அதுபோக, சீனாவின் கலாசாரம் பற்றியும் நன்கு அறிந்து வைத்திருந்தான். எல்லாமே செங்கிஸ்கானுக்குத் தேவையாக இருந்தது. ஜர்செட்டுகள் மீது படையெடுக்கத் தேவையான ஆலோசனைகளை எல்லாம் யெலு சுகாய் வழங்கினான். செங்கிஸ்கானின் பிரியத்துக்குரியவனாகிப் போனான்.

அதுபோக கிட்டான்களில் பெரும்பான்மையோனார் கல்வி யறிவு கொண்டவர்களாக இருந்தார்கள். அப்படிப்பட்டவர் களின் உதவி வருங்காலத்தில் மிகவும் தேவை என்பதை உணர்ந்திருந்த செங்கிஸ்கான், அவர்களில் குறிப்பிட்ட சிலரைத் தேர்ந்தெடுத்து மங்கோலியர்களோடு இணைத்துக் கொண்டார். கிட்டான்களிடமிருந்து மங்கோலியர்கள், ஜர்செட்டுகளைத் தாக்குவதற்கான பயிற்சிகளை எடுத்துக் கொண்டார்கள். புதிய ஆயுதங்களைத் தயாரிக்கவும் கற்றுக் கொண்டார்கள்.

ஜர்செட்டுகளை எதிர்க்க வீரர்களுக்கு மன ரீதியான பயிற்சி களையும் அளிக்க உத்தரவிட்டார் செங்கிஸ்கான். பெரிய பெரிய ஆயுதங்களை வைத்தோ, எண்ணிக்கையில் அடங்காத வீரர்களை வைத்தோ வெற்றி நிர்ணயிக்கப்படுவதில்லையே. மங்கோலியர் கள் நாகரிக வளர்ச்சியில் குன்றியவர்கள். அவர்களிடம் நவீன ஆயுதங்கள் கிடையாது. எதிரிகளோடு ஒப்பிடுகையில் அவர் களது படை எப்போதும் சிறியதாகத்தான் இருந்து வந்திருக் கிறது. இருந்தாலும் இத்தனை வெற்றிகள் எப்படி சாத்திய மாயின?

எல்லாம் அவர்களது கான் மீது அவர்கள் கொண்ட நம்பிக்கை, விசுவாசம். நேர்மை தவறாமல் அவரது உத்தரவுக்கு அடி பணிந்து நடந்துகொண்ட விதம். இவைதான் அத்தனை வெற்றிகளையும் சாத்தியமாக்கியது. அதேபோல, செங்கிஸ் கானும் தனது ஒவ்வொரு வீரனையும் உயர்வாகக் கருதி மதிப்பு கொடுத்தார். தனது வெற்றிக்காக வீரர்கள் உயிர்த்தியாகம் செய்ய வேண்டும் என்று அவர் ஒருபோதும் நினைத்ததே இல்லை.

தனது உயிரைப் போலவே ஒவ்வொரு வீரனது உயிரையும் கருதினார். 'யாரும் இறப்பு பற்றியோ, தோல்வி பற்றியோ அல்லது பெரும் காயங்களைப் பற்றியோ, போர்க்களத்திலோ அல்லது வேறு இடங்களிலோ பேசவே கூடாது. நம் நினைவில் எப்போதும் இருக்க வேண்டியது வெற்றி பற்றிய சிந்தனை மட்டுமே' - இது செங்கிஸ்கான் தனது வீரர்களுக்கு இட்ட மிக முக்கியமான கட்டளைகளுள் ஒன்று.

'எதிரிகளால் என்னை ஒருபோதும் அழிக்கவோ, தோற் கடிக்கவோ முடியாது. இந்த எண்ணம் ஒவ்வொரு மங்கோலிய வீரனுக்கும் இருக்க வேண்டும். அப்படியே போரில் பெரும் காயமடைந்து உயிரை இழக்கப் போகும் நிலையில்கூட, அந்த நீல வானுக்கு மரியாதை செய்து அமைதியாக இறந்துபோக வேண்டும்.'

மங்கோலியர்களுக்கு ஒரு புதிய பிரச்னை முளைத்தது. போரில் இறக்கும் வீரர்களின் உடலை யாருமே அப்புறப்படுத்த மாட்டார்கள். ஒன்று அவற்றை விலங்குகள் உட்கொண்டுவிடும் அல்லது அவை இயற்கையாக மக்கிவிடும். இதுதான் மங்கோலியர்களின் கலாசாரம். ஆனால் அப்போது அவர்கள் இருந்ததோ வேறு இன மக்கள் வாழும் பிரதேசம். அங்கு இறந்துபோன மங்கோலியர்களின் உடலை இயற்கையாக மக்கிப் போக வைக்கும் சூழல் இருப்பதாகத் தோன்றவில்லை. எனவே, சடலங்களை தோல் பைகளில் கட்டி, ஒட்டகங்களின் அல்லது எருதுகளின் முதுகில் ஏற்றி, மங்கோலியாவுக்கே அனுப்ப ஆரம்பித்தார்கள்.

அவையும் போய்ச் சேரவில்லை. எனவே அந்த முயற்சியைக் கைவிட்டார்கள். வேறு வழியில்லாமல் ரகசியமாகச் சடலங் களை எரிக்க ஆரம்பித்தார்கள்.

ஜர்செட்டுகளின் பலம் என்பது அவர்களது மக்கள்தொகை. அவர்களது தலைநகரான ஸோங்டுவில் (இன்றைய பெய்ஜிங்) மட்டுமே சுமார் மூன்றரை லட்சம் மக்கள் வசித்தார்கள். அந்த நகரத்துக்குள் எதிரிகளால் எளிதாக நுழையவே முடியாது. நகரைச் சுற்றிலும் முப்பது கிலோ மீட்டருக்கு, பன்னிரண்டு மீட்டர் உயரமுள்ள கோட்டைச் சுவர். அதுபோக தொள்ளாயிரம் இடங்களில் காவல் கோபுரங்கள். சுவர்களின் மேலே பாதுகாப்பு வீரர்கள் எப்போதும் பணியில் இருப்பார்கள். கோட்டைச் சுவருக்குள், அழகான கட்டமைக்கப்பட்ட நகரம். முழுவதும் கல் வீடுகள். நேர்த்தியான சாலைகள். பட்டாடைகளும் வாசனைப் பொருள்களும் நிரம்பிய சந்தைகள். தங்கக் கலசங்களுடன் கூடிய புத்தக் கோயில்கள். அப்படி ஓர் அழகான நகரத்தை மங்கோலியர்கள் அதற்குமுன் பார்த்தது கிடையாது.

மிகவும் கவனமாகத் திட்டங்களைத் தீட்டினார் செங்கிஸ்கான். அதன்படி, ஸோங்டுவைக் கைப்பற்றுவதற்கு முன்பாக, அதனைச் சுற்றியுள்ள சிறு சிறு கிராமங்களை மங்கோலிய வீரர்கள் கைப்பற்ற ஆரம்பித்தார்கள். கிராம மக்கள் ஒவ்வொருவரையும் உயிரோடு சிறைப்பிடிக்கச் சொல்லியிருந்தார் செங்கிஸ்கான். அதிலும் ஒரு சூட்சுமம் இருந்தது.

ஒவ்வொரு பத்து கிராம மக்களுக்கும் ஒரு மங்கோலிய வீரன் பொறுப்பேற்றுக் கொண்டான். வீரர்களுக்குத் தேவையான உணவை, இறைச்சியைக் கொண்டு வந்து கொடுப்பது, குதிரைகளுக்கும் மற்ற படை விலங்குகளுக்கும் தேவையான புல், தாவரங்கள் விநியோகம் செய்வது - ஆகியன அந்தப் போர்க் கைதிகளுக்குக் கொடுக்கப்பட்ட முக்கியமான வேலை.

அதுபோக, பாறைகள், குப்பைகள், மண், கல் போன்றவற்றையும் சேகரிக்கச் சொல்லி உத்தரவிட்டார்கள். காரணம், ஸோங்டு நகரைச் சுற்றி முற்றுகையிடும்போது, கோட்டையைச் சுற்றியிருக்கும் அகழிகளை நிரப்பத் தேவைப்படும் என்பதால். மங்கோலியர்களோடு இணைந்திருந்த சீன பொறியியல் வல்லுநர்கள், கோட்டைச் சுவர்களைத் தாக்குவதற்காக மரத்தாலான புதிய ரக பீரங்கிகளுக்கான வடிவமைப்பைத் தயாரித்துக் கொடுத்தார்கள். கைதிகளில் வேலை தெரிந்த இன்னொரு பிரிவினர், அந்த மர பீரங்கிகளைத் தயாரிக்கும் பணியில் ஈடுபடுத்தப்பட்டார்கள். கோட்டைச் சுவர்களில் ஏறுவதற்காக உயரமான ஏணிகளும் தயாரிக்கப்பட்டன.

ஸோங்டு நகரைச் சுற்றிலுமுள்ள நூற்றுக்கணக்கான கிராமங்கள் மங்கோலியர்கள் வசம் வந்தது. கிட்டத்தட்ட லட்சம் கிராம மக்கள் கைதிகளாகினர். அவர்களை முக்கியமான காரணியாக வைத்தே தாக்குதல் நடத்துவதற்கான வியூகம் ஒன்றை வகுத்திருந்தார் செங்கிஸ்கான்.

படைகளோடும் கைதிகளோடும் ஸோங்டு நகரைச் சுற்றி வளைத்தார் செங்கிஸ்கான். கோட்டைச் சுவரிலிருந்து ஒரு குறிப்பிட்ட தொலைவில் படைகளை நிறுத்தி வைத்தார் செங்கிஸ்கான். கோட்டைச் சுவர் மேலே ஜர்செட் வீரர்கள் குவிந்திருந்தார்கள். சுவரை நெருங்கும் ஒவ்வொரு மங்கோலி யனுக்கும் மரணம் நிச்சயம் என்ற அளவில் அவர்கள் பாது காப்பாக மறைந்திருந்து தாக்கத் தயாராக இருந்தார்கள்.

ஆனால் தொலைவிலேயே முகாமிடச் சொன்னார் செங்கிஸ் கான். கூடாரங்கள் விரிந்தன. வீரர்கள் ஓய்வெடுக்க ஆரம்பித் தார்கள். ஜர்செட்டுகளுக்குக் குழப்பம். அட, மங்கோலியர்கள் தான் அசந்து ஓய்வெடுக்கிறார்களே என்று கோட்டையை விட்டு வெளியே வந்து தாக்குவதற்கும் அவர்கள் தயாராக இல்லை. கோட்டைக்குள் இருக்கும்போதுதான் அவர்களுக்குப் பலம் அதிகம். ஆனால் கோட்டை என்ற பலத்தையே, அவர்களது பலவீனமாக்கத் திட்டமிட்டிருந்தார் செங்கிஸ்கான்.

அடுத்த சில நாள்களில் மங்கோலியர்களின் சூட்சுமம் ஜர்செட்டு களுக்குப் புரிந்துபோனது. அவர்களுக்கு வெளியில் இருந்து வருகின்ற உணவு உள்பட எல்லாப் பொருள்களும், வழி யிலேயே மங்கோலிய வீரர்களால் அபகரிக்கப்பட்டது. அவற்றை வயிறு புடைக்கத் தின்றுவிட்டு நிம்மதியாக ஓய்வெடுத்தார்கள்.

ஆனால் கோட்டைக்குள் பசியின் ஆட்சி ஆரம்பமாகியிருந்தது. பட்டினி பலரை விழுங்க ஆரம்பித்திருந்தது. அப்படியே சில வாரங்கள் கடந்தன. கோட்டைக்குள் பசியின் கோரப்பிடியில் மனிதர்கள், சக மனிதர்களை உணவாகப் பார்க்க ஆரம்பித் திருந்தார்கள். நகரைச் சுற்றி வானில் பிணந்திண்ணிப் பறவைகள் வட்டமிட ஆரம்பித்திருந்தன.

பல நாள்கள் காத்திருந்து தாக்குதலுக்கான நாளை நிர்ணயித்தார் செங்கிஸ்கான். தனது கையை உயர்த்தி, கோட்டைச் சுவரை

நோக்கி ஆள்காட்டி விரலை அசைத்தார். படைகளுக்குப் பின்னால் நிறுத்தி வைக்கப்பட்டிருந்த ஆயிரக்கணக்கான போர்க் கைதிகள் கோட்டையை நோக்கி அனுப்பப்பட்டார்கள்.

மங்கோலிய வீரர்கள்தான் வருகிறார்கள் என்று நினைத்த ஜர்செட்டுகள் அம்புகளை எய்ய ஆரம்பித்தார்கள். கைதிகள் மரண பயத்தில் அங்கும் இங்கும் சிதறி ஓட ஆரம்பித்தார்கள். செத்தும் விழுந்தார்கள். ஜர்செட் வீரர்களுக்குப் பயங்கரமான குழப்பம். கோட்டைச் சுவரை நோக்கி வருவது தம் இன மக்கள்தான் என்று அவர்கள் புரிந்து கொள்வதற்குள் பலர் கொல்லப்பட்டிருந்தார்கள். ஜர்செட்டுகளின் ஆயுதங்களும் கொஞ்சம் வீணாகியிருந்தன.

மீண்டும் சில ஆயிரம் கைதிகளைக் கோட்டைச் சுவர் நோக்கி அனுப்ப உத்தரவிட்டார் செங்கிஸ்கான். பெரிய, கனமான மரப்பலகைகள். அவை விலங்குகளின் தோலால் மூடப் பட்டிருந்தன. கீழே சக்கரங்களும் பொருத்தப்பட்டிருந்தன. இதனை உருட்டியபடியே பின்னால் பதுங்கிச் சென்றால், பாய்ந்து வரும் எதிரிகளின் அம்புகளிலிருந்து தப்பிக்கலாம். அந்தத் தடுப்பான்களோடு கைதிகள் சுவரை நோக்கிச் செல்ல ஆரம்பித்தார்கள். அவர்களோடு மங்கோலிய வீரர்களில் சிலரும் அணிவகுத்துச் சென்றார்கள்.

ஜர்செட்டுகளுக்குப் பெரும் குழப்பம். தம் இன மக்களைத் தாக்கிவிடக் கூடாது என்ற பயத்தில் சும்மா இருந்தார்கள். சுவரை நெருங்கிய மங்கோலிய வீரர்கள் கீழிருந்தபடியே அம்புகளை, ஈட்டிகளை சராமரியாக எய்து, பல ஜர்செட் வீரர்களைக் கொன்று விட்டுத் திரும்பினார்கள்.

அடுத்தாக சில ஆயிரம் கைதிகளை அனுப்பினார் செங்கிஸ்கான். அவர்கள் கையில் சிறிய பாறைகள், சிறிய மணல் மூட்டைகள், கற்கள். கோட்டைச் சுவரைச் சுற்றியிருக்கும் அகழிகளை, படுகுழிகளை நிரப்புவதற்காக அவர்கள் சென்றார்கள். மங் கோலிய வீரர்களின் கட்டளைப்படி, அந்தக் கைதிகள், ஏற் கெனவெ செத்துவிழுந்த தங்கள் இன மக்களின் சடலங்களையும் அந்தக் குழிகளில் கொண்டு போட்டார்கள்.

மேலும் சில ஆயிரம் கைதிகளை அனுப்பி, பின்னாலேயே ஆயிரக்கணக்கான வீரர்களை அனுப்பினார் செங்கிஸ்கான். கைதிகள் அங்கும் இங்கும் மிரண்டு ஓட, அந்தக் கலவரத்தில்

மங்கோலிய வில்வித்தை வீரர்கள் சற்றே நெருங்கி வந்து, நெருப்பு அம்புகளைப் பறக்க விட்டார்கள். ஏராளமான ஜர்செட் வீரர்கள் இறந்துபோனார்கள். கோட்டைக்குள் ஆங்காங்கே தீ எரிய ஆரம்பித்திருந்தது.

அதே சமயத்தில் ஜர்செட்டுகளின் தாக்குதலில் சில மங்கோலிய வீரர்கள் மீதும் அம்புகள் பாய்ந்திருந்தன. ஆனால் ஒவ்வொரு மங்கோலிய வீரனும் பட்டுச் சட்டை அணிந்திருந்தான். அந்த வளவளப்பினால், பாய்ந்த அம்பை எளிதாக வெளியில் எடுக்க முடிந்தது. காயத்தின் பாதிப்பு குறைக்கப்பட்டது.

அடுத்ததாக விதவிதமான மர பீரங்கிகள் கோட்டைச் சுவரை நெருங்கி வந்தன. கைதிகள் பீரங்களின் ஒரு முனையில் பாறைகளைத் தூக்கி வைத்தார்கள். அவை சுவரை நோக்கித் தூக்கி எறியப்பட்டன. சுவர்கள் சேதாரமடைய ஆரம்பித்தன. அடுத்ததாக, உருளை வடிவ மரக்குடுவைகளில் எண்ணெயை நிரம்பி, வெடிமருந்தைக் கலந்து, அதில் நீளமான திரியைப் பொருத்தினார்கள். பீரங்கியில் அதை வைத்து, திரியைக் கொளுத்திவிட்டு தூக்கி எறிந்தார்கள். அது கோட்டைக்குள் சென்று விழுந்து நெருப்புக் கோளமாக வெடித்துச் சிதறியது. பலத்த சேதம். எல்லாம் சீனர்களின் தொழில்நுட்பம்தான். அப்போது அவர்களுக்கே வினையாக.

எதிரிகளுக்கு பெரும் அளவில் சேதாரத்தை ஏற்படுத்திய செங்கிஸ்கான், திடீரென தன் படைகளைப் பின் வாங்க வைத்தார். தூரத்து முகாம்களும் அகற்றப்பட்டன. ஓரிரு நாள்களுக்கு ஒரு மங்கோலிய வீரன்கூட கண்ணில் தென்பட வில்லை. மங்கோலியர்கள் ஆயுதப் பற்றாக்குறையினால் பின்வாங்கிவிட்டார்கள் என்று ஜர்செட்டுகள் சந்தோஷப்பட ஆரம்பித்தார்கள். போர் நிலையிலிருந்து இயல்பு நிலைக்குத் திரும்ப ஆரம்பித்தார்கள்.

அந்த நேரத்தில் ஆயிரக்கணக்கான குதிரைகளில் பல திசைகளிலிருந்து பறந்து வந்த மங்கோலிய வீரர்கள், கண்ணிமைக்கும் நேரத்தில் கோட்டை மேலிருந்த பல எதிரி வீரர்களைப் பதம் பார்த்துவிட்டுத் திரும்பிச் சென்றார்கள். அடுத்த நாள் இரவு நேரத்தில் அதேபோன்றதொரு எதிர்பாராத மின்னல் வேகத் தாக்குதலை நடத்தினார்கள். இப்படி பலமுறை அதிரடித் தாக்குதல்கள்.

எதிரிகளின் பலம் கணிசமாகக் குறைந்துவிட்ட பிறகு, மீண்டும் மர பீரங்கிகள் கோட்டையை நோக்கி நகர ஆரம்பித்தன. பாறைகளால் பல மணிநேரத் தாக்குதல். பின்னர் கைதிகள் சிலர் கோட்டைச் சுவரில் உயரமான ஏணிகளைக் கொண்டு வைக்க ஆரம்பித்தார்கள். எங்கிருந்தோ பாய்ந்து வந்த மங்கோலிய வீரர்கள் கையில் வாளோடு ஏணி மீது ஏற ஆரம்பித்தார்கள். கோட்டைச் சுவர்களின் மேல் கடும் சண்டை.

பெரிய பெரிய மரங்களை, வண்டிகளில் வைத்து, கைதிகள் தள்ளிக்கொண்டு வந்தார்கள். கோட்டையின் கதவுகளை அவற்றைக்கொண்டு வைத்து இடிக்க ஆரம்பித்தார்கள். மிஞ்சி யிருந்த சில ஆயிரம் ஜர்செட் வீரர்கள், தங்கள் இறுதிப் போராட் டத்தை வெளிப்படுத்திக் கொண்டிருந்தார்கள். ஜர்செட்டுகளின் தலைமைத் தளபதியின் கண்களில் முடிவு நெருங்கிக் கொண் டிருப்பது பயமாக வெளிப்பட்டது. கோட்டைக் கதவுகளை மங்கோலிய வீரர்கள் தகர்த்தெறிந்து விட்டு உள்ளே நுழைந்த பொழுதில், அவர் தன் வயிற்றில் வாளை இறக்கிக் கொண்டார்.

கோட்டைக்குள் மங்கோலியர்கள் அழிவு சக்தியாகப் புகுந்தார்கள்.

பெண், குழந்தை, மூதாட்டி என்றெல்லாம் பேதம் பிரித்துப் பார்க்காதே. இப்போதைக்கு ஜர்செட் என்றால் கொல்லப்பட வேண்டியவர்கள் என்று அர்த்தம். தங்கம், பட்டு, உலோகங்கள், பாத்திரங்கள், கலைப் பொருள்கள் - ஆஹா அற்புதம். கொள்ளை யடி. ஒன்றையும் விட்டுவைக்காதே. அதோ ஒரு ஜர்செட் வீரன் பதுங்கி இருக்கிறான். அவனை அவனது ரத்தத்தாலேயே குளிப்பாட்டு. அழகழகான வீடுகள். எதிரிகள் வாழ்ந்த வீடுகள். எனவே, தீ வை. இனி இவை தேவையில்லை.

மங்கோலிய வீரர்கள் பல நாள்கள் விடாமல் அந்த நகரையும் பெண்களையும் சூறையாடினார்கள். சர்வ நாசம் செய்தார்கள். சடலங்களையே விறகாகக் கொண்டு ஸோங்டு நகரம் எரிக்கப்பட்டது. தீப்பிழம்புகளுக்கு மத்தியில் புத்தர் சிரித்துக் கொண்டிருந்தார்.

•

*1214*. ஜர்செட்டுகளின் அரச பரம்பரைப் பெண்கள் சிலர், செங்கிஸ்கானின் புதிய மனைவிகள் ஆகியிருந்தனர்.

ஜர்செட்டுகளின் தலைவனான கோல்டன் கான், செங்கிஸ் கானிடம் வந்து சரணடைந்தான். செங்கிஸ்கானுக்குத் தான் அடிமை என்று ஒப்புக் கொண்டான். நிறைய நிறைய தங்கம், பட்டு, வாசனைப் பொருள்கள், மூவாயிரம் குதிரைகள், ஐந்நூறு இளைஞர்கள், இளம்பெண்கள் பரிசாகத் தருவதாக உறுதி கூறினான். எனவே செங்கிஸ்கான் மீண்டும் அவனைப் பதவியில் அமர வைத்தார். தன் புதிய மனைவிகளில் ஒருத்தியை கோல்டன் கானுக்குக் கொடுத்தார்.

கோல்டன் கானுக்குச் சிறிய பகுதி ஒன்றை ஆட்சி செய்ய வழங்கப்பட்டது. மீதமுள்ள இடங்கள் எல்லாம் கிட்டான்களுக்கு வழங்கப்பட்டது. தம் படைகளை எல்லாம் அழைத்துக் கொண்டு ஸோங்டுவிலிருந்து மீண்டும் கோபி பாலைவனத்தை நோக்கி பயணத்தை ஆரம்பித்தார் செங்கிஸ்கான். பல மரச் சக்கரங்கள் கொண்ட அகலமான வண்டி. அதன் மேல் சகல வசதிகளும் கொண்ட மாபெரும் கூடாரம் ஒன்று. செங்கிஸ்கான் செல்லுமிடங்களுக்கெல்லாம் இந்த நகரும் கூடாரமும் சென்று விடும். ஜர்செட்டுகளிடமிருந்து கைப்பற்றிய விலையுயர்ந்த பொருள்கள் கூடாரத்தை அலங்கரித்துக் கொண்டிருந்தன. மீண்டும் மங்கோலியாவுக்குச் செல்லவிருக்கிறோம் என்ற சந்தோஷத்துடன் செங்கிஸ்கான் பயணம் செய்து கொண்டிருந்தார்.

ஆனால் கோடை ஆரம்பித்திருந்ததால் மேற்கொண்டு பயணம் செய்ய முடியவில்லை. டோலன் நோர் என்ற நதிக்கரை யோரமாக முகாமிட்டுத் தங்கினார்கள். அவர்கள் போருக்காகக் கிளம்பி வந்து முழுதாக மூன்று வருடங்கள் முடிந்திருந்தன.

அந்த நேரத்தில் கோல்டன் கான், தன் வேலையைக் காட்ட ஆரம்பித்திருந்தான். ஸோங்டு நகரத்தை விட்டு கைஃபெங் என்ற நகரத்துக்குத் தன் ஆதரவாளர்களுடன் சென்ற அவன், மங்கோலியர்களுக்கு எதிராகப் படை திரட்ட ஆரம்பித்தான்.

விஷயம் செங்கிஸ்கானை எட்டியது. மீண்டும் படையெடுப்பு. மங்கோலியப் படைகள் திரும்பி வருகின்றன என்று செய்தியை கேட்ட உடனேயே, கைஃபெங் நகரிலிருந்த ஜர்செட் வீரர்களும் மக்களும் பல திசைகளில் சிதறி ஓடினார்கள். ஏனென்றால் சில மாதங்களுக்கு முன்புதான் போரில் மங்கோலியர்கள் வென்றிருந் தார்கள். ஒரு போரில் யாருக்கு வெற்றி கிடைத்தாலும் அதுதான்

சொர்க்கத்தில் எழுதப்பட்ட விதி என்று சீனர்கள் நம்புவார்கள். மறுமுறை அதில் மாற்றம் நிகழும் என்றெல்லாம் நினைக்கக்கூட மாட்டார்கள். எனவே தப்பி ஓடினார்கள். பலர் சரணடைந் தார்கள். கோல்டன் கானும் தலைமறைவானான்.

பொறுப்பான தனது உறவினர்கள் சிலரை அதிகாரத்தில் வைத்துவிட்டு மீண்டும் மங்கோலியா நோக்கிப் பயணத்தை ஆரம்பித்தார் செங்கிஸ்கான்.

# 11. இறுதித் தீர்ப்புகள்!

பல வருடங்களுக்குப் பிறகு மீண்டும் கெர்லென் நதிக்கரையோரமாக முகாம். இந்தமுறை அங்கு சில கல் வீடுகளையும் கட்டச் சொன்னார் செங்கிஸ் கான். மஞ்சள் அரண்மனைகள் என்று அழைக்கப் பட்ட அந்த வீடுகளில், சீனாவில் கைப்பற்றப்பட்ட விலையுயர்ந்த பொருள்கள் வைத்துப் பாதுகாக்கப் பட்டன.

நான்கு ஆண்டுகள் செங்கிஸ்கான் மங்கோலியாவில் இல்லாததினால், ஆங்காங்கே பல சிறு பிரச்னை கள், குழப்பங்கள் முளைத்திருந்தன. அவற்றைத் தீர்ப்பதற்கே, பல மாதங்கள் பிடித்தது.

பொடூஹை-டர்ஹன் என்றொரு இளம்பெண், சைபீரியக் காடுகளின் ராணியாக உருவெடுத்திருந் தாள். சில சைபீரிய பழங்குடி இன மக்களைத் தன் அதிகாரத்தின் கீழ் கொண்டு வந்திருந்த அவள், தன்னிச்சையாகச் செயல்பட ஆரம்பித்திருந்தாள். முதலில் செங்கிஸ்கான், 'ஒழுங்கு மரியாதையாக அடிபணிந்துவிடு' என்ற கட்டளையுடன் தூதுவர் ஒருவரை அனுப்பினார். ஆனால் அந்தத் தூது வருக்கு அங்கே மரணம் காத்திருந்தது.

1219-ல் தனது தளபதி ஒருவரது தலைமையில் சிறு படை ஒன்றை அனுப்பி வைத்தார். ஆனால் அந்த ராணி, தனக்குப் பழக்கமான அந்தக் காட்டுக்குள்

மறைந்திருந்து, பல விதங்களில் தாக்குதல் நடத்தி, மங்கோலிய வீரர்களையும் தளபதியையும் கொன்றாள். செங்கிஸ்கானுக்குப் பயங்கர அதிர்ச்சி.

'சீனாவின் ஒரு பகுதியையே வென்றுவிட்டு வந்திருக்கிறேன். ஆனால் பெண் ஒருத்தி, இப்படிப் படுத்துகிறாளே? இனிமேலும் பொறுத்திருந்து பிரயோசனமில்லை. நானே நேரடியாகக் களமிறங்கப் போகிறேன்' - செங்கிஸ்கான் முடிவெடுத்திருந்தார். ஆனால் அவரது ஆலோசகர்கள், பலமாக எதிர்ப்புத் தெரிவித்து அவரைத் தடுத்து நிறுத்தினார்கள்.

வலிமை வாய்ந்த இன்னொரு படை, ராணி வேட்டைக்காக அனுப்பப்பட்டது. அதே சமயத்தில் காட்டின் இன்னொரு புறத்தின் வழியாக நுழைந்த தனிப்படை ஒன்று, ராணியைத் தேட ஆரம்பித்தது. இந்த முறை காட்டு ராணியால் ஆட்டம் காட்ட முடியவில்லை. அவளும் அவளுடைய வீரர்கள் பலரும் சிறைபிடிக்கப்பட்டார்கள்.

●

உய்யுர் இன மக்களிலேயே இஸ்லாம் மதத்தைச் சார்ந்த உய்யுர்கள் என்றொரு தனிப்பிரிவினர் இருந்தார்கள். அவர்கள் டியான் ஷான் மலையடிவாரத்தில் வாழ்ந்து வந்தார்கள். (அதாவது இன்றைய கிர்கிஸ்தான், கஸகிஸ்தான் பகுதிகள்.) அந்த மக்கள் செங்கிஸ்கானின் ஆட்சியை ஏற்றுக் கொள்ளத் தயாராக இருந்தார்கள். ஆனால் அவர்களை அப்போது ஆண்டு வந்தவர்கள் கறுப்பு கிட்டான் இனத்தவர்கள் (கிட்டான்களிலேயே இன்னொரு பிரிவினர்). அவர்களின் அரசன் குச்லக்.

குச்லக்? நய்மன்களின் தலைவர் டயாங் கானின் மகன். மங்கோலியர்களுடனான போரில் தோற்று தலைமறைவான அவன், கறுப்பு கிட்டான்களிடம் வந்து சேர்ந்தான். அப்போது ஆண்டு கொண்டிருந்த அரசனின் மகளைத் திருமணம் செய்து கொண்டான். அரசன் ஆனான்.

குச்லக் கிறிஸ்தவன். கறுப்பு கிட்டான்கள் புத்த மதத்தைத் தழுவியவர்கள். ஆனால் அவர்கள் ஆளும் உய்யுர்களோ இஸ்லாமியர்கள். தன் மக்களுடைய மதச் சுதந்தரத்தை, வழிபாட்டு உரிமையைப் பறித்திருந்தான் அவன். எனவே,

இஸ்லாமிய உய்யுர்கள், மத உணர்வுகளுக்கு எப்போதும் மதிப்பு கொடுக்கும் செங்கிஸ்கானின் தலைமையை விரும்பினார்கள்.

செங்கிஸ்கான், தனது முதன்மைத் தளபதி ஜெபியின் தலைமையில் பெரும் படை ஒன்றை அனுப்பினார். இரண்டாயிரத்து ஐநூறு மைல்கள் பயணம் செய்து வந்த ஜெபியின் படையினர், போரில் எளிதாக வெற்றி பெற்றார்கள். மங்கோலிய வீரர்கள் இந்தமுறை கொள்ளையடிக்கவோ, சொத்துக்களை நாசப் படுத்தவோ இல்லை. எதிரிகளை மட்டும் கொன்றார்கள். குச்லக்கின் கழுத்திலிருந்து அவனது தலைக்கு விடுதலை கொடுத்தார்கள். அவ்வளவே.

இஸ்லாம் உய்யுர்கள் மகிழ்ச்சி ஆரவாரம் செய்தார்கள். செங்கிஸ்கானையும் மங்கோலியர்களையும் வாழ்த்தினார்கள். அங்கு மதச் சுதந்தரமுள்ள ஆட்சி நிறுவப்பட்டது.

செங்கிஸ்கானுக்கு அளவில்லா சந்தோஷம். முதன் முறையாக தன் தலைமையின்றி, தளபதி மட்டும் படைகளோடு சென்று, அதுவும் ஆயிரக்கணக்கான மைல்கள் சென்று, போரில் வெற்றி பெற்றுவிட்டு வந்திருக்கிறார். ஜெபியைப் பாராட்டி, வெற்றியைப் படு அமர்க்களமாகக் கொண்டாடினார் செங்கிஸ்கான்.

•

1219. அறுபது வயதை நெருங்கிக் கொண்டிருந்தார் செங்கிஸ் கான். அவர் வசமிருந்த பகுதிகளில் வியாபாரம் பல்கிப் பெருகிக் கொண்டிருந்தது. இந்தியர்கள் பலரும் வியாபாரிகளாக மங்கோலியர்களோடு அறிமுகமாகியிருந்தார்கள். புதிய வியா பார வாசல்களைத் தேட ஆரம்பித்தார். இஸ்லாமிய நாடுகளில் கிடைக்கும் பலவகை உலோகங்கள் அவரைக் கவர்ந்தன. கூடவே பருத்தியும் நூல் ஆடைகளும். அவர்கள் உற்பத்தி செய்த கண்ணாடிப் பொருள்கள் ஆச்சரியம் தருபவையாக இருந்தன.

இன்றைய ஆப்கானிஸ்தானின் பெரும் பகுதிகள் முதல் கருங் கடல் வரை, துருக்கி சுல்தான் இரண்டாம் முகமதுவின் ஆட்சி யின்கீழ் இருந்துவந்தது. அது கவார்ஸிம் பேரரசு என் அழைக்கப்பட்டது.

1217-ன் இறுதி. மூன்று ராஜாங்கத் தூதுவர்கள். அவர்கள் கையில் பரிசுப் பொருள்கள். சுல்தானிடம் அனுப்பினார் செங்கிஸ்கான்.

'தாங்களுடன் அமைதியான முறையில் நட்பு வைத்துக்கொள்ள நான் பெரும் ஆவலுடன் உள்ளேன். வயதின்படி பார்த்தால் நீங்கள் என் மகனுக்குச் சமம். வடக்குச் சீனாவிலிருந்து, வடக்கே உள்ள அனைத்து இனக்குழுக்களும் இப்போது என் ஆட்சியின் கீழ். என் வீரர்களின் பலம் பற்றிக் கேள்விப்பட்டிருப்பீர்கள். எங்களிடம் இப்போது வெள்ளிச் சுரங்கமே இருக்கிறது. ஆனால் இதற்கு மேலும் நாடு பிடிக்கும் தேவை எனக்கில்லை. எனவே, நமக்குள் வியாபார ரீதியான தொடர்பை ஏற்படுத்திக் கொள்ள விரும்புகிறேன்.'

நீண்ட யோசனைக்குப் பிறகு 'சம்மதம்' என்பதுபோல ஒரு பதிலைச் சொன்னார் சுல்தான். செங்கிஸ்கானுக்கு மகிழ்ச்சி. தனது எல்லையில் வியாபாரத்தில் அசத்திக் கொண்டிருந்த 450 முஸ்லிம், இந்து வியாபாரிகளைத் திரட்டினார். அவர்கள் விதவிதமான பொருள்களோடு வண்டி கட்டிக்கொண்டு, கவார்ஸிம் பகுதிக்குக் கிளம்பினார்கள்.

இன்றைய கஸகிஸ்தானின் தெற்குப் பகுதிக்குள் நுழைந்தார்கள். சுல்தானின் படை வீரர்கள் வியாபாரிகளைச் சுற்றி வளைத் தார்கள். 'எதையும் விட்டு வைக்காதீர்கள். யாரையும் விட்டுவிடாதீர்கள்' - அந்தப் பகுதியை ஆண்டு வந்த கவர்னர் உத்தரவிட்டார். அனைத்துப் பொருள்களும் பறிக்கப்பட்டன, அவற்றோடு வியாபாரிகளின் உயிர்களும்.

செங்கிஸ்கானுக்கு விஷயம் தெரிய வந்தது. பொறுமை மீறாமல் தன் தூதுவர்களிடம் செய்தி சொல்லி அனுப்பினார். 'சுல்தான், உங்கள் வீரர்களைக் கண்டித்து வையுங்கள். எங்கள் வியாபாரிகளுக்குப் பாதுகாப்பு கொடுங்கள்.'

இந்தச் செய்தியைக் கொண்டு போன தூதுவர்களில் சிலர் கொல்லப்பட்டார்கள். மேலும் சிலர் படுகாயத்துடன் செங்கிஸ் கானிடமே திருப்பி அனுப்பி வைக்கப்பட்டார்கள். 'அடுத்த யுத்தத்துக்கான நேரம் வந்துவிட்டது' - செங்கிஸ்கானின் கண்களில் மகா கோபம்.

புர்கான் கல்டுன் மலையை நோக்கி பிரார்த்தனை செய்யக் கிளம்பினார். மங்கோலியர்கள் யுத்தத்துக்கு முந்தைய மூன்று நாள் விரதத்தை ஆரம்பித்தார்கள்.

கவார்ஸிம் - அரபு, துருக்கி, பெர்சியா ஆகிய மூன்று நாகரிகங்களும் இயல்பாகக் கலந்திருந்த இஸ்லாமியப் பேரரசு. செல்வச் செழிப்பு ஓகோ. அன்றைய உலகில் அங்குதான் கல்வி கற்றவர்களின் எண்ணிக்கை அதிகம். சீனாவில்கூட நகரப் பகுதிகளில் அரசு வேலைகளில் இருந்தவர்கள் மட்டுமே கல்வியறிவு கொண்டவர்களாக இருந்தார்கள். ஆனால் கவார்ஸிம் பேரரசில், சிறிய கிராமத்தில் இருந்த மக்களுக்குக் கூட குர்-ஆன் வாசிக்கத் தெரிந்திருந்தது. அந்த மக்கள் அறிவிலும் தொழில் நுட்பத்திலும் நாகரிகத்திலும் உலகில் மற்ற மக்களைவிட ஒருபடி மேலே இருந்தார்கள்.

எதிரியின் எதிரியோடு நல்லுறவை ஏற்படுத்திக் கொள்வதுதானே போருக்கான அடிப்படைத் தந்திரம். சுல்தானுக்கும், பாக்தாத்தின் கலிபாவுக்கும் பல விஷயங்களில் பல காலமாக பகை பாக்கியிருந்தது. மங்கோலியப் படைகள் சுல்தானோடு போர் புரிய வருகின்றன என்ற செய்தி, கலிபாவுக்குக் குதூகலத்தைக் கொடுத்தது.

'என் ஆதரவு உங்களுக்குத்தான்' என்ற ரகசிய செய்தியை, பரிசு ஒன்றுடன் செங்கிஸ்கானுக்கு அனுப்பினார். கவார்ஸிம் பேரரசிலும் சில பகுதி முஸ்லிம்களுக்கு சுல்தான் மீது மதக் காரணங்களுக்காக அதிருப்தி இருந்தது. 'செங்கிஸ்கான் வருகிறார். அவருக்கு ஆதரவளிப்போம்' என்ற செய்தியை அந்த முஸ்லிம்களிடையே பரப்பி, ஆதரவு திரட்ட நினைத்தார் கலிபா. தனது தூதுவன் ஒருவனது தலையில் சங்கேத முறையில் அந்தச் செய்தியை பச்சை குத்தி அனுப்பினார். அந்தத் தூதுவனும் கவார்ஸிம் பேரரசில் பல பகுதிகளுக்குச் சென்று பரப்ப வேண்டிய செய்தியை வெற்றிகரமாகப் பரப்பினான்.

சுல்தானுக்கு, அவர் குடும்பத்திலும் சிலரோடு பகை இருந்தது. குறிப்பாக அவரது தாயுடன். பேரரசில் சுல்தானுக்கு நிகரான அதிகாரம் கொண்டவர் அவரது தாய். செங்கிஸ்கான் அனுப்பி வைத்த வியாபாரிகளைக் கொன்ற அந்த கவர்னர், சுல்தானின் மாமாதான். 'எனது தம்பியை நீ ஒன்றும் செய்யக்கூடாது' என்று சுல்தானை அவரது தாய் தடுத்துவிட்டாள். அதுவே செங்கிஸ்கான் படையெடுத்து வருவதற்கும் காரணமாகியிருந்தது.

மங்கோலியர்கள், உய்யுர் மற்றும் சுல்தானுக்கு எதிராக செங்கிஸ்கானுடன் கூட்டணி வைத்துக் கொண்டவர்கள்

எல்லாம் சேர்த்து மொத்தமாக 125000 குதிரை வீரர்கள். கூடவே சீன மருத்துவர்கள், பொறியியலாளர், மற்ற பணியாளர்களுடன் ஏறக்குறைய இரண்டு லட்சம் பேர். கவார்ஸிம் எல்லைக்குள் நுழைந்திருந்தார்கள். ஒவ்வொரு நகரமாக முற்றுகையிட ஆரம்பித்திருந்தார்கள்.

மங்கோலிய கூட்டணிப் படைகளோடு ஒப்பிடும்போது, சுல்தானின் படைபலம் இரண்டு மடங்கு அதிகம். அதாவது சுமார் நான்கு லட்சம் பேர். அதுவும் அவர்களது சொந்த இடத்தில் இருந்தே சண்டையிடுவது கூடுதல் பலமாயிற்றே. இருந்தாலும் சிறிய சிறிய பகுதிகளாக முற்றுகையிட்ட மங்கோலியப் படையினர், முன்னேறிக் கொண்டே வந்தார்கள். கவார்ஸிம் பூமி ரத்தம் குடிக்க ஆரம்பித்திருந்தது.

'இதோ இந்தப் பூமியை இனி ஆட்சி செய்யப்போகிறவன் நான்தான். இது கடவுள் எனக்களித்துள்ள உத்தரவு' - ஒவ்வொரு நகரத்தின் மீதும் படையெடுப்பதற்கு முன்பாகச் செய்தி அனுப்பினார் செங்கிஸ்கான். 'சரணடைகிறார்களா? நல்லது. அவர்கள் நம் நண்பர்கள். நம் குடும்ப உறுப்பினர்கள். எதிர்க்கிறார்களா? விட்டுவைக்காதீர்கள்.' இது செங்கிஸ்கானின் தன் வீரர்களுக்கு அளித்த கட்டளை.

பல நகரங்களில் மக்கள், எந்தவித எதிர்ப்பும் காட்டாமல் சரணடைந்தார்கள். கூடவே அவர்களுக்கு உணவும் கொடுத் தார்கள். பதிலுக்கு மங்கோலிய வீரர்கள், அவர்களது உயிர் களுக்கு உத்தரவாதம் கொடுத்தார்கள். ஆனால் எதிர்த்து போர் செய்தவர்களுக்கு உறுதியாக இறுதி முடிவு அளிக்கப்பட்டது.

குறிப்பாக எதிரி வீரர்களுக்கு எந்தவித இரக்கமும் காட்டப்பட வில்லை. சரணடையும் உரிமையும் மறுக்கப்பட்டது. அந்தப் பகுதியை ஆண்டு வந்த கவர்னருக்கும் அவரைச் சார்ந்தவர் களுக்கும் அவரது குடும்பத்தினருக்கும் சர்வ நிச்சய மரணம். அதிகாரத்திலிருந்த மற்றவர்களுக்கும் அதே. யாரும் பின்னாளில் தலையெடுத்து, தொல்லைகள் கொடுக்கக் கூடாது என்பதால் அப்படி ஒரு முடிவு. அதுபோக, ஜர்செட்டுகள் அடிபணிவது போல் பணிந்துவிட்டு பின்பு மீண்டும் தொல்லைகள் கொடுத்த கசப்பான அனுபவத்தை வருங்காலத்தில் மற்ற போர்களில் தவிர்க்க நினைத்தார் செங்கிஸ்கான். ஆகவே, கட்டளை யிட்டார். 'ஆட்சியாளர்களை அடியோடு அழி.'

ஆட்சியாளர்களின், வீரர்களின் கதைகளை முற்றிலும் முடித்த பின், மங்கோலிய அதிகாரிகள் நகரத்துக்குள் அனுப்பப் பட்டார்கள். அந்த நகரில் உள்ள மக்களை தொழில் வாரியாகப் பிரிப்பதே அந்த அதிகாரிகளின் வேலை. உனக்கு எழுதப் படிக்கத் தெரியுமா? அங்கே சென்று நீ நில். மருத்துவனா? அப்படி போய் உட்கார். பொறியியலாளனா? வலது ஓரத்தில் சென்று நில். இப்படி மதகுருக்கள், கட்டடம் கட்டுபவர்கள், வானவியலாளர் கள், ஜோதிடர்கள், நீதிபதிகள், அரசு அதிகாரிகள், பல மொழி பேசத் தெரிந்தவர்கள் என ஒவ்வொருவரும் தனித்தனியாகப் பிரிக்கப்பட்டனர். படிக்காதவர்களையும் பிரித்தார்கள். பானை செய்பவர்கள், விவசாயிகள், வேட்டைக்காரர்கள், தச்சு வேலை செய்பவர்கள், நெசவாளர்கள், தையல்காரர்கள், நகை செய்பவர்கள், பாடகர்கள், சமையல்காரர்கள் என.

எல்லோருடைய உதவியும் வருங்காலத்தில் தேவைப்படுமே. யாருமே போர்க் கைதிகளாக நடத்தப்படவில்லை. எல்லோ ருக்குமே நல்ல மரியாதை கொடுக்கப்பட்டது. படிக்கவு மில்லை, எந்த வேலையும் தெரியாது என்றும் சிலர் இருப்பார் களே. அவர்கள் எடுபிடி வேலைகள் செய்வதற்குப் பயன் படுத்தப்பட்டார்கள். அந்த வேலைகளையும் செய்யத் தெரிய வில்லையா? இனி அவன் இந்த உலகில் இருக்க லாயக் கற்றவன். எனவே அனுப்பி விடு.

கைப்பற்றிய நகரங்களிலுள்ள பொருள்களைக் கொள்ளையடிப் பதும் போரில் முக்கியமான வேலையாயிற்றே. ஆனால் ஸோங்டு நகரில் நடந்த கொள்ளைகளில், மங்கோலியர்கள் ஏற்படுத்திய பேரழிவு செங்கிஸ்கானுக்கு வருத்தத்தையே கொடுத்திருந்தது. அம்மாதிரியான நாசவேலைகளை அப்போது தடுக்க நினைத்தார். ஒரு புதிய கட்டளை பிறந்தது.

'ஒரு நகரத்தைக் கொள்ளையடிக்கச் செல்லும்முன், அங்கு இருக்கும் மக்களை முதலில் வெளியேற்றிவிட வேண்டும். ஒரு சிறு குழந்தையோ, வயதான மூதாட்டியோகூட நகருக்குள் இருக்கக் கூடாது. நம்மிடம் சரணடைந்துவிட்ட பொதுமக்கள் யாருக்கும் உயிர்ச் சேதம் ஏற்பட்டுவிடக் கூடாது என்பதில் கவனமாக இருங்கள்.'

ஆகவே செங்கிஸ்கானின் வீரர்கள் கத்தியோடு ஆனால் ரத்தமின்றிக் கொள்ளையடித்தார்கள்.

சுல்தானுக்கு நெருங்கியவர்கள் ஒவ்வொருவராகப் பிடிபட ஆரம்பித்தார்கள். ஆண்கள் எல்லோரும் கொல்லப்பட்டார்கள். பெண்கள் எல்லோரும் கைது செய்யப்பட்டார்கள். சுல்தானுக்கு நிகரான அதிகாரம் கொண்ட அவரது தாயும் மங்கோலியப் படை வீரர்களால் சுற்றி வளைக்கப்பட்டாள். கைதியாக, மங்கோலியா வின் ஒரு பகுதிக்கு அனுப்பி வைக்கப்பட்டாள். அதற்கு மேல் என்ன ஆனாள் என்பது குறித்த வரலாற்றுக் குறிப்புகள் எதுவுமில்லை.

●

மாபெரும் படைதிரட்டிக் கொண்டு செல்கிறோம். மங்கோலிய வீரர்கள் தங்கள் ஆற்றலால் எதிரிகளைத் துவம்சம் செய்கிறார் கள். எதிரிகளும் பலத்த சேதாரம். நமக்கும் கொஞ்சம். இப்போ தெல்லாம் வெற்றி பழகிவிட்டது. எத்தனை நாள்கள்தான் தொடர்ந்து போர் செய்துகொண்டே இருப்பது? வாள்களின் சீற்றமும் அம்புகளின் பாய்ச்சலும் ரத்தச் சிதறல்களும் இல்லாமலே வெற்றிக்குச் சாத்தியமுண்டா?

செங்கிஸ்கான் யோசித்தார். எத்தனை கல்வியாளர்களை நம் மோடு வைத்திருக்கிறோம். அவர்கள் எழுதும் வார்த்தைகளை விட வலிமையான ஆயுதம் ஏதுமுண்டா? யாரங்கே, பல மொழி களிலும் எழுத்துத் திறன் உள்ளவர்களைக் கொண்டு வாருங்கள்.

செங்கிஸ்கானுக்குப் புதிய யோசனை ஒன்று தோன்றியிருந்தது. செயல்படுத்தினார். பன்மொழி அறிந்தவர்கள், சற்றே நீண்ட செய்தி அறிக்கை ஒன்றைத் தயார் செய்ய ஆரம்பித்தார்கள். அதன் சாராம்சம் இதுதான்.

மங்கோலியர்களுக்கு நிகரான வீரர்கள் இந்த உலகில் வேறு யாரும் கிடையாது. அவர்களது பேரரசரான செங்கிஸ்கான் இந்த உலகை ஆளப் பிறந்தவர். இந்தப் பூமியில் இருக்கும் எல்லாத் திசைகளையும் அவர்தான் ஆள வேண்டும் என்பது கடவுளின் கட்டளை. இதுவரை மங்கோலியர்கள் இத்தனை போர்களைச் சந்தித்திருக்கிறார்கள். இதுவரை அவர்களால் இத்தனை பேர் கொல்லப்பட்டிருக்கிறார்கள். மங்கோலியர்கள் எதிரிகளிடம் இரக்கம் காண்பிக்கவே மாட்டார்கள். ஆனால் செங்கிஸ்கானை அரசராக ஏற்றுக் கொண்டு சரணடைய நினைப்பவர்களுக்குச் சகல மரியாதைகளும் கிடைக்கும்.

அந்த சற்றே நீளமான செய்தி அறிக்கைகள், அதுவரை மங்கோலி யர்கள் பாதம் படாத பல பகுதிகளுக்கும் அனுப்பி வைக்கப் பட்டன. அதற்கு நல்ல பலனும் இருந்தது. 'அய்யய்யோ, மங்கோலியர்கள் இங்கும் படையெடுத்து வருகிறார்களா? செங்கிஸ்கானிடம் சரணடைந்துவிடுவதே நமக்கு நல்லது' என்று பல பகுதி மக்கள் பயத்தில், அவரது பாதம் பணியக் காத்திருந்தார்கள். வார்த்தைகள் ஜெயித்தன. யாராலும் வெல்ல முடியாதவர் செங்கிஸ்கான் என்ற எண்ணம் பரவ ஆரம் பித்திருந்தது.

•

1221, ஏப்ரல். தற்போதைய இரானின் வடகிழக்கில் அமைந் துள்ள நகரமான நிஷாபுரை, மங்கோலியப் படைகள் கொஞ்சம் கொஞ்சமாக ஆக்கிரமிக்க ஆரம்பித்திருந்தன. எதிரி வீரர்கள் பாதுகாப்புக் கோபுரங்களில் இருந்து தீவிர அம்புத் தாக்குதல் களை நடத்திக் கொண்டிருந்தார்கள்.

செங்கிஸ்கானின் மருமகனான டோகுசர், மங்கோலியப் படைகளுக்குத் தலைமையேற்றிருந்தான். வெகுவாக நகருக்குள் முன்னேறிக் கொண்டிருந்த நேரத்தில், கோட்டை ஒன்றின் உள்புறச் சுவரிலிருந்து பாய்ந்து வந்த விஷ அம்பு ஒன்று டோகுசரை வீழ்த்தியது. ஆனாலும் மங்கோலியப் படைகள், அந்த நகரைக் கைப்பற்றின.

செங்கிஸ்கானுக்குப் பேரதிர்ச்சி. அந்த நேரத்தில் கர்ப்பமாக இருந்த அவரது மகள், கண்ணீரோடு அவர் முன் வந்து நின்றாள்.

'நிஷாபுர் நகரத்துக்குச் செல். உன் கண்ணீருக்குப் பழி தீர்த்துக் கொள்' - செங்கிஸ்கான் உடைந்த குரலில் உரிமை கொடுத்தார். அவள், நிஷாபுருக்குள் நுழைந்தாள். எதிரி வீரர்கள், ஆண்கள், பெண்கள், வயதானவர்கள், குழந்தைகள் - பாரபட்சமின்றி அத்தனை பேருடைய உயிர்களும் வெளியேற்றப்பட்டன. மூன்று பிரமிடுகளைத் தனித்தனியாகக் கட்டச் சொன்னாள் அவள். ஒன்று ஆண்களுக்கு. அடுத்தது பெண்களுக்கு. இன்னொன்று குழந்தை களுக்கு. அங்குள்ள ஒரு பூனை, நாயைக்கூட விட்டுவைக்க வில்லை. அந்த நகரம் முழுவதுமே தீக்கு இரையாக்கப்பட்டது.

விரைவிலேயே செங்கிஸ்கானுக்கு இன்னொரு இழப்பும் நேரிட்டது.

ஆப்கனிஸ்தானின் மிக அழகான பிரதேசமான பாமியான். புத்தரும் அவர் சார்ந்த விஷயங்களும் நிறைந்த மலைப் பிரதேசம். அமைதி தவழ்ந்து கொண்டிருந்த இடம். ஆனால் அதிரடியாக மங்கோலிய வீரர்கள் புகுந்திருந்தார்கள்.

செங்கிஸ்கானுக்கு மிகவும் பிடித்தமான பேரன் முட்டுஜென் தலைமையில் மங்கோலியப் படைகள் சுழன்று தாக்க, புத்தர் சிலைகளில் புழுதி படிந்து கொண்டிருந்தது. ஒரு அம்பு. ஒரே ஒரு அம்பு. முட்டுஜென்னின் கழுத்தில் பாய்ந்தது. அவன் சில நிமிடங்கள் துடிதுடித்து அடங்கிப் போனான்.

மிகவும் உடைந்து போயிருந்தார் செங்கிஸ்கான். 'நான் இந்த விஷயத்தை என் மகன் சாகட்டெயிடம் எப்படிச் சொல்லுவேன்? அவனது செல்லமகனது இழப்பை அவனால் எப்படித் தாங்கிக் கொள்ள முடியும்?'

சாகட்டெயை வரச் சொன்னார் செங்கிஸ்கான். அவரது முகம் இருண்டு கிடந்ததைக் கண்டதுமே சாகட்டெய்க்கு ஏதோ விபரீதம் என்று புரிந்து போனது.

'கான், என்ன ஆயிற்று?'

'நான் சொல்லப்போகும் விஷயத்தைக் கேட்டு நீ கதறவோ கண்ணீர்விடவோ கூடாது.'

'...'

'உன் மகன் முட்டுஜென்னை எதிரிகள் வீழ்த்திவிட்டார்கள்' - செங்கிஸ்கான் எல்லோர் முன்னிலையிலும் உடைந்து அழ ஆரம்பித்தார். சாகட்டெய் உறைந்து நின்றார்.

'போ.. அந்த எதிரிகளை விட்டுவைக்காதே. அவர்களில் ஒருவர்கூட பிழைத்திருக்கக் கூடாது. வேரோடு அழியுங்கள். இனி அந்தப் பூமியில் ஒரு புதிய உயிர்கூட ஜனிக்கக் கூடாது. உடனே போ!'

பாமியான் பிணக்காடு ஆனது.

பெர்சிய வரலாற்று ஆய்வாளர்களின் குறிப்புகள்படி, நிஷாபுர் யுத்தத்தில் கொல்லப்பட்டவர்களின் எண்ணிக்கை, 17,47,000. ஹீரட் என்ற நகரில் கொல்லப்பட்டவர்களின் எண்ணிக்கை

16,00,000. மத்திய ஆசியா மீது செங்கிஸ்கான் சுமார் நான்கு வருடங்கள் நடத்திய படையெடுப்பில், ஒவ்வொரு மங்கோலிய வீரனும் குறைந்தபட்சம் நூறு பேரையாவது கொன்றிருக்கக் கூடும் என்பது இன்னொரு வரலாற்று ஆய்வாளரின் கருத்து.

கவார்ஸிம் பேரரசில் ஒவ்வொரு நகரமும் மங்கோலியர்கள் வசமாகியிருந்தது. செங்கிஸ்கான் தன்னை நெருங்குவதை உணர்ந்த சுல்தான் இரண்டாம் முகமது, தப்பி ஓடினார். சுற்று வட்டாரத்தில் தஞ்சம் புகுவதற்குக்கூட இடமில்லை. காஸ் பியன் கடலில் ஒரு சிறிய தீவு ஒன்றில் தஞ்சமடைந்தார். அங்கேயே இறந்து போனார்.

புகாரா, சாமர்கண்ட், பாமியான், கஸ்னி, பெஷாவர், நிஷா, நிஷாபுர், கோஜெண்ட், மெர்வ், அர்ஜென்ச், பால்க், ஹீரட், அர்டாபில், டெர்பெண்ட், அஸ்ட்ராகான், காஸ்வின், ஹமாடன், மராகெ, பனாகட் - ஆகிய மத்திய ஆசியாவின் முக்கிய இடங்கள் மங்கோலியர்கள் வசம். இமயமலையிலிருந்து காகஸஸ் மலை வரை, சிந்து நதியிலிருந்து வோல்கா நதி வரை, எதிர்த்து வந்த ஒவ்வொரு படையும் மீண்டும் எழவே முடியாதவாறு நசுக்கப்பட்டன.

எதிரிகளுக்கு இறுதித் தீர்ப்பு எழுதும் அவதாரமாக செங்கிஸ்கான் உருவெடுத்திருந்தார்.

ஆகவே எந்த ஆட்சியாளரின் யுத்த தந்திரங்களும் பலிக்க வில்லை. எந்த மத மக்களுடைய பிரார்த்தனைகளும் கைகொடுக்கவில்லை. சர்வம் மயான மயம்.

தற்போதைய பாகிஸ்தானின் மையத்தில் அமைந்துள்ள முல்டான் நகரம் வரை மங்கோலியப் படைகள் முன்னேறி யிருந்தன. இந்தியாவுக்குள் நுழைந்துவிட வேண்டுமென்பது செங்கிஸ்கானின் எண்ணம். ஆனால் தடையாக இமயமலைகள். சீனா வழியே சுற்றிக்கொண்டு வரவேண்டும். அப்போது சீனாவின் அந்தப் பகுதிகளை பலம் வாய்ந்த சங் வம்சத்தினர் ஆண்டு வந்தார்கள். சரியான பாதை பிடிபடவில்லை. அதிக குளிரும் வீரர்களை வாட்டியெடுக்க ஆரம்பித்தது. குதிரைகள் நோயில் விழ ஆரம்பித்தன. ஆகவே மங்கோலியாவுக்குத் திரும்பிவிட முடிவெடுத்தார் செங்கிஸ்கான்.

இருபதாயிரம் வீரர்களை மட்டும் இந்தியாவுக்கு அனுப்பினார். ஆனால் அவர்களும் தட்ப வெப்ப நிலை மாறுதல்களைத் தாங்க முடியாமல் ஆப்கனிஸ்தானுக்குத் திரும்பிவிட்டார்கள்.

1222 - 1223-ன் குளிர்காலத்தில் தனது படைகளின் வெற்றியைக் கொண்டாட நினைத்த செங்கிஸ்கான், மாபெரும் வேட்டைத் திருவிழாவுக்கு ஏற்பாடு செய்யச் சொன்னார். மங்கோலிய வீரர்கள் ஆங்காங்கே குழுவாகத் தங்கினார்கள். வேட்டை, மது, மாது, ஓய்வு.

# 12. 'என் கனவை ஒப்படைக்கிறேன்!'

மத்திய ஆசியாவின் யுத்தங்களை எல்லாம் முடித்துக் கொண்டு, நான்கு வருடங்களுக்குப் பிறகு மங்கோலியாவுக்குத் திரும்பியிருந்தார் செங்கிஸ்கான். ஒன்றுபட்ட மங்கோலியா என்ற அவரது கனவு, அதையெல்லாம் தாண்டி போஷாக்காக வளர்ந்து மங்கோலியப் பேரரசாக* ஜொலித்துக் கொண்டிருந்தது. ஆனால் முதுமை அவரைக் கொஞ்சம் கொஞ்சமாக ஆக்கிரமிக்க ஆரம்பித்திருந்தது. மனத்தளவில் வீரம், உள்ளே கனன்று கொண்டிருக்கும் கனல் எதுவுமே குறையவில்லை. ஆனால் இன்னும் எத்தனை நாள் ஆண்டுகள் வாழப் போகிறோம் என்றொரு புதிய கேள்வி முளைத்து அவரைத் துளைத்தெடுக்க ஆரம்பித்திருந்தது.

இதோ எந்தத் திசையில் திரும்பினாலும் மங்கோலியர்களின் கொடி பறக்கிறது. என் பெயரைக் கேட்டாலே எதிரிகள் பயந்து நடுநடுங்கி வந்து சரணடைகிறார்கள். திகட்டுமளவுக்கு வெற்றியைச் சுவைத்துவிட்டேன். இனி? இது

---

* அப்போதைய செங்கிஸ்கானின் பேரரசு, மாவீரன் அலெக்சாண்டரின் பேரரசைவிட நான்கு மடங்கு பெரியது. ரோமப் பேரரசைவிட இரண்டு மடங்கு பெரியது.

அப்படியே தொடருமா? எதிர்காலம்? என்னை மரணம் வெல்லும்போது, நான் பாடுபட்டு உருவாக்கிய இந்தப் பேரரசை யார் கட்டிக் காப்பார்கள்? என் சகோதரர்கள், மகன்கள், பேரன்களால் அது முடியுமா?

கேள்விகள் வளர்ந்துகொண்டே போயின. அப்போது செங்கிஸ் கானைச் சந்திக்க ஒரு வயதான துறவி வந்தார். அவருக்குரிய மரியாதைகளைச் செய்த செங்கிஸ்கான், அவரிடம் ஒரே ஒரு விஷயத்தை மட்டும் கேட்டார்.

'என் வாழ்க்கை ஒரு மாபெரும் லட்சியத்தை நோக்கி சென்று கொண்டிருக்கிறது. இந்த உலகத்தை முழுவதுமே என் ஆட்சியின் கீழ் கொண்டு வருவதற்காகவே கடவுள் என்னைப் படைத்துள்ளார். ஆனால் வயது?'

துறவி மெலிதாகச் சிரித்தார்.

'நான் இந்தப் பூமியில் நீண்ட காலத்துக்கு வாழ்வதற்கு ஏதேனும் மருந்து இருக்கிறதா?'

மீண்டும் புன்னகையை உதிர்த்த துறவி, தள்ளாடியபடியே எழுந்தார். கானை வணங்கினார். அங்கிருந்து கிளம்பினார்.

தனது இறப்பதற்கு முன்பாகவே அடுத்த கான் யார் என்பதை முடிவு செய்துவிட வேண்டும் என்று தீர்மானமாக நினைத்துக் கொண்டார் செங்கிஸ்கான்.

மத்திய ஆசியப் போர்களிலேயே செங்கிஸ்கானின் நான்கு மகன்களும் கலந்து கொண்டார்கள். யார் யாருடைய வீரம் என்ன, போர்த் தந்திரங்கள் என்ன, எப்படி எதிரிகளை வீழ்த்துகிறார்கள் என்று பல விஷயங்களையும் கவனித்து வைத்திருந்தார் செங்கிஸ்கான்.

தற்போது தன் ஆட்சியில் இருக்கும் பகுதிகளை நான்காகப் பிரித்து ஒவ்வொரு பகுதிக்கும் ஒரு மகனை கான் ஆக நியமித்துவிட முடிவு செய்தார். மகன்களுக்குள் தகராறு வராது. ஒவ்வொருவருக்கும் கான் என்ற அந்தஸ்து கொடுக்க முடியும் என்பது அவரது திட்டம். ஆனால் ஒரு பேரரசை நான்காக உடைத்தால், மொத்த பலம் என்பது குறைந்துவிடுமே. எதிரிகள் தலைதூக்கி விடுவார்களே.

ஆகவே இன்னொரு முடிவையும் எடுத்திருந்தார். நான்கு மகன்களும் கான். அதில் ஒரு மகன் கான்களுக்கெல்லாம் கான். அதாவது தலைமைக் கான். செங்கிஸ்கான் போல. அந்த ஒருவர் எடுப்பது இறுதி முடிவு. அவருக்குத்தான் மற்ற மூன்று கான் களும் கட்டுப்பட்டு நடக்க வேண்டும். எந்த மகனை தலைமைக் கானாக நியமிப்பது? யாருக்கு அதிக தகுதி இருக்கிறது?

செங்கிஸ்கானின் சகோதரர்கள், மகன்கள், பேரன்கள், மற்ற குடும்ப உறுப்பினர்கள், தளபதிகள், மற்ற அமைச்சர்கள் அடங்கிய பொதுக்குழு கூட்டப்பட்டது. கூட்டம் ஆரம்பித்த நொடியிலிருந்தே பதற்றமான சூழல்தான்.

செங்கிஸ்கானால் மூத்த மகனாக ஏற்றுக் கொள்ளப்பட்ட ஜோச்சியும், அடுத்த மகனான சாகட்டெயும் எந்த நேரத்தில் வேண்டுமானாலும் கட்டிப்புரண்டு மல்யுத்தம் செய்யுமளவுக்கு ஒருவரை ஒருவர் வெறியோடு பார்த்துக் கொண்டிருந்தார்கள். மூன்றாவது மகனான ஒகோடெய், மூக்கு முட்ட மது அருந்தி விட்டு வந்திருந்தான். போதையில் உளறிக் கொண்டிருந்தான். அவ்வளவு நேரம் கூடாரத்தில் ஓர் ஓரமாக உட்கார்ந்திருந்த கடைசி மகனான டுலுய், தனது சகோதரர்களின் மோதலில் மாட்டிக் கொள்ளவேண்டாம் என்று கமுக்கமாக வெளியேறி யிருந்தான்.

மங்கோலியப் பாரம்பரியக் கதை ஒன்று உண்டு. பாம்பு ஒன்றுக்கு பல தலைகள், ஆனால் ஒரே ஒரு வால். குளிர்காலம் வந்தவுடன், ஏதாவது புற்று ஒன்றுக்குள் சென்று நுழைய நினைக்குமாம் பாம்பு. ஆனால் ஒரு தலை புற்றின் ஒரு ஓட்டைக்குள் செல்ல விரும்புமாம். இன்னொரு தலை வேறொரு ஓட்டைக்குள் செல்ல ஆசைப்படுமாம். வேறொரு தலை, இன்னொரு திசை நோக்கி உடலை இழுத்துக் கொண்டிருக்குமாம். இன்னொரு பாம்பும் உண்டு. அதற்கு ஒரே ஒரு தலை. ஆனால் பல வால்கள். அந்தப் பாம்பு குளிர்காலம் வந்ததும் ஏதாவது புற்றின் ஏதாவது ஓர் ஓட்டைக்குள் தனது பல வால்களோடு சென்றுவிடுமாம்.

பொதுக்குழு கூட்டத்தில் தனது மகன்களின் பொறுப்பற்ற செயல்களைக் கண்டு ஆத்திரமடைந்த செங்கிஸ்கான், இதே கதையைத்தான் முன் வைத்தார்.

‘என் மகன்கள் எல்லோரும் கான் ஆக ஆசைப்படுகிறார்கள். ஒருவருக்கு ஒருவர் விட்டுக் கொடுத்தோ, ஒருவரை ஒருவர்

ஆதரித்தோ, கட்டளைகளை மதித்தோ செல்ல மாட்டார்களாம். பல தலைகள் கொண்ட பாம்பு குளிரில் இறந்துதான் போகும். ஒரே ஒரு தலை கொண்ட பாம்பால் மட்டுமே பிழைக்க முடியும்.'

செங்கிஸ்கான் சொல்லச் சொல்ல யாருமே வாய் திறக்க வில்லை. அவரது வார்த்தைகள் ஒவ்வொன்றையும் கூர்மையாக கவனித்துக் கொண்டிருந்தார்கள். பல விதங்களில் தனது மகன் களுக்கு அறிவுரைகளை அள்ளி வழங்கினார் செங்கிஸ்கான்.

'ஜோச்சி, என் மூத்த மகன். வயதிலும் அனுபவத்திலும் பெரியவன். அவன் இப்போது பேசுவான்' என்றார். ஜோச்சி சந்தோஷமாக எழுந்து நின்றான். வலது கையை இடது மார்பில் வைத்து குனிந்து வணக்கம் சொன்னான்.

'தந்தை தனக்கு அடுத்ததாக ஜோச்சியை பேசச் சொல்லி வாய்ப்பு தருகிறார் என்றால் அடுத்த தலைமை கான் அவன்தான் என்று முடிவு செய்துவிட்டாரா?' - சாகட்டெய் கொதித்தெழுந்தான். செங்கிஸ்கானைப் பார்த்து கத்தினான்.

'இப்போது நீங்கள் ஜோச்சியைப் பேசச் சொல்லியிருக்கிறீர்கள். எனில் உங்களுக்குப் பின் அவன்தான் கானா? அவன் என்ன உங்கள் சொந்த மகனா என்ன? யாரோ ஒரு மெர்கிட்டுக்குப் பிறந்தவன் தானே? அவனை எப்படி கானாக ஏற்றுக் கொள்ளமுடியும்?'

வார்த்தைகளால் காயப்படுத்தப்பட்ட ஜோச்சி, வெகுண்டெழுந் தான். சாகட்டெயை கன்னத்தில் அறைந்தான். சாகட்டெய் ஜோச்சியின் கழுத்தை நெரித்தான். இருவரும் ஒருவரை ஒருவர் கடுமையாக விமரிசித்துக் கொண்டே கட்டிப் புரள ஆரம்பித் தார்கள். செங்கிஸ்கானும் கோபத்தில் கத்த ஆரம்பித்தார். மற்றவர்கள் தலையிட்டு, இருவரையும் பிரித்தார்கள்.

சில நாள்கள் கழித்து ஜோச்சியையும் சாகட்டெயையும் ஓரிடத்தில் உட்கார வைத்து வயதில் பெரிய நடுநிலையாளர்கள் சிலர் சமாதானம் பேசினார்கள். அறிவுரை வழங்கினார்கள். அங்கு செங்கிஸ்கானும் இருந்தார், முற்றிலும் உணர்ச்சி வசப்பட்ட நிலையில்.

'மங்கோலியப் பெண்கள் கடத்தப்படுவதென்பது காலம் காலமாக நம் இனத்தில் நடந்து வந்ததுதானே. செங்கிஸ்கான்

வந்தபிறகுதான் நம் பெண்கள் நிம்மதியாக இருக்கிறார்கள். அவரது மகனான நீ இப்படிப் பேசலாமா? கடத்தப்பட்டது உன் தாய் செய்த தவறா? அவள் ஒன்றும் வேறு யார் மீது ஆசை வைக்கவில்லையே? உன் தந்தையைத்தானே கணவனாக ஏற்றுக் கொண்டிருக்கிறாள். அவளை இப்படிப் பழித்துப் பேசி விட்டாயே? செங்கிஸ்கான் எல்லோரையும் ஒன்றாகத்தானே நினைக்கிறார். பாரபட்சம் எதுவும் காட்டவில்லையே. நீங்கள் ஏன் உங்களுக்குள் அடித்துக் கொண்டு, அவரது மன நிம்மதியைக் கெடுக்கிறீர்கள்? இன்று மங்கோலியா என்றொரு தேசம் உருவாகி இருக்கிறதென்றால் அதற்குக் காரணம் அவர்தானே. மங்கோலியப் பேரரசை உருவாக்க அவர் எவ்வளவு கஷ்டப்பட்டிருக்கிறார். அந்தப் பொறுப்பு கொஞ்சம்கூட இல்லாமல், நீங்கள் இப்படி உங்களுக்குள்ளேயே சண்டை போட்டுக் கொண்டிருந்தால், செங்கிஸ்கான் உருவாக்கிய இந்த சாம்ராஜ்யத்தை யாரால் கட்டிக் காக்க முடியும்?'

நீண்ட அறிவுரைகளுக்குப் பிறகு ஜோச்சியும் சாகட்டெயும் சமாதானமானார்கள். செங்கிஸ்கானின் மற்ற மகன்கள், ஜோச்சியை மூத்த வாரிசாக ஏற்றுக் கொண்டார்கள்.

'ஜோச்சிதான் என் மூத்த மகன். ஆனால் எனக்குப் பின் அவன்தான் தலைமை கான் என்று சொல்ல மாட்டேன். அது உங்களில் யாராக வேண்டுமானாலும் இருக்கலாம். அது இப்போது உங்களுக்கு ஒதுக்கப்பட்ட பகுதியில் நீங்கள் ஆட்சி செய்யும் விதத்தைப் பொருத்தது' - தெளிவாகச் சொன்னார் செங்கிஸ்கான்.

சாகட்டெயின் மனத்தில் எண்ணங்கள் வெகு வேகமாக ஓடின. எப்படியும் தந்தைக்கு ஜோச்சியை தலைமை கான் ஆக்க வேண்டும் என்ற எண்ணம் இருக்கும். அவனை மீறி என்னை தலைமை கான் ஆக்கப் போவது கிடையாது. ஆகவே...

'ஒன்று ஜோச்சியை அல்லது என்னை தலைமை கான் ஆக்குங்கள். அல்லது இருவருமே வேண்டாம். மூன்றாவது மகன் ஒகொடெய் அந்தப் பொறுப்பை ஏற்றுக் கொள்ளட்டும்' - சாகட்டெய் தெளிவாகச் சொன்னான்.

சில நிமிடங்கள் அந்தக் கூடாரமே அமைதியாக இருந்தது. ஜோச்சி வாய் திறந்தான். 'ஒகொடெயை தலைமை கான் ஆக்குவதில் எனக்கு முழு சம்மதம்.'

அந்தத் தலையாய பிரச்னை ஒரு முடிவுக்கு வந்ததில் செங்கிஸ் கானுக்கு அளவில்லா மகிழ்ச்சி. செங்கிஸ்கானது சகோதரர்களுக்கும் உறவினர்களுக்கும் அந்த முடிவை மனதார வரவேற்றார்கள். ஜோச்சிக்குப் பதவி போகாததே சாகட்டெய்க்குப் போதுமானதாக இருந்தது. நான்காவது மகன் டுலுய் இந்த விஷயங்களில் இருந்து ஒதுங்கியே இருந்தான். தனக்குத்தான் தலைமைக் கான் பதவி வரப் போகிறது என்ற செய்தியை அறிந்த மகிழ்ச்சியில் மேலும் குடித்தான் ஒகொடெய்.

இவ்வளவு குடும்பப் பிரச்னைகள் நடந்தபோது போர்ட்டெ அங்கு இல்லை. அவள் கெர்லென் நதிக்கரையோரம் ஏதோ ஒரு முகாமில் இருந்ததாகக் குறிப்புகள் உள்ளன. 1219லிருந்து 1224க்குள் அவள் நோய்வாய்ப்பட்டு இறந்து போயிருக்கலாம் என்று கருதப்படுகிறது.

●

சுல்தான் இரண்டாம் முகமதுவின் முன்னால் தலைநகரமான அர்ஜென்ச்சில் எதிரிகள் தலைதூக்கியிருந்தார்கள். ஜோச்சிக்கும் சாகட்டெய்க்கும் இணக்கத்தை ஏற்படுத்த விரும்பிய செங்கிஸ்கான், இருவரையும் கூட்டணி அமைக்கச் சொன்னார். 'இருவரும் படைகளோடு சென்று எதிரிகளைச் சின்னாபின்ன மாக்குங்கள்.'

இருவரது படைகளும் யுத்தத்தில் இறங்கின. அந்தப் பகுதி ஜோச்சியின் கட்டுப்பாட்டில் உள்ள பகுதி. அவனது எல்லைக் குள் வரவழைத்து, ஜோச்சி தன்னைப் பழிவாங்கி விடுவானோ என்று சாகட்டெய்க்குச் சந்தேகம். எதிரிகளோடு மோதுவது போல, எங்கே சாகெட்டெய் தன்னைக் கொன்று விடுவானோ என்று ஜோச்சிக்குச் சந்தேகம்.

இருவருமே இணைந்து போரிடாததால் யுத்தம் மாதக்கணக்கில் நீண்டு கொண்டே சென்றது. இறுதியில் அந்த நகரை ஒட்டி அணை ஒன்றைக் கட்டினார்கள். அருகில் உள்ள நதி நீரைத் திருப்பி அணையில் நிரப்பினார்கள். நகரை வெள்ளக் காடு ஆக்கினார்கள். அர்ஜென்ச் நகரம் மூழ்கியது. எதிரிகள் மிதந்தார்கள்.

எத்தனையோ முயற்சிகள் செய்தும் தன் மகன்களுக்குள் நல்லுறவு ஏற்படாதது செங்கிஸ்கானுக்கு வருத்தத்தைக் கொடுத்தது. நான்கு மகன்களையும் அழைத்தார். வந்தார்கள்.

ஒரு தலைவன் எப்படி இருக்க வேண்டும் என்று செங்கிஸ்கான் பாடம் எடுக்க ஆரம்பித்தார்.

தலைவனாக இருப்பதற்கு முதல் தகுதி சுயக் கட்டுப்பாடு. வீரம் செறிந்த ஒரு தலைவனால் பாய்ந்து வரும் சிங்கத்தை அடக்கிவிட முடியும். பலசாலி மல்யுத்த வீரனை புரட்டிப் போட முடியும். ஆனால் அவனுக்குள்ளேயே பொங்கி வரும் பெருமித உணர்வை அடக்க முடியாது. தன்னைப் பற்றிய பெருமித உணர்வுகளை அடக்க முடியாதவன் ஒரு தலைவனாக வழி நடத்திச் செல்வதும் கடினமே. சிறிய விலங்கு கீழிருந்து உயரமான மலையைப் பார்க்கும்போது, அது பிரமாண்ட மானதாகத் தெரியும். ஆனால் மலையின் மீது அந்த விலங்கு மெல்ல ஏறி அதன் உச்சியில் நின்றுவிடும். அப்போது அந்த விலங்கு மலையை விட உயரமானதாகிவிடுகிறது.

ஒரு தலைவன் அதிகம் பேசக் கூடாது. தேவையான வார்த்தை களை தேவைப்படும் இடங்களில் மட்டுமே பிரயோகிக்க வேண்டும். மற்றவர்களுக்கு உணர்த்த வேண்டிய விஷயத்தைச் செய்யும் செயலின் மூலம் உணர்த்த வேண்டும்.

மக்கள் சந்தோஷமாக இருந்தால்தான், ஒரு தலைவனாலும் சந்தோஷமாக இருக்க முடியும். அதுதான் தலைமையின் பண்பு. ஒரு படையை வெற்றிகொள்வது என்பது ஒரு தேசத்தை வெற்றி கொள்வதற்குச் சமமல்ல. வலிமையான படை வீரர்கள், வலு வான யுத்திகளை வைத்து எதிரிகளின் படைகளை வெல்லலாம். ஆனால் ஒரு தேசத்தை, அந்த தேச மக்களின் இதயத்தை வெல்வதற்கு அது போதாது.

எப்போது ஒரு தலைவன் அற்புதமான உடைகள், ஆபரணங்கள், அருமையான குதிரைகள், அழகழகான பெண்களிடம் மயங்கி, தன் நோக்கத்தை, தன் நிலையை மறக்கிறானோ, அப்போதே அவன் எல்லாவற்றையும் இழப்பதற்குத் தயாராகிவிட்டான் என்று அர்த்தம். ஆடம்பரங்களுக்கு அடிமையாகிப் போன தலைவன், விரைவிலேயே எதிரிக்கும் அடிமையாகிவிடுவான்.

செங்கிஸ்கானின், பல மணி நேரம் தன் மகன்களுக்கு அறிவுரை சொன்னார். அந்தச் சமயத்தில் யாரும் யாரையும் முறைத்துக் கொள்ளவில்லை. எந்தவித கைகலப்பும் ஏற்படவில்லை. அந்தச் சந்திப்பு அமைதியாகவே முடிந்தது.

செங்கிஸ்கான், மீண்டும் ஒரு வேட்டைத் திருவிழாவுக்கு தன் மகன்களுக்கு அழைப்பு விடுத்தார். ஜோச்சி வரவில்லை. அவனிடமிருந்து எந்தப் பதிலும் வரவில்லை. சில நாள்கள் கழித்து அவன் நோய்வாய்ப்பட்டிருப்பதாக ரகசிய தகவல் மட்டும் வந்தது.

என் கட்டளையையே மீறும் அளவுக்கு வளர்ந்துவிட்டானா? நோய்வாய்ப்பட்டுள்ளதாகப் பொய் வேறு சொல்கிறான். செங்கிஸ்கானுக்குள் கோபம். அதே நேரத்தில் ஜோச்சி, தன் வீரர்களோடு தனியாக வேட்டை திருவிழா கொண்டாடுவதாக ஒரு செய்தி வந்து சேர்ந்தது. செங்கிஸ்கானின் வெறுப்பு அதிகமாகியது. அதற்குப் பின் ஜோச்சியும் செங்கிஸ்கானும் சந்திக்கவே இல்லை.

உண்மையிலேயே யாரோ எதிரிகளின் அம்புத் தாக்குதலால் காயப்பட்டு படுத்த படுக்கையாகக் கிடந்தான் ஜோச்சி. தான் நோய்வாய்ப்பட்டு கிடப்பது வெளியே தெரிந்தால் எங்கே எதிரிகள் தலைதூக்கி விடுவார்களோ என்று நினைத்த ஜோச்சி, தன்னைப் பற்றிய செய்திகள் வெளியே பரவாமல் பார்த்துக் கொண்டான். தனது முகாமைவிட்டுத் தள்ளி வந்து ஒரு சிறிய கூடாரத்தில் தங்கி சிகிச்சை பெற்றுக் கொண்டிருந்தான். பலனளிக்கவில்லை. இறந்துபோனான்.

அப்போது, தன் மகன்களுக்கிடையேயான சண்டைகளைத் தவிர்க்க, செங்கிஸ்கான்தான் ஜோச்சியைக் கொன்றுவிட்டதாக ஒரு வதந்தியும் பரவியது. ஆனால் ஜோச்சியின் இழப்பைத் தாங்க முடியாத செங்கிஸ்கான் பல நாள்கள் துக்கம் அனுஷ்டித்தார்.

●

டேன்கட். திபெத்திய மக்களின் அரசு. முதன் முதலாக செங்கிஸ்கான் வெற்றி கொண்ட அயல் தேச எதிரிகள். 1224-ல் மீண்டும் தலைதூக்க ஆரம்பித்திருந்தார்கள். ஷியான்ஸோங் என்பவன் புதிய அரசனாகப் பதவியேற்றிருந்தான்.

டேன்கட்டைச் சுற்றியிருக்கும் பேரரசுகளுடன் அமைதி ஒப்பந்தம் ஏற்படுத்திக் கொள்ள முயற்சி செய்தான். 'எங்களால் உங்களுக்கு எந்தத் தொந்தரவும் இருக்காது. நாங்கள் உங்களுக்குக் கட்டுப்பட்டே இருக்கிறோம். உங்கள் பணியாளனாக.'

சீனாவின் ஜின் ஆட்சியாளர்களுக்கு* இந்தக் கடிதம் சென்றது. செங்கிஸ்கானுக்கும் ஷியான்ஸோங்கிடமிருந்து ஒரு கடிதம் வந்தது. 'நாங்கள் என்றும் உங்கள் அதிகாரத்துக்குக் கட்டுப் பட்டே வாழ விரும்புகிறோம். அதை உறுதி செய்யும்விதமாக எனது மகனை உங்கள் பணியாளனாக அனுப்பி வைக்கிறேன்.'

செங்கிஸ்கானும் அந்தக் கடிதத்தை ஏற்றுக் கொண்டார். ஆனால் ஷியான்ஸோங்கின் மகன் வரவே இல்லை. சில மாதங்கள் கழித்து மங்கோலியத் தூதுவர்கள், ஷியான்ஸோங்கைச் சந்திக்கச் சென்றார்கள். ஆனால் ஷியான்ஸோங்கின் மனம் மாறியிருந்தது. ஜின் அரசின் ஆதரவு தனக்கு இருப்பதாக நம்பினான். ஆகவே செங்கிஸ்கானை எதிர்க்க முடிவெடுத்திருந்தான். மகனை எல்லாம் அனுப்ப முடியாது என்று தூதுவர்களிடம் சொல்லி அனுப்பினான்.

அவமானம். மாபெரும் அவமானம். டேன்கட்டுகளை இத்தனை நாள் விட்டு வைத்ததற்குக் கிடைத்த வெகுமதி. ஆத்திரத்தில் வெகுண்டெழுந்தார் செங்கிஸ்கான். போர். அடுத்த போர். இந்தமுறை டேன்கட்டுகளை மட்டுமல்ல, அப்படியே சீனாவில் மீதமுள்ள ஜின் அரசை கபளீகரம் செய்ய வேண்டும். மேலும் முன்னேறி சங் பேரரசையும் பெயர்த்துவிட வேண்டும். சீனா முழுவதும் மங்கோலியர்களின் உள்ளங்கைக்குள். அதுதான் திட்டம். மங்கோலியப் படை வீரர்கள் ஆயுதங்களைக் கூர்தீட்ட ஆரம்பித்தார்கள். குதிரைகள் சேணங்களைச் சுமந்து கொண்டு தயாராக நின்றன.

1226 - 27க்குள் இருக்கலாம். கோபி பாலைவனத்தை நோக்கி செங்கிஸ்கானின் தலைமையில் மங்கோலியப் படைகள் முன்னேறிக் கொண்டிருந்தன.

வழியில் ஓரிடத்தில் காட்டுக் குதிரைகள். அதுவும் கூட்டமாக. செங்கிஸ்கானுக்கு வேட்டையாடும் ஆசை வந்துவிட்டது. அந்தக் குதிரைகளை அடக்குவதற்காகத் தன் குதிரையிலிருந்து இறங்கினார். பழுப்பு நிற குதிரை ஒன்று அவரைக் கவர்ந்தது. அதை நோக்கி விரைந்தார். அது ஓட ஆரம்பித்தது. அதன் வேகத்திலேயே ஓட முயற்சி செய்து, பின் தாவி ஏறினார்.

---

\* மங்கோலியர்கள் வட சீனாவில் ஆக்கிரமித்திருந்தது போக மீதமிருந்த பகுதிகளை ஜின் வம்சத்தினர் ஆண்டு கொண்டிருந்தார்கள்.

குதிரை மிரண்டது. தன் முன்னங்கால்கள் இரண்டையும் கூடிய மட்டும் உயர்த்தி ஆட்டம் காட்டியது. அதன் கழுத்தைக் கெட்டியாகப் பிடித்து அடக்க முயற்சி செய்தார். முடியவில்லை. அது செங்கிஸ்கானைக் கீழே தள்ளிவிட்டுத் தப்பித்து ஓடியது.

தோள்பட்டையில் பயங்கர அடி. செங்கிஸ்கானால் எழ முடியவில்லை.

•

'தயவு செய்து நீங்கள் மங்கோலியாவுக்குத் திரும்பி விடுங்கள்' - செங்கிஸ்கானின் மனைவிகளில் ஒருத்தியான யெசுய் கெஞ்சிக் கேட்டாள்.

'போர் முடியட்டும்' - செங்கிஸ்கான் தன் முடிவில் உறுதியாக இருந்தார், ஆனால் படுத்த படுக்கையாக. எழுந்து நடந்து பல மாதங்கள் ஆகியிருந்தன. அடிக்கடி காய்ச்சல் வந்து படுத்தியது. மருந்துகள் எதுவும் மறுவாழ்வு கொடுக்கவில்லை. ஆனாலும் டேன்கட்டுகளுடன் போர் நடந்து கொண்டிருந்த பகுதியிலேயே ஓரிடத்தில் கூடாரம் அமைத்துத் தங்கியிருந்தார் செங்கிஸ்கான். டேன்கட்டுகளை மங்கோலியப் படைகள் வென்ற பிறகே மங்கோலியாவுக்குத் திரும்பிச் செல்ல வேண்டும் என்று முடிவெடுத்திருந்தார்.

ஆனால் நோய் அவரது கொஞ்சம் கொஞ்சமாகக் களவாடிக் கொண்டிருந்தது. 'கான் அவசரமாக வரச் சொன்னார்' - செங்கிஸ் கானின் மகன்களுக்கு, சகோதரர்களுக்கு, தளபதிகளுக்குத் தகவல் சென்றது. அந்த இரவில் எல்லோரும் பதறியடித்து செங்கிஸ்கானின் கூடாரத்துக்குள் வந்தார்கள். உடைந்து நின்றார்கள்.

அவரது கண்கள் ஒளியிழந்திருந்தன. கைகள் நடுங்கிக் கொண்டு இருந்தன. உள்ளுக்குள் தேக்கி வைத்திருக்கும் வார்த்தைகளை வெளியிட உதடுகள் துடித்துக் கொண்டிருந்தன. மிகவும் சிரமப் பட்டு எல்லோர் மீதும் பார்வையை ஓட விட்ட செங்கிஸ்கான், தனது இறுதி வார்த்தைகளை உதிர்க்க ஆரம்பித்தார்.

'நான் ஒரு மாபெரும் பேரரசை உருவாக்கியுள்ளேன். மங்கோலியர்களுக்காக. இந்த உலகையே உங்கள் கையில் அளிக்க வேண்டும் என்பது என் கனவு. ஆனால் என் வாழ்க்கை

சிறியது. என்னால் அந்த இலக்கை அடைய முடியவில்லை. என் கனவை உங்களிடம் ஒப்படைக்கிறேன்.'

சுற்றியிருந்தவர் அனைவரும் தங்கள் வலது கையை இடது மார்பில் வைத்து குனிந்து தங்கள் கானுக்கு மரியாதை செய்தார்கள்.

அது இறுதி மரியாதை.

•

செங்கிஸ்கானின் இறப்பு குறித்த துல்லியமான தகவல்கள் கிடையாது.

அவர் இறந்தது ஒரு கோடையின் இறுதி. அப்போது அவருக்கு வயது அறுபத்தைந்தைத் தாண்டி விட்டது. யெசுய், அவரது இறுதிச் சடங்குகளை எளிமையான முறையில் நடத்தினாள். புதிய உடை அவருக்கு அணிவிக்கப்பட்டது. தங்க இழை களாலான கயிறுகள் அந்த உடையில் சுற்றப்பட்டிருந்தன. மலைப்பகுதி ஒன்றில் அவரது உடல் கிடத்தப்பட்டது. சுற்றிலும் சந்தனக்கட்டைகள் அடுக்கப்பட்டன. மங்கோலியர்களின் கலாசாரப்படி, இயற்கையான முறையில் உடலை மக்கிப் போக விட்டுவிட்டார்கள். இப்படி சில குறிப்புகள் உண்டு.

ஆனால் செங்கிஸ்கான் எந்த இடத்தில் இறந்தார், எந்த இடத்தில் அவருக்கான இறுதிச் சடங்குகள் நடத்தப்பட்டன என்பது குறித்த தகவல்கள் எதுவும் கிடையாது.

•

உலகம் வசப்பட வேண்டும்.

செங்கிஸ்கானின் அந்த மிகப்பெரிய கனவை அவருக்குப் பின் தலைமை கான் பதவிக்கு வந்த ஒகோடெய் நிறைவேற்ற ஆரம்பித்தார். செங்கிஸ்கான் விட்டுப் போன மங்கோலியப் பேரரசு, அவரது மகன்களால், அளவில் இரண்டு மடங்காகப் பெருகியது.

அவர்கள் மீண்டும் மத்திய ஆசியா வழியாக ஐரோப்பாவுக்குள் நுழைந்தார்கள். ரஷ்யாவில், போலந்தில், ஹங்கேரியில் கால் பதித்தார்கள்.

1242, வியன்னா மீது படையெடுத்த சமயத்தில், ஒகொடெய் இறந்து போனார். இருந்தாலும் மங்கோலியர்களின் வெற்றி தொடர்ந்தது. அவர்களது எல்லைகள் விரிந்து கொண்டே போயின.

ஜோச்சியின் வாரிசான பட்டுவும் அவருக்குப் பின் வந்தவர்களும் ரஷ்யாவில் தங்கள் எல்லைகளை விரிவாக்கிக் கொண்டே சென்றார்கள். அது கோல்டன் அரசு (Golden Horde).

சாகெட்டெயின் வாரிசுகள், சீனாவின் மேற்கில் சில பகுதிகள், கிர்கிஸ்தான், உஸ்பெகிஸ்தான், கஸகிஸ்தானின் தென் கிழக்கில் சில பகுதிகள் என்று தங்கள் எல்லைகளை விரிவாக்கி னார்கள். அது சாகெட்டெய் அரசு என்றழைக்கப்பட்டது.

டுலுயின் இரண்டாவது மகனான ஹுலெகு, மத்திய கிழக்கு நாடுகளில் தங்கள் எல்லைகளை விரிவாக்கினார். அது இல்கான் அரசு என்றழைக்கப்பட்டது.

டுலுவின் மூன்றாவது மகனான குபிலாய், சீனா முழுவதையும் தன் வசமாக்கினார். யுவான் பேரரசை உருவாக்கினார். மங்கோலியப் பேரரசராக (தலைமை கான்) வெற்றிகரமாக ஆட்சி புரிந்தார்.

உலகில் சூரியன் உதிப்பதும் மறைவதும் மங்கோலியப் பேரரசின் எல்லைக்குள்ளேயே நிகழ்ந்தது, அடுத்த நூறாண்டுகள் வரை.

# பின்னிணைப்பு-1

செங்கிஸ்கானுக்குப் பிறகு
மங்கோலியப் பேரரசு (1294)
கோல்டன்
அரசு
சாகட்டெய்
அரசு
யுவான்
பேரரசு
இல்கான்
அரசு

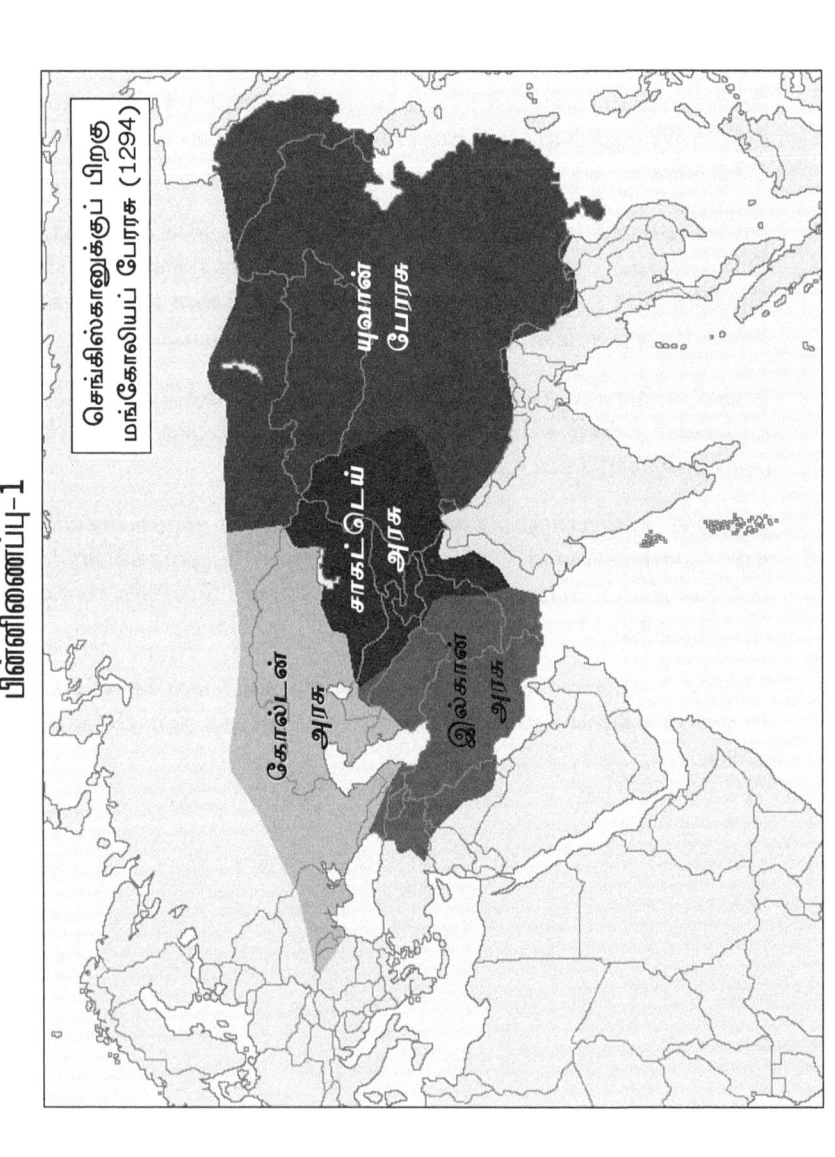

# செங்கிஸ்கான் - போர்ட்டெ வம்சம்

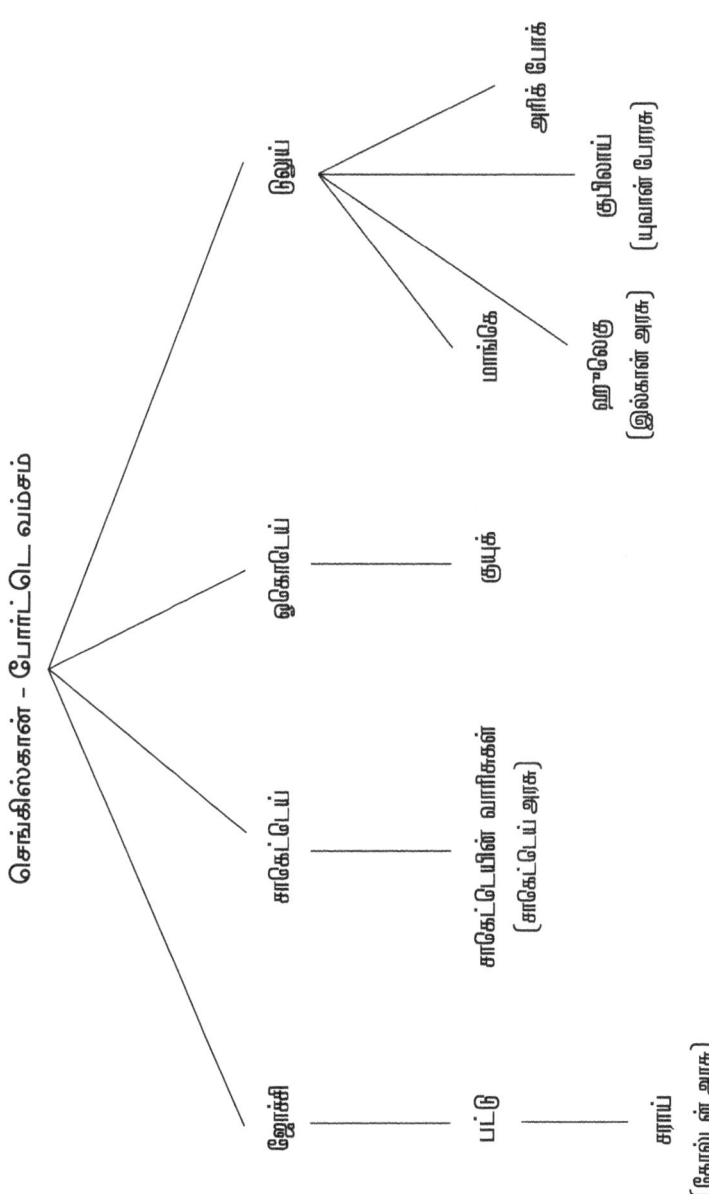

# பின்னிணைப்பு-2

## செங்கிஸ்கானுக்குப்பிறகு

*1229* தலைமை கானாக பதவியேற்ற ஒகோடெய், தனது தலைநகரத்தை காரகோரத்துக்கு மாற்றினார்.

*1234* மங்கோலியர்கள் சீனாவின் ஜர்செட்டுகள் வசமிருந்த ஜின் அரசைக் கைப்பற்றினார்கள்.

*1236* மங்கோலியர்கள் கொரியாவைக் கைப்பற்றினார்கள். மங்கோலியர்களில் ஐரோப்பியப் படையெடுப்பு ஆரம்பமானது.

*1237* ஜோச்சியின் மகனான பட்டுவின் தலைமையில் மங்கோலியப் படைகள் ரஷ்யாவுக்குள் புகுந்தன. மங்கோலியப் படைகள் சீனாவின் சாங் பேரரசோடு மோத ஆரம்பித்தன.

*1240* பட்டுவின் படையினர் உக்ரைனின் தலைநகரான கீவ் (Kiev) நகரத்தைக் கைப்பற்றினார்கள்.

*1241* பட்டுவின் படையினர் போலந்து, ஹங்கேரியைக் கைப்பற்றினார்கள். பால்கனும் அவர்கள் வசமானது.

தலைமை கானான ஒகொடெய் இறந்து போனார். ஆகவே அவரது படையினர் ஐரோப்பியப் பகுதிகளில் இருந்து பின்வாங்கினார்கள். ஒகொடெயின் ஆட்சியிலிருந்த பகுதிகளுக்கு அவரது மனைவி டொர்ஜெனே பொறுப்பேற்றுக் கொண்டாள்.

1246 ஒகொடெயின் மகன் குயுக், அடுத்த தலைமை கானாகப் பதவியேற்றுக் கொண்டார். ஆனால் அவர் அடுத்த இரண்டு வருடங்களில் இறந்து போனார்.

1251 மாங்கே, அடுத்த தலைமை கானாகப் பதவி யேற்றார். இவர் செங்கிஸ்கானின் கடைசி மகன் டுலுயின் வாரிசு. மாங்கேயின் சகோதரன் ஹுலெகு, பெர்சியா மீது படையெடுத்து வென்றார். இல்கான் (Ilkhan) அரசு உருவாக்கப்பட்டது.

1252 சீன அரசுகளில் ஒன்றான யுனான், மங்கோலியர் களால் கைப்பற்றப்பட்டது.

1255 பட்டு இறந்துபோனார். இஸ்லாமிய மதத்தைத் தழுவியிருந்த அவரது சகோதரர் பெர்கே, ஆட்சியில் அமர்ந்தார். ஹுலெகுவின் படைகள் மத்திய கிழக்கு நாடுகள் மீது படையெடுத்தன. பாக்தாத் வசப்பட்டது. அது இல்கான் அரசின் தலைநகரமாக அறிவிக்கப்பட்டது.

1257 மாங்கேயின் இன்னொரு சகோதரரான குபிலாய், வியட்நாமின் தலைநகரமான ஹனோயைக் கைப்பற்றினார்.

1258 ஹுலெகுவின் படைகள், மெசபடோமியா, சிரியாவைக் கைப்பற்றின.

1259 மாங்கே இறந்து போனார்.

1260 குபிலாய், கான் ஆனார். புத்த மதத்தை தன்னுடைய ஆட்சி மதமாக அறிவித்தார்.

மங்கோலியப் படைகள் முதல் முறையாகத் தோல்வியைத் தழுவின. பாலஸ்தீனத்தில் நடந்த எய்ன் ஜாலுட் யுத்தத்தில் இஸ்லாமியர்களிடம் மங்கோலியர்கள் தோற்றுப் போனார்கள்.

1262 மாங்கேவின் கடைசி சகோதரரான அரிக் போக், பலம் வாய்ந்தவராக உருவானார். ஆகவே அவருக்கும் இன்னொரு சகோதரரான குபிலாய்க்கும் இடையே யுத்தம் மூண்டது.

1263 ஹுலெகு பெர்சியாவின் அரசர் ஆனார்.

1264 குபிலாய், அரிக் போக்கின் ஆதரவாளர்களைத் தோற்கடித்தார்.

1265 ஹுலெகு இறந்துபோனார்.

1267 குபிலாய் கான், தனது தலைநகரத்தை பெய்ஜிங் குக்கு மாற்றினார். யுவான் பேரரசு உருவானது.

1269 மங்கோலிய மொழிகளைக் கற்றுக் கொடுக்கும் பள்ளிகள், குபிலாய் கானால் ஆரம்பிக்கப்பட்டது.

1274 குபிலாய் கான் ஜப்பானைக் கைப்பற்ற நினைத்தார். முயற்சி தோல்வியடைந்தது.

1276 சீனாவின் சாங் பேரரசு வீழ்ந்தது.

1277 பர்மா, மங்கோலியர்கள் வசமானது.

1279 சீனா முழுவதும் யுவான் பேரரசின் ஆட்சியின் கீழ் வந்தது.

1281 மங்கோலியர்கள் இரண்டாவது முறையாக ஜப்பான் மீது படையெடுத்தார்கள்.

1284 இரண்டாவது முறையாக மங்கோலியர்கள் வியட்நாம் மீது படையெடுத்தார்கள். முயற்சி தோல்வியடைந்தது.

1287 பர்மாவின் பாகன் அரசு, மங்கோலியர்களின் அதிகாரத்தின் கீழ் வந்தது.

1288 மூன்றாவது முறையாக மங்கோலியர்கள் வியட்நாம் மீது படையெடுத்தார்கள். இந்த முறையும் தோல்வி.

1292 குபிலாய் கான், தனது படைகளை இந்தோனேஷியா வின் ஜாவாவுக்கு அனுப்பினார். தோல்வியே கிடைத்தது.

1294 குபிலாய் கான் இறந்து போனார். அவரது பேரன் ஒல்ஜெய்ட்டு டெமுர், மங்கோலியர்களின் அடுத்த தலைமை கானாகத் தேர்ந்தெடுக்கப்பட்டார்.

| | |
|---|---|
| 1294 | பட்டுவின் வாரிசான சராய் (ஜோச்சியின் பேரன்) மேற்கே ரஷ்யாவின் பல பகுதிகள் அடங்கிய கோல்டன் ஹார்டே அரசுக்கு கானாக இருந்தான். |
| | ஹுலெகுவின் பரம்பரையினர் பெர்சியாவை மையமாகக் கொண்டு இல்கான் அரசை ஆண்டு வந்தார்கள். |
| | மத்தியில் சாகெட்டெய் அரசை, சாகெட்டெயின் வாரிசுகள் ஆண்டு வந்தார்கள். |
| 1304 | அரிக் போக் தன் படைகளை இந்தியாவுக்கு அனுப்பினார். டெல்லி சுல்தான் அவரது முயற்சிகளை முறியடித்தார். |
| 1307 | ஒகொடெய்யின் பேரன்களின் ஒருவனான சேப்பர், சில பகுதிகளைத் தன் வசம் வைத்திருந்தார். உள்நாட்டுப் போர் அவ்வப்போது நிகழ்ந்து கொண்டு இருந்தது. பின் அவர் தன் ஆதரவாளர்களுடன் சென்று யுவான் பேரரசில் இணைந்து கொண்டார். |
| 1335 | இல்கான் பேரரசின் வலிமை வாய்ந்த கடைசி சுல்தானான அபு சையித் இறந்து போனார். இல்கான் பேரரசு வீழ்ச்சியடைந்தது. |
| 1368 | சீனாவில் மிங் வம்சத்தினர் பலம் பெற்றிருந்தார்கள். மாபெரும் மங்கோலியப் பேரரசான யுவானின் வீழ்ச்சி ஆரம்பமானது. |

# பின்னிணைப்பு-3

## உதவிய புத்தகங்கள்

Genghis Khan and the Making of the Modern World, By Jack Weatherford, Three River Press, 2003.

Genghis Khan, Life, Death and Resurrection, By John Man, Bantam Books, 2004.

Secret History of the Mongols: The Origin of Chingis Khan, By Paul Kahn, C &T Asian Culture Series.

Genghis Khan: His Life and Legacy by Paul Ratchnevsky, Wiley-Blackwell, 1993.

Genghis Khan and the Mongol Conquests 1190 - 1400, By Stephen Turnbull, Osprey Publishing.

The History of the Genghiscan the Great, First Emperor of the Ancient Moguls and Tartars - Collected from several oriental authors and European travellers - Translated By M. Petis de la croix, 1816.

## இணையத் தளங்கள்

http://www.scaruffi.com/politics/mongols.html
http://en.wikipedia.org/wiki/Mongol_military_tactics_and_organization
http://www.accd.edu/sac/history/keller/Mongols/empsub2.html
http://www.allempires.com/article/index.php?q=Central_Asia
http://www.allempires.com/article/index.php?q=The_Mongol_Empire
http://news.nationalgeographic.com/news/2003/02/0214_030214_genghis.html

## ஆவணப்படம்

The Secret History of Genghis Khan, Directed by Edward Bazalgette, by BBC.

## திரைப்படங்கள்

Mongol : The Rise to Power of Genghis Khan, 2007.
The Blue Wolf : To the Ends of the Earth and Sea, 2007.

# சரித்திரப் பதிவுகள்

**யூதர்கள் :** வரலாறும் வாழ்க்கையும்
முகில்
ISBN 978-81-8368-359-3

**திப்பு சுல்தான்:** முதல் 'விடுதலை'ப்புலி
மருதன்
ISBN 978-81-8368-366-1

**நெப்போலியன்:** போர்க்களப் புயல்
என். சொக்கன்
ISBN 978-81-8368-347-0

**மகா அலெக்சாண்டர்**
ஆர். முத்துக்குமார்
ISBN 978-81-8368-637-2

**இயேசு என்றொரு மனிதர் இருந்தார்**
சேவியர்
ISBN 978-81-8368-276-3

**கி.மு., கி.பி.**
வரலாறு அன்றும் இன்றும்
மதன்
ISBN 978-81-8368-118-6